आपली माणसं

आपली माती

दिलीपराज प्रकाशन प्रा.लि.[TM]

२५१ क, शनिवार पेठ, पुणे - ४११०३०.

दिलीपराज प्रकाशनाची सर्व पुस्तके आता आपण Online खरेदी करू शकता.
आमच्या Website ला कृपया एकदा अवश्य भेट द्या. अथवा Email करा.

Email - diliprajprakashan@yahoo.in

www.diliprajprakashan.in

आपली माणसं आपली माती

(कादंबरी)

प्रा. आनंद कदम

TM
दिलीपराज प्रकाशन प्रा. लि.
२५१ क, शनिवार पेठ, पुणे - ४११ ०३०.

आपली माणसं आपली माती
Aapali Manas Aapali Maati

ISBN : 978 - 93 - 5117 - 020 - 4

प्रकाशक । राजीव दत्तात्रय बर्वे । मॅनेजिंग डायरेक्टर ।
दिलीपराज प्रकाशन प्रा. लि.। २५१ क, शनिवार पेठ, पुणे ४११०३०.
दूरध्वनी क्रमांक (फॅक्ससहित)
२४४७१७२३ । २४४८३९९५ । २४४९५३१४

लेखक - प्रा. आनंद कदम
'झुळूक', तिरुमलानगर, पावडेवाडी रोड । नांदेड ४३१६०५
मो. नं. ९८८१७८७६८४

मुद्रक । Repro India Ltd,
Mumbai.

प्रथमावृत्ती । २५ सप्टेंबर २०१४

प्रकाशन क्रमांक । २१७९

अक्षरजुळणी । सौ. मधुमिता राजीव बर्वे
पितृछाया मुद्रणालय । ९०९, रविवार पेठ । पुणे ४११००२.

मुद्रितशोधन । एस. एम. जोशी

मुखपृष्ठ । सागर नेने

लोभ - हव्यासाचा करिती अट्टाहास ।

वाढविती फास । वैराचा ॥

हिस्यासाठी माथी । हाणती कुऱ्हाड काठी ।

तुरुंगात होई दाटी । कुटुंबाची ॥

नाती-गोती, दया-माया । नाही न्याय नीती ॥

उरेल कैसी प्रिती । त्यांच्या लेखी ॥

आपलीच माणसं । आपलीच माती ॥

कालविती माती । भरल्या ताटी ॥

✿ मनोगत

    माणसं चांगली-वाईट, सुष्ट-दुष्ट, विचारी-विकारी, जेवढे लोभी तेवढेच निर्मोही. जिवास जीव देणारी आणि यत्किंचित वादासाठी नात्या-गोत्याचाही अजिबात विचार न करता एकमेकांच्या जिवावर उठणारी. लबाड, धूर्त, कपटी-कारस्थानी सर्व काही असून माणूसच नसणारी! माणूसच मानव आणि माणूसच दानव! 'पोटचे पोहरंच खरे चोरं!', 'सख्ख्ये भाऊच पक्के वैरी!' जावा-जावात उभा दावा. प्रत्यक्ष पुंडलिकानेच माता-पित्यास काशीऐवजी यमपुरीच दाखवावी! मुलगाही आपलाच आणि भाऊही आपलेच. आईही आपलीच आणि बहीणही आपलीच. सारे आपलेच. म्हणून 'आपलीच माणसं आणि मातीही आपलीच.'

    परंतु विरोधाभास असा, मानवी स्वभावाचे वैशिष्ट्ये असे की, तो दररोज नित्यनेमाने जरी माळ जपत आला, वर्षानुवर्षे भागवत सप्ताह आणि चातुर्मासात भजन-कीर्तन आणि प्रवचन करीत आणि ऐकत आला. तरीही तना-मनात थैमान घालणाऱ्या षडरिपुंचे तांडव मात्र कमी व्हायच्याऐवजी दिवसेंदिवस वाढतच आहे. मग स्वत:च षडरिपुंचा दास बनून फक्त हव्यासाचाच ध्यास धरल्यावर शेवटी व्हायचे तेच होणार. मग नियती, दैव किंवा नशीब इत्यादींच्या नावे बोटे मोडण्यात काय हशील?

    भारतीय इतिहास आणि वर्तमानाचे प्रतिनिधित्व करणाऱ्या दगडोजी पाटलांच्या चिरंजीवांचे बऱ्याच अंशी असेच झाले. एकेकाळी एकमेकांसाठी जिवास जीव देणारे सख्खे भाऊ पक्के वैरी बनू पाहाता पाहाता त्यांनी एकमेकांचा काटा काढण्यासाठी हातात काठ्या-कुऱ्हाडी

घेतल्या आणि हातात काठ्या-कुऱ्हाडी घेणार तरी का नाहीत; कारण गावागावांत, भावाभावांत आणि जावाजावांत जरा कुठे फट दिसली रे दिसली की, चहाडीची काडी लावून माडी पेटविण्याचे हिणकस काम रंभाबाईसारख्या कळलाव्या कुटणी आणि 'फोडा, झोडा राज्य करा'चा राजकीय मंत्र अवलंबणाऱ्या गावगन्ना पुढाऱ्यांच्या आणि यात पुन्हा धुमसणाऱ्या अग्नीत रॉकेल ओतण्यास नेहमी तत्पर असणारे शेजारी-पाजारी आणि भावभावकी. त्यामुळे मग अमृत विष वाटेल, तर विषास गोडी येईल. 'ध'चा 'मा' होईल अन् सुयोधनाचा दुर्योधन बनून घराघरांत महाभारत घडणार नाही तरच नवल. एकदा का असे महाभारत सुरू झाले की, मग ते सख्ख्या भावाभावांचे असो की शेजाऱ्यापाजाऱ्यांचे असो की पक्क्या दुष्मनांचे– अशा वेळी सर्वांच्या लेखी आई-बहीण, पत्नी आणि स्त्रिया म्हणजे जणू काही इज्जतीचा पंचनामा करण्याचे हक्काचे एकमेव ठिकाण! जणू एकमेकांच्या आया-बहिणींची अब्रू वेशीवर टांगण्याची सर्वोत्कृष्ट संधीच. म्हणजे अशा वेळी त्यांना असे नग्न करून सर्वार्थाने कलंकित केल्याशिवाय यांचे पुरुषत्वच सिद्ध होणार नाही!

मग 'मराठ्यांच्या वाटण्या शेजाऱ्यांना कॅटल्या, पोलिसांना बाटल्या आणि वकिलांना पाटल्या' हेही ओघाने आलेच.

अर्थात या शोकांतिकांचे आणि ऱ्हासाचे कारण एकत्र कुटुंब पद्धतीत काय किंवा अगदी चारजणांच्या चौकटीबद्ध 'फॅमिली'मध्ये काय जेव्हा आपुलकी आणि सेवेपेक्षा मोबदल्याला आणि विश्वासापेक्षा शंकेला महत्त्व दिले जाते, तेव्हा त्या कुटुंबाची पत आणि प्रगतीबरोबरच प्रतिष्ठाही नष्ट होऊन कुटुंबातील व्यक्तींच्या शोकांतिकेस प्रत्यक्ष परमेश्वरसुद्धा थांबवू शकत नाही. मग त्या कुटुंबाचा सामाजिक दर्जा जेवढा मोठा तेवढे किंवा त्यापेक्षा मोठे आणि भयानक स्वरूप त्या शोकांतिकेचे असेल. हेच सत्य रामायण-महाभारतासारख्या पौराणिक कथांवरून आणि किंग लियर आणि हॅम्लेटसारख्या अजरामर साहित्यिक कलाकृतींवरून दिसून येते. मग दगडोजीराव पाटलांचे कुटुंब, तर नुकत्याच सुटलेल्या वादळात सापडलेलं एक चिमुकलं पिंपळ पान!

वेगळचार– ही तर प्रत्येक कुटंबातील अत्यंत अप्रिय तरीही तेवढीच अनिवार्य घटना. हा वेगळचार गावागावांत, शहराशहरांत, वाडीतांड्यांत राजेराजवाड्यांत आणि अगदी पतरा-खापरांच्या घरातच नव्हे, तर कुडाने लिंपलेल्या खोपटात ते छत, भिंती अथवा दारं-खिडक्या विना टाकलेल्या पालातही. धन संपत्ती, शेतशिवार, राजवाडे आणि घर अंगणासाठी हे वेगळचार– वाटण्या केवळ धन-संपत्तीच्या आणि जमीन-जुमल्याच्या किंवा घरादारांच्या होतात असे

नाही, तर अगदी जन्मदात्या आई-वडिलांच्याही वाटण्या होतात!

मग वेगळचार आला की, भांडणं, कलह, मारामाऱ्या आणि खुनाखुनीही आलीच. मग यामधून उद्‌भवलेली धर-पकड, पोलीस स्टेशन, त्यांच्या मुठी दाबणे, वकील, कोर्टकचेऱ्या तारखापेशी, साक्षी-पुरावे चार इकडून चार तिकडून. त्यामुळे भावाभावापासून गावागावांतील भावकीत उभा दावा, जीव घेणे, पार्टिशन, इर्षा, द्वेष, भयंकर कट-कारस्थान आणि मत्सराची पेरणी. त्यास भावकीचे, साक्षी-पुराव्याचे खत-पाणी. मग तारखांवर तारखा, लांबलेले निकाल, वाढत वाढतच जाणारे वैर, एका पिढीकडून दुसऱ्या पिढीकडे. पडीक पडलेली जमीन, तुरुंगात अडकून पडलेले कर्तेपुरुष. त्यांना सोडविण्यासाठी खर्च होणारा पैसा, संपलेले भांडवल, घटलेले उत्पन्न, स्वहस्ते ओढवलेले दारिद्र्य, अभावाचे साम्राज्य, त्यातून आलेले नैराश्य, असमाधान, दैववाद, अंधश्रद्धा, कुटुंबाकडे होणारे दुर्लक्ष– विशेषत: मुलांच्या शिक्षणाकडे इत्यादी, इत्यादी आणि वगैरे. ही सारी आपलीच माणसं. माणसंही आपलीच आणि मातीही आपलीच.

म्हणूनच म्हणायचं–
माणसा, रेऽ माणसा
हे काय होत चाललंय
जुनं सोनं लोखंड होऊन
'बेन्टेक्स' किती चमकायलय!
माया, दया पातळ होऊन
मायनं किती बरबटलेय!
प्रीती-नीती तोंडी लावून
लबाडच कसं डिरकायलय!
सद्‌गुण सारे दुर्लभ होऊन
दुर्गुणी कसं बाग द्यायलय!
मंदिर, मस्जिद वाढले तरी
देवत्वच की रे हरवायलय!
देवत्वच की रे हरवायला!!
माणसा, रेऽ माणसा
हे काय होत चाललंय!
हे काय होत चाललंय!!

आनंद कदम

प्रकरण १

मंथरा दासीच्या कळलावीपणाचा कळस होऊन पुण्यभूमी अयोध्यानगरीत रामायण घडले. शकुनीमामाच्या सारीपाटाचे फासे त्याच्या मनासारखे पडून हस्तिनापुरात महाभारत घडून कुरुक्षेत्री भगवद्‌गीता अवतरली आणि तेथेच नात्यागोत्याची माती झाली. आप्तस्वकीयांच्या रक्ताचे पाट वाहून त्या महापुरात भाव-भावना, हृदय, माणुसकीसारख्या मानवीयच नव्हे तर दैवी देणग्यांचीही आहुती पडून त्या जणू कायमच्याच वाहून गेल्या. तेथे कोणाचे पावित्र्य कामी आले नाही की चारित्र्य, कोणाचा धर्म कामी आला नाही की कोणाचा दानधर्म, कोणाची शक्ती कामी आली नाही की युक्ती, भक्ताची भक्ती कामी आली नाही की प्रत्यक्ष भगवान श्रीकृष्णाची प्रतिज्ञा. अशा वेळी अगदी अवतारी पुरुषाचीसुद्धा अवस्था किती दयनीय आणि हतबल होते, याचे हे सर्वोत्कृष्ट उदाहरण.

परंतु मानवी स्वभावाचे वैशिष्ट्य असे, की तो दररोज नित्यनेमाने जरी रामनामाचा जप करीत आला, वर्षानुवर्षे भागवत सप्ताह आणि चातुर्मासात रात्रंदिवस भजन-कीर्तन आणि प्रवचन इत्यादी करीत आला तरीही– तरीही तनामनांत थैमान घालणाऱ्या षड्‌रिपूंचे तांडव मात्र कमी व्हायच्या ऐवजी दिवसेंदिवस वाढतच आहे. मग स्वत:च षडरिपुंचा दास बनून फक्त हव्यासाचाच ध्यास धरल्यावर शेवटी व्हायचे तेच होणार! मग नियती, दैव किंवा नशीब इत्यादींच्या नावे बोटे मोडण्यात काय हशील?

दगडोजी पाटलांच्या चिरंजीवांचेही बऱ्याच अंशी असेच झाले. कोण्या नतद्रष्टाची दृष्ट लागली आणि एके काळी एकमेकांसाठी

जिवास जीव देणारे सख्खे भाऊ पक्के वैरी बनून पाहता पाहता त्यांनी एकमेकांचा काटा काढण्यासाठी हातांत काठ्या-कुऱ्हाडी घेतल्या. आणि हातांत काठ्या-कुऱ्हाडी घेणार तरी का नाहीत? कारण गावागावांत भावाभावांत आणि जावाजावांत जरा कुठे फट दिसली रे दिसली, की चहाडीची काडी लावून माडी पेटविण्याचे काम करणाऱ्या रंभाबाईसारख्या कळलाव्या कुटन्यांच्या व फोडा-झोडा आणि राज्य कराचा नवा राजकीय मंत्र अवलंबिणाऱ्या प्रकाश पाटलासारख्या गावगण्या पुढाऱ्याच्या मोहजालात स्वार्थी अर्धवटराव सापडून शिकार बनले. प्रकाश पाटलांच्या मधाळ बोलण्याने प्रेरित होऊन नाकात वारे घुसलेल्या सांडाप्रमाणे किंवा भरपूर दारू ढोसलेल्या झिंगरूप्रमाणे भाऊ-भावजय, आई-वडील, बहीण, आत्या, मामा, लहान-मोठे इत्यादी सर्व विसरून त्यांना फक्त स्वार्थाचे हाडूक तेवढेच दिसू लागले. त्यामुळेच तर द्रोपदाबाईचे आणि राजसबाईचे आपल्या दीरभाच्यास आणि हानोतराव पाटलास हेतुपुरस्सर भडकविणे, भीमराव पाटलांचे त्यांना पाठिंबा देणे आणि ह्यात वेळोवेळी शेजाऱ्यापाजाऱ्यांचे धुमसणाऱ्या अग्नीत रॉकेल ओतणे सुरू होते. मग अमृत विष वाटेल तर विषास गोडी येईल, 'ध' चा 'मा' होईल अन् सुयोधनाचा दुर्योधन बनून घराघरांत महाभारत घडेल.

आणि हे सर्व अनर्थ टाळण्यासाठीच दगडोजी पाटलांनी मागील दीड-दोन महिन्यांपासून अन्नपाणीच सोडले होते. मग त्यांनी अन्नपाणी सोडल्यानंतर रुखमाबाई तरी कशा घास घेतील? आणि धन्याने ताट समोर घेतल्याशिवाय मोत्यास तरी भाकरी कशी गोड लागेल? मग तोही मालक असतील तेथे त्यांच्या पायाजवळ दोन्ही पाय पुढे करून त्यांवर लांब मान टाकून उगाच बसून राही. परंतु त्यांना जेवण करा म्हणण्याची हिंमत त्यांच्या कोणत्याच मुलात किंवा सुनात नव्हती. हं, हानोतराव पाटलाच्या पत्नी मंजुळाबाईंनी मात्र सुरुवातीस आठ-दहा दिवस सतत आणा-शपथा घालून त्यांना भरविण्याचा आटोकाट प्रयत्न केला. परंतु जेव्हा दगडोजी पाटलांनी त्यांना त्यांची स्वतःची आणि हानोतराव पाटलांची शपथ घालून यापुढे आपणास जेवणाचा आग्रह करू नये असे निक्षून सांगितले, तेव्हा त्यांचाही नाइलाज झाला. रुखमाबाईंनी आग्रह केल्यानंतर तर ते पत्नीसच "अगं, माझ्या घरात दररोज महाभारत घडत असताना माझ्या घशाखाली अन्न जाईल तरी कसे? आणि गेलेच तर त्याचे रक्त न बनता नक्की विषच बनेल. परंतु काहीही झाले तरी माझ्या जिवात जीव असेपर्यंत मी काही असे होऊ देणार नाही. मुळीच नाही" म्हणत आणि अत्यंत केविलवाणे होऊन हताशपणे धरणीवर अंग टाकीत.

तसे तर दगडोजी पाटलांच्या लक्ष्मीस दोन-तीन वर्षांपूर्वीपासूनच पाय फुटले होते. कारण वडील-मुलगा– हानोतराव व त्याची पत्नी मंजुळाबाई आणि सर्वांत धाकटी सून कविताबाई सोडल्या तर दुसऱ्या तिघीही जेव्हा केव्हा आपल्या माहेरी जाऊन येत तेव्हा प्रत्येक वेळी त्यांच्या मुला-मुलीस सोन्या-चांदीची चेन, अंगठी, साखळी, बाजुबंद आणि त्यांच्यासाठी कधी सोन्याचे झुमके, फुलं, डूल, नथ, अंगठी, सेव्हन पीससारखे कोणत्या न कोणत्या प्रकारचे दागिने आणत आणि घरी आल्यानंतर 'मायनं दिलं, बापूनं किंवा भावानं केलं', असं म्हणत. तेही कुठले लग्नकार्य किंवा सणवार नसतानाही. अर्थात हे न कळण्याएवढे दगडोजी पाटील काही दूधखुळे नव्हते की रुखमाबाई आंधळ्या. बरे, ह्या दोघांनाही घरातील बळंद-कनगी अधेमधेच अवेळी कसे खालीखालीच जात आहेत, कणगीचा पेंड कसा स्वत: होऊन फुटतो हेही कळत नव्हते असे नाही. परंतु त्यांना कळून न कळल्यासारखे आणि दिसून न दिसल्यासारखे करावे लागत असे. तसेच आपल्या सुना अलीकडे नको त्या घरी, शेजाऱ्यांकडे विनाकारण दोन-दोन, तीन-तीन तास का थांबतात, तेही कळत होते. एक-दोन वेळा तर त्यांनी सुनांना शेजाऱ्यांच्या घरून रिकामी घागर, टोपले, कळशी आणतेवेळी पाहिले होते. त्यांना त्या अवस्थेत पाहताच त्यांच्या हृदयास असह्य वेदना, तसेच विषाद, तिरस्कार इत्यादींसारख्या असंख्य भावना एकाच वेळी दंश करून जात. कारण ह्याच घागर-टोपल्यातून त्या सुनांनीच शेजाऱ्यांकडे गहू, ज्वारी किंवा दाळदाणा विकला असेल हे निश्चित. कारण भांडे जरी रिकामे दिसत होते तरी सुनेचा पडलेला चेहरा आणि अपराधी डोळे मात्र केलेल्या गुन्ह्याची साक्ष पटवून देत होते आणि समजा, त्या भांड्यात प्रत्यक्ष धान्य असले तरी आणि दगडोजी पाटलांनी किंवा रुखमाबाईंनी विचारले तरी सुना किंवा शेजारी त्यांना 'उसनं मागितलं', 'उसनं दिलं-नेलं' म्हणून वेळ मारून नेणारच होत्या. बरे, अशा वेळी काहीच म्हणू नाही तर मग सुना अधिकच स्वैर वागणार होत्या. म्हणून मनावर दगड ठेवून विचारले तर वाकडे-तिकडे तोंड करून उत्तर यायचं–

"पाणी आणायला नेली होती" किंवा "तुरी भिजवायला नेलं होतं."

त्यावर मालकही मुद्दाम पुन्हा विचारायचे, "मग आणून देत होते की तेच, तुम्हाला जायची काय गरज?" त्यावर सुनांचं तोंड अधिकच कडूझर व्हायचं आणि घर चालविणाराच घरच्यांचा दुश्मन ठरतो याचा प्रत्यय मालकास पुन्हा पुन्हा यायचा.

इकडे दगडोजी पाटलांचे पोलीस शिपाई असलेले दुसरे चिरंजीव 'पीके' पाटील. (त्यांचे इनिशिअल जरी 'पी.डी.' असले तरी ते नेहमीच पिऊन तर्र राहत असल्यामुळे त्यांना सर्वजण 'पीके' म्हणतात.) वेगळचारासाठी अगदी गुडघ्यास बाशिंग बांधूनच बसले होते. एवढे की त्यासाठी काहीही करायची तयारी त्यांनी केली होती. कारण त्या दोघा पती-पत्नीच्या गणितानुसार पुढच्या वर्षी किंवा आणखी दोनेक वर्षांनी भीमराव पाटलांच्या दोन मुलींची लग्न दगडोजी पाटील एकाच मांडवात करणार असे एक-दोन वेळा त्यांनी बोलून दाखविले होते. असे झाले तर त्या पतिपत्नीच्या गणितानुसार दोन लग्नांचा खर्च म्हणजे हुंगा गोंडा, मान-पान, कपडालत्ता, भेटवस्तू आणि खानावळी इत्यादी त्यांच्या इभ्रतीनुसार म्हटले तरी कमीअधिक दहाबारा लाख रुपये तरी कामी येणारच होते. म्हणजे नगदी रकमेमधून त्यांच्या हिश्श्याचे दोनेक लाख रुपये तरी जाणारच, हे सूर्यप्रकाशाएवढे स्पष्ट होते. एवढेच नव्हे तर न जाणो एखादे स्थळ 'खूपच चांगले' येऊन ते जर लाख-दीड लाखासाठी हातचे जाऊ लागले तर दगडोजी पाटील ती बैठक केवळ पैशामुळे तशीच उठू न देता "आणा साखर" असेच म्हणणार, हेही निश्चित होते. त्यासाठी त्यांना या-त्या सोयऱ्याची आर्थिक मदत लागली तर ते घेणारच होते. म्हणजे सरळ सरळ मिळू शकणारे दोन-एक लाख तर गेलेच; उलट, उरावर कर्जही होऊन बसणार होते. अशी संभाव्य भीती उभयतांना अस्वस्थ करीत होती आणि हे सर्व टाळण्याचा तर वेगळे निघण्यासाठी त्यांचा अट्टहास चालला होता. बरे, पुढच्या वर्षी किंवा आणखी दोन-तीन वर्षानंतर त्यांच्या स्वतःच्या एखाद्या मुलीचे लग्न निघाले असते तर मग काहीही असो. परंतु त्यांच्या मुलीच्या लग्नास आणखी बराच अवधी होता. मग ह्याचा त्यांना काय फायदा? शिवाय 'पोलिसकी' करून त्यांनी गुपचूप जिल्ह्याच्या ठिकाणी चांगले दीड-दोन हजार चौरस फुटाचे दोन प्लॉट घेऊन ठेवले होते. पती-पत्नीच्या नियोजनानुसार वेगळचारामधून आणि त्यांच्या पगाराच्या भविष्य निर्वाहनिधी, पतपेढी आणि स्वतःच्या वरकमाईची रक्कम तशीच फिक्समध्ये ठेवून, जग दाखवणीसाठी बँकेचे कर्ज काढून त्यांना चांगला बंगला बांधायचा होता. परंतु वेगळचारापूर्वी बंगला बांधला तर त्यात सर्वच भावांचे हिस्से होतील ह्या भीतीपोटी त्यांनी अद्याप बांधकाम सुरू केले नव्हते. म्हणून तर 'पीके' पाटलांचा वेगळचारासाठी एवढा आटापिटा चालला होता आणि त्यासाठी त्यांनी त्या दिवशीचे भांडण उकरून काढले होते. निमित्त काय तर लहान मुलांचे भांडण! आता लहान मुलांची भांडणं कोठे होत नाहीत?

उठता-बसता होतात, घराघरांत होतात, खेळता-खेळता होतात आणि लिहिता-वाचता शाळा-शाळांत होतात. केव्हाही होतात आणि कोठेही होतात. होतात आणि लगेच विसरूनही जातात आणि सर्वकाही विसरून लगेच हसू-खेळू लागतात. वाऱ्यासारखी उधळू लागतात. म्हणून तर म्हणतात–

लहान मुलं, देवाची फुलं
क्षणात कट्टी, लगेच दोस्ती
माहीत नाहीत, कुंपण भिंती
राग लोभ, हेवा दावा
वाईट साईट, गावीच नसते
अशीच असतात, लहान मुलं
लहान मुलं, देवाची फुलं.

परंतु कळत्यासवरत्या आणि शहाण्यासुरत्या 'मोठ्या माणसांना' हे कुठे कळते? परंतु अहो, कळत नाही असे तरी कसे म्हणावे? कळते. चांगले कळते आणि कळते म्हणूनच तर ते कळूनसवरून तसेच वागतात. कारण त्यांना ह्यातच आनंद मिळतो. स्वार्थात आनंद! खोटं-नाटं करून आनंद मिळवायचा, भ्रष्टाचार करून 'कमाई' करायची, नाना धंदे करून माया सावडायची, लूट पाहून आनंदी व्हायचे, चुगलीचहाडी करून फूट पाडायची, नियोजनबद्ध योजना आखून भावा-भावांत, जावा-जावांत, पती-पत्नीत, बहीण-भावांत उभे वैर निर्माण करायचे, वैर निर्माण करून त्यावर रॉकेल ओतून काडी लावून द्यायची आणि अशा तऱ्हेने लावलेल्या आगीत आपल्या भाकरी भाजत भाजत मनोमन गुदगुद हसत रहायचे! अर्थात हा आनंद क्षणिक आहे. फसवा आहे. खरा नाही. स्वर्गीय तर नाहीच नाही. हे त्यांना कोणी सांगावे? आणि दुर्दैवाची गोष्ट अशी, की सुदैवाने एखादा सुस्वभावी सज्जन भेटलाच आणि त्याने सत्य सांगितले, तरी त्याचे हे महाभाग ऐकतही नाहीत. कारण त्यांची वृत्तीच क्षुद्र, स्वार्थी, लोभी आणि हावरी असल्यामुळे चिरकाल टिकणारा आनंद, स्वर्गीय शाश्वत आनंद काय असतो हे कळण्याची त्यांची लायकीच नसते आणि असली तरी ती त्यांच्या फायद्याची नसते. अर्थात हे त्यांच्या दृष्टीने. कारण–

स्वार्थांधांची ऐसी कुमती
यांना न कळती नाती-गोती
शेणही खाऊन पोटे भरती
खाल्ल्याताटीही ही हो हागती!

'पीके' पाटीलसाहेब आणि अर्जुनरावही ह्याच मालिकेत मोडणारी माणसं. ह्यांच्या मानाने हानोतराव पाटील काहीसे विक्षिप्त. 'मेरीच गिनो' म्हणणारा स्वभाव. कदाचित 'मालकाचे मोठे चिरंजीव' म्हणून असलेला मान-मरातब, बापजाद्यांच्या पुण्याईने मिळालेली पोलीस पाटीलकी. त्यामुळे भावकीतच नव्हे तर सोयऱ्याधायऱ्यांत त्यांचाही बराच दबदबा. अर्थात हा दबदबा आणि मान त्यांच्या स्वत:च्या स्वभावामुळे किंवा कर्तृत्वामुळे नसून दगडोजी पाटलांच्याच कर्तृत्व आणि औदार्याचा परिणाम होता. त्यामुळे गावकरी त्यांना तोंडदेखले 'पाटील-पाटील' करीत असले तरी आपआपसांत मात्र 'हेकाऊ हानोता'च म्हणत. तरीही पाटील मात्र आपण भले अन् आपली पाटीलकी भली ह्यातच मग्न!

भीमराव पाटलांचा स्वभाव पक्का खालमान्या आणि मतलबी. 'खालमुंड्या अन् पाताळ धुंड्या'. 'गाव जले हनुमान बाहर.' आपलं साधतंय ना- बस्स! वरकरणी तर दिसायला-वागायला माळकरी, वारकरी. परंतु पक्के आतल्या गाठीचे, पक्के व्यवहारी, धूर्त आणि स्वार्थी. जन्मदात्या आई-वडिलांसही मतलबाशिवाय 'माय, माय', 'मालक, मालक' करणार नाहीत. सग्यासोयऱ्यांची ऊठबस करणार नाहीत की भाव-भावकीस चढवाचढवी. त्यामुळे जेव्हा जेव्हा भावाभावांत धुसफूस व्हायची तेव्हा तेव्हाच नव्हे, तर एरवीही सोयीनुसार चढउतरेपणा करायचे आणि वेळ पडली तर या बोटावरची थुंकी त्या बोटावर करायचे. परंतु जेव्हा त्यांना कळले की, त्यांच्या दोन्ही मुली दोन-तीन महिन्यांच्या फरकाने एकदाच 'शहाण्या झाल्या', तेव्हा मात्र त्यांनी आपली पॉलिसी हळूहळू बदलली. अशा रीतीने की पुढील दोनतीन महिन्यांतच मोठ्या मालकांनी– दगडोजी पाटलांनी– त्यांच्या दोन्ही मुलींची लग्नं एकाच मांडवात करायचा निर्णय घेतला आणि तसे सर्वांसमक्ष त्यांनी बोलूनही दाखविले. तेव्हापासूनच 'पीके' पाटलांनी आणि अर्जुनरावांनी आपआपल्या मनाशी शक्यतो येत्या पाडव्यापूर्वी कसेही करून वेगळे निघायचेच असा निर्धार केला.

परंतु ह्या चारही भावांच्या स्वभावापेक्षा सर्वांत लहान असलेला डॉ. भास्कररावांचा स्वभाव मात्र खूपच वेगळा. अर्थात शिक्षण आणि नोकरीमुळेही हा फरक पडला असावा. परंतु शिक्षण आणि नोकरीपेक्षाही स्वभावत:च त्यांची वृत्ती एकदम सुस्वभावी, सुसंस्कृत, मनमिळाऊ, परोपकारी आणि 'घरा'बरोबरच भाव-भावकी, गावकरी आणि सोयरे-धायरे यांचीच नव्हे तर सामाजिक बांधिलकीचाही अंगीकार करणारे सहृदय भावुक स्वभावाचे. कोणासाठीही जीव लावणारे. प्रसंगी खिशाला खार का लागेना! तेही करून घराच्या प्रगतीसाठी, भावांच्या प्रगतीसाठी

आणि संपर्कात येणाऱ्या कोणासाठीही सर्वतोपरी प्रयत्न करणारे सद्‌गृहस्थ. त्यांना त्यांच्या स्वभावाप्रमाणेच पत्नीही तशीच प्रेमळ, मनमिळावू आणि सदाचारी मिळाल्यामुळे दुधात साखरच पडली होती. हेही तेवढेच महत्त्वाचे, कारण पती-पत्नीच्या संसाररूपी गाडीच्या ह्या दोन चाकांपैकी एक चाकजरी असमतोल निघाले, झाले किंवा केले, तरी त्या संसाराची गाडी 'बाडी' होते– चाकोरी सोडून चालू लागते. अर्थात हे एकारलेपण कधी निरक्षरपणामुळे-अज्ञानामुळे, कधी गैरसमजामुळे, कधी कोणाच्या आगलावीपणामुळे तर कधी दोघांपैकी एखाद्याच्या जाणीवपूर्वक स्वार्थामुळेही होते. परंतु कारणे आणि परिस्थिती काहीही असली तरी परिणाम मात्र जीवघेणा अपघात हा ठरलेलाच असतो, एवढे मात्र निश्चित!

लहान मुलं गोट्या खेळता खेळता बहुतेक पुंडलिकरावांच्या– 'पीके'साहेबांच्या चिरंजीवाने– अशोकने त्याच्याच वयाच्या मेव्हण्याची– दगडोजी पाटलांच्या बाळंतपणात मरण पावलेल्या मुलीच्या मुलाची– विठ्ठलची गोटी घेतली म्हणून त्या दोघांत भांडण जुंपले. चांगली झोंबाझोंबी सुरू झाली म्हणून देवकीबाईंनी मध्यस्थी करून आणि गोटी खरी कोणाची आहे याची शहानिशा करूनच अशोककडील गोटी घेऊन ती विठ्ठलला दिली. ते पाहून चिरंजीव अशोक रडत-रडतच आईजवळ जाऊन एकास दोन लावीत "मला इठल्यानं आन् आत्यानं मारलं. मही गोटीच घेतली", म्हणत आकांत सुरू केला. साहजिकच आपल्या लाडक्या मुलास मारलेले सहन न होऊन पोलीसपत्नी असलेल्या राजसबाईंनी तोंडाचा पट्टाच सुरू केला–

"मह्या लेकराचा काटच पुरविला ग माऽय या परदिश्यायनं! याह्यंच कामून काळं व्हत नसंल? आमच्याच घरी राहून, आमचंच खाऊन मह्याच लेकराला मारायली की हे वांझोटी." इत्यादी सारखे बडबडत, ओरडत आणि विठ्ठलला पकडून त्याला झोडपीत झोडपीतच शिव्यांची लाखोली वाहणेही चालू केले.

आपल्या चुलतीचे हे असभ्य वर्तन आणि शिव्याशाप ऐकून आणि त्यांचे विठ्ठलला अमानुषपणे झोडपणे पाहून हानोतराव पाटलांच्या मुलास– संभाजीस राहवले नाही म्हणून त्याने मध्यस्थी करून विठ्ठलला चुलतीच्या तावडीतून सोडवले; परंतु ह्यापूर्वीच विठ्ठलला मारता मारता त्यांचीच बांगडी फुटून त्यांच्या हातामधून रक्त वाहू लागले, हे पाहून राजसबाईंनी आता वेगळाच पवित्रा घेतला आणि अचानकच "सांड्या मुखाच्यानं मह्यावर हात टाकला, गऽ माऽय? याचा मुडदा बसो रेऽ देवाऽ!" म्हणून हंबरडाच फोडला! एकीकडे त्यांचे कपाळावर

मारून घेणे आणि दुसरीकडे घरातील सर्व दीर, भाचे, जावा, नणंद आणि नणंदेच्या मुलाचा– सर्वांचा उद्धार करणेही चालूच होते. दुर्दैवाने त्याच वेळी शौचास बाहेर गेलेले पोलीसशिपाई असलेले 'पीके' पाटीलसाहेब येऊन पोहोचले. मग तर राजसबाईंस जणू अधिकची कुमकच मिळाली आणि त्यांनी पूर्वीपेक्षा जास्तच जोमाने आकांत मांडला. ह्यापेक्षाही दुसरी दुर्दैवाची गोष्ट अशी, की जणूकाही आता आपणास हीच सुवर्णसंधी आहे असे मनोमन हेरून साहेबांनी पटकन हातामधील तांब्या तेथेच भिरकावून आपला पोलिसी दंडुका उचलून पत्नीस मारल्याचे भासवीत पुतण्यास, "भडविच्या, चुलतीला मारतुस? चुलतीला मारतुस? आँ? आँ?" म्हणत बडविणे सुरू केले. प्रथम तर संभाजीस आपण काय गुन्हा केला, आपल्या चुलतीने आपल्यावर काय कुभांड रचले आणि चुलताही विनाकारणच आपणास असा गुरासारखा का बडवितोय, हे कळालेच नाही. परंतु त्याच्या डोक्यात भयंकर जबरदस्त दंडुक्याचा रट्टा बसल्यामुळे 'मेलो रेऽ बापू!' म्हणत त्याने अंगावर आलेल्या चुलत्यास सर्वशक्तीनिशी दूर लोटले. परंतु ह्या ढकलण्याचा परिणाम असा झाला, की 'पीके'साहेब अंगणात असलेल्या तुळशीवृंदावनावर जाऊन दाणकन आदळले. त्यामुळे त्यांच्याही डोक्यास मार लागून लगेच रक्त येऊ लागले. मग त्याचेच भांडवल चौपटीने करीत त्यांनी पुन्हा दंडुका हातात घेतला. ह्यात त्यातल्या त्यात चांगली गोष्ट एवढीच, की त्या वेळी वाड्यात हानोतराव पाटील किंवा त्यांचे दुसरे चिरंजीव– संभाजीरावांचे भाऊ– उपस्थित नव्हते, नाही तर एखाद्याचा तरी खटारा नक्कीच पडला असता. फक्त अर्जुनराव उपस्थित होते. परंतु ते फक्त 'आरे, आरे संभाजी थांब, संभाजी थांब' करून मार खाणाऱ्या संभाजीलाच पकडू लागले. कदाचित त्यांचाही आपल्या मोठ्या भावास– 'हेकाऊ' हानोतरावास– उचकिण्याचा अगोदरच विचार असावा आणि ह्यामुळेच पोलिसवाल्या साहेबांनी हात निववून घेतले. बरं, ह्या हाणामारीस आणखी गंभीर स्वरूप आले ते संभाजीरावांच्या पत्नी, आई आणि देवकीबाईंबरोबरच राजसबाईंच्या रडण्या-ओरडण्याने. कारण ह्यांच्या रडण्या-ओरडण्यामुळे आणि आकांतामुळे मुलं भयभीत होऊन रडू लागली. थोडक्यात, दगडोजी पाटलाच्या वाड्यात न भूतो न भविष्यति हाहाकार उडाला. परिणामी वाड्यात आणि वाड्याबाहेर सर्व गाव गोळा झाले.

जमलेल्या गर्दीची आतापर्यंत ढकला-ढकली आणि घुसाघुशी थांबून काहीजण भांडणाची दुरूनच चविष्ट चर्चा करीत होते. भांडणाचा मनमुराद आनंद लुटीत होते. तर कोणी कळवळ्यापोटी जागचे जागीच– "मायला, मरते गड्या

संबाजी!''

"पनिक आसं ढोरासारखं, बडवायला संबाजीनं आसा गुन्हा तरी काय केला?''

"चुलतीवर हात टाकला मनं की कडूनं!''

"हे! मातीचं आलं हात टाकणं! आम्ही पाहतच हाव की उगं आपलं कुभांड रचलं चुलतीनं.''

"मंजे बाईल बुध्या आन् गावात भद्या! आसंच मना की!''

"काहीय मना पनिक संबाजीराव मरतत रेऽ!''

"आरे कोणीतरी त्या पिदाड्याला आवरा रे!''

"मरुद्यान बे गवसीच्यायला! जिरू द्या की पोलिसाची आन् पोलीस पाटलाचीच!''

"आर्रे तुमच्या मायला, तुमच्याकडं आवलादिच्या! तुम्ही त जळणारच! मनवाच हाय 'भाऊ भाऊ भांडती शेजारी तेल घालती!'''

तर कोणी मागे कोपऱ्यात हतबलतेने उभे असलेले आजोबा उसासत "आरेऽ देवा! दगडू पाटील नाहीत काय की!''

"मनुनतं आसं महाभारत घडायलं.''

"व्हो व्हो, नक्की त्यासटिच.''

"मंजे काहासटी?''

"आहो, वाटण्यासटी!''

"बाई गऽऽ पाटलांच्या वाड्यात वाटण्या!''

"आये आजी, कोठय पळसाला पानं तीनच!''

"आन् ते कसे?''

"आये, 'मराठ्यांच्या वाटण्या पोलिसाला बाटल्या आन् वकिलाला पाटल्या!' हेच खरं हाय की नाही?''

"आक्सी बरोबर रेऽ बापू, आक्सी बरोब्बर.''

आजीबाई स्वत:च्या फक्त काचेची काकणं उरलेल्या दोन्ही हातांकडे पाहत आणि उजव्या हाताने उघड्या गळ्यास चाफलीत म्हणाली.

एव्हाना तीनचार तरुण पुढे होऊन भांडण सोडवू लागले. परंतु ते जसेजसे पाटीलसाहेबास आवरू लागले तसतसे साहेब अधिकाधिक आवेशात येऊन "--- चुलतीवर हात टाकते! मला मारते! चुलत्याला मारते! सोडा, सोडा. याला पोलिसी इंगा दाखविल्याशिवाय राहतच नाही...' आणि दुर्दैवाने

त्याच वेळी संभाजीरावांचे दोन्ही भाऊ आणि हानोतराव पाटीलही एकापाठोपाठ आले; परंतु येण्यापूर्वीच कोणीतरी अगोदरच त्यांना एकाचे दोन लावून जणू दारूच पाजली असावी तसे ते सर्वजण तावातावाने 'पीके'कडे जाऊ लागले. मग मात्र आख्खा जमाव भयभीत झाला आणि आता काही पाटलाच्या वाड्याचे खरे नाही म्हणून एकमेकांकडे पाहून असहायतेने आणि विषण्णतेने माना हलवू लागला. परंतु लगेच आता आपण काही केले नाही, तर एकदोघांचा काटा नक्की निघणार हे पुरतेपणी ओळखून आणखी पाच-सहा तरुणांनी मध्यस्थी करून "थांबा पाटील थांबा. तुम्हाला काही दिसून आलं की काय!"

"आरे, थांबा काय थांबा? हे अर्ध्या चड्डीतलं आपल्याच आया-बहिणींचा उद्धार करायलं तरी."

"नाही, नाही. थांबा तुम्ही थांबा. येऽय, त्या साहेबालाय आवरा रे. आन आंधी उमणी आणून संबाजीरावला दवाखान्यात न्या. काय फायाले? जा कोणीतरी."

आता कोठे काहीजणास काय करावे, अन् काय नाही ते कळाले. परंतु तरीही 'पीके'साहेब "आत्ता, मी एकाजागी कसच राहत नाही, मव्ह मला वाटून द्या, मव्ह मला वाटून द्या."

"भडव्या, त्यासाठी मह्या लेकराचं डोस्क फोडतुस? आँ? दाखवारे आंबादास त्याला हानोताचा हात!" आणि हानोतरावांचे हे बोल ऐकताच आता मात्र 'पीके'ची नशा एकदम उतरली आणि मग मात्र त्यांनी आवरते घेतले. तरीही तोंडाने मात्र 'मव्ह मला वाटून द्या' चा धोशा चालूच ठेवला. त्यावर प्रकाश पाटील पुढे होत म्हणाले, "व्हो व्हो साहेब, वाटूनच घ्या, ते कोणाला चुकले? परंतु असी डोके फोडाफोडी करू नका."

"व्हो रे हानोता, भांडणात काही मजा नाही रे बाप्पा!"

"खरं आहे आज्या तुमचं म्हणणं आणि मीही तेच म्हणतो– भांडण्यापेक्षा वाटण्या बऱ्या. घ्या साहेब तुमचं तुम्ही. परंतु अशी मारामारी काय कामाची? चला, तुम्ही चला" म्हणत आणि फोडा, झोडा आणि राज्य करा या त्रिसूत्रीचा अवलंब करीत पंचायत समितीच्या पडेल उमेदवारांनी– प्रकाश पाटलांनी– बरोब्बर मागच्या निवडणुकीतील आपल्या पराभवास कारणीभूत ठरलेल्या घराचे उट्टे काढीत दगडोजी पाटलांच्या वाड्यात वाटण्याच्या बियास खतपाणी घालून वाढीस लावले. 'पीके' साहेबांच्या हातास धरून त्यांना आपल्या वाड्यावर नेत आणि स्वत:च्या मुलास संभाजीबरोबर पाठवत जमावास उद्देशून म्हणाले,

"तुम्हीही जा रे बाबा आपापल्या घराकडे. जा."

अत्यंत कावेबाजपणे प्रकाश पाटलांनी 'पीके' पाटलांस 'साहेब साहेब' करीत वाड्यावर आणून चहापाणी केले. त्यांनीच पाडलेल्या भांडणाच्या भेगीत ठासू ठासू दारू भरली आणि अधिक वेळ मुळीच न दवडता सरळ मनाच्या धनाजी पाटलांबरोबर आपला एक चमचा 'जिलकरी बंडू' दिला व परभणीस गेलेल्या दगडोजी पाटलास वेगळाचार करण्यासाठी घेऊन येण्यास पाठविले. अशा रीतीने काकड्यास काडीही लावून दिली!

- ० -

प्रकरण २

धनाजी पाटील आणि 'जिलकरी बंडू'स परभणीस येऊन भास्कररावांच्या बंगल्यावर येण्यास दुपारचे दोनच वाजले होते. कारण भास्कररावांच्या बंगल्यावर येण्याची दोघांचीही ही पहिलीच वेळ असल्यामुळे दोन-तीन ठिकाणी पुसत पुसत यावे लागले व त्यामुळे त्यांना एवढा उशीर झाला होता; परंतु बंगल्यासमोर येऊन पोहोचले तरी त्यांना हाच भास्कररावांचा बंगला असेल याची खात्री वाटत नसल्यामुळे ते अद्याप साशंक नजरेनेच बंगल्याकडे पाहत होते. एवढ्यात बंडूची नजर बंगल्यावरील 'बळीवंश'कडे गेली आणि त्याने होकारार्थी मान डोलावली; परंतु तोपर्यंत त्या दोन अनोळखी व्यक्तींना बंगल्याकडे 'असे' पाहत असल्याचे पाहून राजानेच त्यांचे त्याच्या भाषेत 'कोण आहात रे तुम्ही?' म्हणत दरडावून स्वागत केले. त्यामुळे ते दोघेही खूपच घाबरले. परंतु राजाचा आवाज ऐकून एक दहा-बारा वर्षांची मुलगी 'राजाऽ गप. गप.' म्हणत बाहेर आली आणि कोणीतरी आपल्याच गेटजवळ रेंगाळलेले पाहून त्यांना विचारले–

"कोण हवंय?"

"भास्करराव. दगडोजी पाटलांचे."

डॉ. भास्कररावांना 'अरे तुरे' करावे की 'अहो जावो' याचा निर्णय चटकन न घेता आल्यामुळे त्यांनी वरीलप्रमाणे उत्तर दिले. त्यामुळे पाहुण्यांवर अद्यापही गुरगुरणाऱ्या राजास पुन्हा एकदा गप्प करीत गेट काढून त्यांना आत घेत ती मुलगी म्हणाली,

"या. आत या. आपणास प्रा. डॉ. भास्करराव जाधवच हवेत ना?"

यावर आजोबा पुन्हा एकदा बुचकळ्यात पडले आणि बुचकळून त्यांनी बंडूकडे पाहिले. मग बंडूने आजोबांची अडचण बरोबर ओळखली आणि म्हणाला–

"व्हो व्हो. त्यांनाच भेटायचं."

"छान. मग या. आपण कुठून आलात?"

"आये माय राणे, तुह्याच गावावून आलो ये!" मस्त मायबोलीत धनाजी पाटील गहिवरले.

"खरं? मग आपण अगोदर त्या बाथरूममध्ये जाऊन हातपाय धुवून घ्या, तोपर्यंत मी बाबांना कल्पना देते." आजोबांची राणी बाथरूमकडे अंगुलि निर्देश करीत म्हणाली आणि आई-वडिलांस कल्पना देण्यासाठी आत गेली.

सुट्टीचा दिवस असल्यामुळे आणि इतर कोठे दौरा, कार्यक्रम वगैरे नसल्यामुळे प्रा. डॉ. भास्करराव आपल्या अभ्यासिकेत वाचण्यात मग्न होते. त्यामुळे नेहमीच्या सवयीप्रमाणे राणीने अगोदर पाहुण्यांना दिवाणखान्यात बसविले आणि आजोबांच्या हातात टॉवेल देत प्रथम वाकून त्यांचे चरणस्पर्श करीत नमस्कार केला, नंतर 'जिलकरी बंडूस'ही तसाच नमस्कार केला आणि मग दोघांच्याही हातात पाण्याचे ग्लास दिले. राणीच्या पाठोपाठ भास्कररांवाच्या पत्नीही आल्या आणि त्यांनीही आजोबांस डोक्यावर पदर घेऊन तसाच नमस्कार केला आणि माय-लेकीचे हे आदरातिथ्य पाहून धनाजी पाटलांच्या दोन्ही डोळ्यांमध्ये अकस्मितपणे अश्रू दाटून त्यातील तीनचार अश्रू आशीर्वादरूपाने कविताबाईंच्या पाठीवरच पडले. मग लगबगीने डोळ्यांत आलेले अश्रू पटक्याच्या शेवाने पुशीत रडत रडतच त्यांच्या तोंडून कसेबसे शब्द कोसळले–

"राहू दे माऽय, राहू दे!"

मायलेकीपाठोपाठ भास्कररावही अभ्यासिकेमधून दिवाणखान्यात आले आणि त्यांनीही तसाच नमस्कार धनाजी पाटलास केल्यानंतर आजोबांस रडूच कोसळले. त्यांच्याने काहीच बोलवले नाही आणि हृदयातल्या हृदयातच हलत हलत ते कसेबसे तेथील सोफ्यावर टेकले.

त्या वेळी दगडोजीराव पाटील आतील खोलीत आराम करीत होते. नुकतीच कोठे त्यांना झोप लागली होती. त्यामुळे आजोबांची शोधक नजर आपल्या वडिलांना पाहत असावी असे वाटून भास्करराव म्हणाले, "बाबांना आत्ताच थोडीशी झोप लागलीय. घ्या, आपण पाणी घ्या. थोड्या वेळात उठतीलच ते." आदरातिथ्यामुळे आणि डोळ्यांत अश्रू दाटल्यामुळेही धनाजी पाटलांच्या हातात अद्यापही पाण्याचा ग्लास तसाच असलेला पाहून भास्करराव म्हणाले.

त्यावर "अं? व्हो. व्हो" म्हणत त्यांनी पाण्याचा ग्लास तोंडास लावला. पाणी पिणे झाल्यानंतर तो ग्लास समोर असलेल्या टेबलवर ठेवला. एवढ्यात राणीने दोघांसाठी चहा आणून चहाचे तबक धनाजी पाटलांसमोर धरले. त्यांनी बशी उचलताच पुन्हा ते तबक 'जिलकरी बंडू'समोर धरले आणि रिकामे तबक समोरील काचेच्या मोठ्या टीपॉयवर ठेवीत ग्लासाचे भांडे उचलून तबक आत नेले. परंतु चहाही राणीनेच आणलेला पाहून आजोबांना काहीतरी शंका येऊन त्यांनी भास्कररावांना विचारले,

"रुखमामायच दिसायली, दगडूजी पाटील काही दिसत नाहीत?"

त्यावर आजोबांच्या बोलण्याचा रोख ओळखून भास्करराव म्हणाले, "आजोबा, माय तर आहे आणि बाबांचं म्हणाल तर आमच्या घरात बाबा खूप आहेत की!"

"ते झालं रे बापू, पनिक कितीच केलं त आपलं ते आपलंच, आन् परकं ते परकंच! आन् वंशाला दिवा त पाह्यजे?"

"एका अर्थाने तुमचेही बरोबरच आहे म्हणा, परंतु फक्त मुलगाच वंशाचा दिवा असतो आणि मुलगी परक्याचं धन असते असे मुळीच नसते आजोबा–"

"आसं कसं मंता साहेब तुम्ही" पूर्वीची 'अरेतुरेची' चूक दुरुस्त करीत धनाजी पाटील पुन्हा म्हणाले.

"मी खरं तेच सांगतो आजोबा. बरं, तुम्हाला आपल्या देशाच्या पंतप्रधान इंदिरा गांधी माहिती आहेत की नाही?"

"हाईत की. त्यान्ला कोण वळखीत नाही साहेब? सऽम्दं जग वळखिते. आन् बाई आसून मी मी मन्नाऱ्या गड्यायला मुचके घातले व्हते मनं!" मोठ्या कौतिकाने आजोबा म्हणाले.

"मग! बरं तुम्हाला त्यांच्या नवऱ्याचं, सासू-सासऱ्यांचं नाव माहीत आहे का?"

"नाही बा."

"बरं, त्यांच्या बापाचं?"

"बापाचं माहीत हाय की. बापाचं कामून माहीत असणार नाही? आपल्या नेहरूबाबाची पोरगी व्हय की." आजोबा अभिमानाने म्हणाले.

"हं, एकदम बरोब्बर. म्हणजे मी म्हणतो ते खरं आहे की नाही?"

"मंजे?"

"म्हणजे आता तुम्ही पाहा की इंदिरा गांधींनी त्यांच्या सासरच्या लोकांचे

तर नाव केलेच. परंतु त्याचबरोबर आपल्या आई-वडिलांचे म्हणजे माहेरचे नाव आपल्याच नाही तर जगातील सर्व देशांत केले की नाही?''

''हे मातर एकदम बरोब्बर हाय बापू.''

''मग. बर, आता याच्या उलट आपल्याच गावातील हरीपाटलाचं उदाहरण घ्या. त्यांना चार चार कुलदीपक असून ह्या वयात त्यांना आज कोणत्या मुलाकडे जेवायचे हे ताट पुढे येईपर्यंत माहीत असते का? एवढेच नाही तर भूक लागून पोटात कावळे कावकाव करायले तरी भाकरीसाठी तासन्‌तास वाट पाहवी लागते की नाही? आणि तो बुद्धाचा नामदेव, त्यालाही चांगले धट्टेकट्टे पाच पांडव असून भाकरीसाठी गावभर हिंडतो की नाही? आणि तुम्हाला खरं सांगतो आजोबा, आपल्या बाजूलाच 'मातोश्री' नावाचा वृद्धाश्रम आहे-''

''काय हाय?''

''वृद्धाश्रम. म्हणजे माय-बाप म्हातारे झाले की त्यांना या आश्रमात आणून सोडायचे. मग त्यांचं खाणपिणं, राहणं सर्व हा आश्रमच करतो.''

''आरेऽ! काय मंतुस बापू तू?''

''खरं तेच सांगतोय आजोबा. आपण जसे आपला एखादा बैल म्हातारा झाला की किंवा म्हातारा होण्यापूर्वीच एखाद्या खाटकाला-''

''नाही नाही बापू, खरा शेतकरी त्याला आसं वाऱ्यावर सोडीत नाही की खाटकालाय इकीत नाही. तर लेकरासारखंच त्यालाय पोसते आन् मेल्यावर आपल्यासारखीच त्याचीय माती करते.'' भावनावश होत धनाजी पाटील म्हणाले.

''अहो, हे झालं तुमच्यासारख्या चांगल्या शेतकऱ्यांचं. सखा पाटलासारखे काही शेतकरी भर लक्ष्मीच्या सणाच्या दिवशीच खाटकास गाई विकतात, तेथे म्हाताऱ्या बैलाचं काय घेऊन बसले आजोबा!''

भास्कररावांचे सडेतोड बोलणे ऐकून अत्यंत विमनस्कपणे आणि हतबलतेने धनाजी पाटलांनी आपली मान नाविलाजाने हलविली.

''मग तसेच स्वतःच्या आई-वडिलांनाही म्हातारपणी त्यांचं कमी-जास्त, दुखलं-खुपलं करायचे सोडून त्यांना वृद्धाश्रमात आणून सोडतात.''

''काय दादासाहेब, तुम्ही इकडे? बरं बसा. मी आलोच.'' दगडोजी पाटलांची झोप संपल्यामुळे दिवाणखान्यात डोकावत ते म्हणाले.

''आणि परवाची बीडकडील कळंब तालुक्यातील किनगावची बातमी ऐकली की नाही?''

''आरेऽ बापू! आम्ही पडलो असे आंधळे! मग आम्हाला कोठून कळंल

अशी बातमी?''

"अहो, किनगावला तर चक्क स्वत:च्या पोटच्या पोरानेच बाप वाटून देत नाही म्हणून त्यांच्या डोक्यात कुऱ्हाड घालून त्यांचा काटाच काढला!''

"देवाऽ देवा! आसल रेऽ बापू आसल; आन् मनुन त आम्हाला इकडं येवाव लागलं–''

"म्हणजे?''

"बाबा, ताटं मांडावेत काय?'' जेवणासाठी राणीने परवानगी विचारली.

"मंजे तुमच्या घरी रामपाऱ्यातच चुलत्या-पुतण्यात चांगली डोस्के फोडाफोडी झाली.'' बंडू जिलकरी प्रथमच तोंड उघडीत म्हणाला.

"काय?'' भास्कररावांनी अविश्वासाने मोठ्या आवाजात विचारले.

"हो रेऽ बापू, खरं हाय ते. 'पोटचे पोहरं खरे चोरं' मनतात ते खरंच हाय!''

"काय खरं हाय दादासाहेब?'' टॉवेलने तोंड पुशीत दगडोजी पाटील म्हणाले. परंतु धनाजी पाटील किंवा जिलकरी बंडू काही बोलण्यापूर्वीच भास्करराव पटकन म्हणाले, "काहीतरीच, विशेष काही नाही. चला, अगोदर जेवण करूत. नंतर बोलता येईल.'' आणि त्यांनी धनाजी पाटलांना 'जरा सबुरीने घ्या' अशा अर्थाने नेत्रपल्लवी केली.

दोघांनाही भुका सपाटून लागल्या होत्या. बंडूस तर एवढी भूक लागली होती की जेवणाचे नाव ऐकताच भास्करराव आणि धनाजी पाटलांच्या बोलण्याकडे लक्ष गेले नाही. त्यामुळे ताटावर बसल्यानंतर त्याचा फक्त उजवा हात आणि तोंडच बराच वेळ कार्यमग्न होते. कविताबाई ह्या सर्वांना आग्रह करू करू वाढीत होत्या. परंतु भास्कररावांचे मात्र आता जेवणात मुळीच लक्ष नव्हते. केवळ सोबत जेवण करीत असलेल्या आपल्याच गावच्या माणसांच्या अगोदर आपण हात कसा धुवावा म्हणून घशात कसेबसे घास ढकलीत होते. दगडोजी पाटलास मात्र ह्या गोष्टीची मुळीच कल्पना नसल्यामुळे ते प्रथमच परभणीस बंगल्यावर आलेल्या धनाजी पाटलांना "घ्या की, घ्या. एक घ्या, बरं आर्धी. वाढ राणी वाढ.'' म्हणून आग्रह करू करू जेवू घालीत होते.

अशा रीतीने अगदी घरगुती पद्धतीने जेवणे झाली आणि सुपारीचा कात्रा तोंडात टाकीत धनाजी पाटील मुद्द्यावर येत म्हणाले,

"मग आता केव्हा येणार गावाकडं?''

"खरंतर उद्याच येणार होतो, परंतु आमच्या साहेबांचा खूप आग्रह चालला आठ-पंधरा दिवस राहा म्हणून.''

“खूप नशीबवान हाईस बाबा. पनिक तुम्ह्या पोऱ्हायनं गावाकडं चांगलीच कलागत केली.”

“आहो, कलागत कहाची आली, चांगली डोस्के फोडा फोडीच झाली–”

“दम रे बंडू! मी सांगतो की समदं! माणसात आसं मधेच भादरू नाही!” बंडूस दाटीत धनाजी पाटील म्हणाले.

“काय? माझ्या मुलांनी मारामारी केली?” अविश्वासाने धक्का बसल्यागत दगडोजी पाटील उद्गारले.

“व्हो रेऽ बापू! समद्या गावालाय पहयल्यान वाटलं. ‘मालकाच्या वाड्यात भांडण! पाटलाच्या? दगडोजीराव पाटलाच्या वाड्यात मारामारी! तेय चुलत्या-पुतण्यात!’ पनिक आता आपलेच बेने आपल्या हातात राह्यले नाहीत रे बापू!”

“कोणाला मार वगैरे तर लागला नाही ना?” न राहवून भास्कररावांनी विचारले आणि बोलता बोलताच त्यांचे मन नको त्या विविध शंकांनी भयग्रस्त होऊन केव्हाच वाड्यात जाऊन पोहोचले.

“आता भांडण म्हटल्यावर कमीजास्त व्हणारच की. पनिक तुम्ही आता निघाल तर बरं होईल आन् ज्याचं त्याला वाटून देलेलं चांगलं. आन् आणखी राहवत नाही म्हणून सांगतो ‘वासराला गाय पाह्यजे पनिक गाईलाय चारा लागते’ हेय ध्यानात घेऊन तुम्ही तुमच्यासटीय...”

“अहो, म्हणजे, आसं झालं तरी काय दादा अचानक?”

“आहो आज्या, साहेबात आन् संबाजीत भलती मारामारी व्हवून दोघंय रक्तबंबाळ झालेत. आन संभाजीचं डोस्कं फुटल्यामुळं त्याला वसमतला दवाखान्यात नेलं.” जिलकरी बंडूने मध्येच तोंड घालून अधिक माहिती पुरविली.

“म्हणजे?” आणि पुढे काय बोलावे हे न कळून भास्करराव प्रथम वडिलांकडे आणि नंतर धनाजी पाटलांकडे पाहत म्हणाले.

“हं. मनून मंतो, आता उगं बोलत बसू नका. दोघंय निघा पटकन.” चिंतामग्न चेहरा करीत आजोबा म्हणाले.

आता मात्र दोघांनाही गावाकडे जाणे भागच आहे हे ओळखून अधिक न बोलता निघण्याची तयारी केली आणि बाप-लेक उठलेले पाहून बंडू आणि धनाजी पाटीलही उठले आणि पटका बांधीत बांधीत दाराकडे निघाले.

घरी येऊन पोहोचेपर्यंत मांजरझापच झाली होती. त्यामुळे गावात येताच धनाजी पाटील आणि बंडूने आपापले घर येताच दगडोजी पाटील आणि

भास्कररावांचा निरोप घेतला. ते जाताच ह्या बाप-लेकांची मन:स्थिती खूपच चिंताजनक झाली होती. कारण नाना शंकाकुशंकांनी दोघांचेही डोके पार बधिर करून सोडले होते. एवढे की आपण घरात प्रवेश केल्यानंतर आपल्या नजरेस काय दिसेल आणि कानास काय काय ऐकू येईल, त्याविषयी नको नको त्या भयंकर कल्पना त्यांचे वैरी मन त्यांच्या मनश्चक्षूंसमोर उभे करून त्यांना क्षणोक्षणी घायाळ करीत होते. त्यामुळे घरी येताच धडधडत्या काळजानेच भास्करराव कसेबसे पायावर पाणी ओतून बैठकीत बसले. तर काही एका निश्चयाने दगडोजी पाटीलही तक्याला टेकले. परंतु त्यांची पाठ लागतात न लागता तोवर 'पीके' पाटील साहेब धुमसतच येत उभ्या उभ्याच भास्कररावांस म्हणाले–

"भास्कर, मव्ह मला वाटून द्या रेऽ बाबा! आता मला कसच एकाजागी राह्याचं नाही."

"परंतु दादा, असं एकदम वेगळचारावर येण्याचं कारण–"

"कारण? आता आणिक काय कारण पाह्यजे तुम्हाला? आँ? ते कालचं कार्टं मह्या बायकोवर हात टाकते! आपल्या चुलत्याचा काटा काढाव मंते–"

"हं! लावा एकाचे दोन, लावा एकाचे दोन! आरे व्वारे चोराच्या उलट्या बोंबा! आपणच मह्या भावाचं डोस्क फोडून, वऱ्हे एकाचे दोन लावून सांगता?" संभाजीचा वडीलभाऊ अंबादास बैठकीत येत म्हणाला.

"बरं बरं, तू अगोदर शांत हो आणि संभाजी कुठं आहे? कशी आहे त्याची तब्येत?" त्यास शांत करीत भास्करराव म्हणाले.

"हं. तुम्हालाय त्याह्यचीच काळजी! भाऊ रक्तबंबाळ झाला त्याचं काहीच नाही–"

"तुला काय झालं रे लबाडा! उग्याच्या उगी आपली भली मोठी पट्टी बांधून दाखवीत सुटला सगळ्यायला" 'पीके'साहेबास भिडतच हानोतराव पाटील म्हणाले.

"मंजे मी काय ढोंग करायलो?" भीत भीत मागे सरत 'पीके'नी कांगावा केला.

"दादा, तुम्ही आल्या आल्या हे काय महाभारत लावलं? आरे आधी त्याहयला काय झालं काय नाही ते पाहू द्या. दुखलं-खुपलं विचारू द्या. मग तुमच्या शिकायती सांगा. आसे घाई घाई ढोरं वळवल्यानं दिवस मावळते का? आँ? ते काही नाही, आधी समदेजन चार चार घास खा. आन् मंग बसा की रातभर आं? मी ताट मांडते." मध्यस्थी करीत देवकीबाई म्हणाल्या.

"परंतु संभाजी कुठं आहे देवकू?" न राहवून मालकांनी विचारले.

"हाय की त्याच्या खोलीत. दिवस मावळताच आनलं दवाखान्यातून. आत्ताच जरासा पडला उलूसं खावून." अंबादासरावांनी माहिती दिली.

"गोळ्या बिळ्या देल्या की?" गोळ्यांची आठवण करून देत हानोतराव पाटील म्हणाले.

"हो. देल्या."

"बरं. चला मग अगोदर तिकडेच. त्याला पाहून मग बघूत जेवणाचं वगैरे."

मग पुंडलिकराव वगळता सर्वजण संभाजीच्या खोलीकडे निघाले. पुंडलिकराव ऊर्फ 'पीके'साहेब त्यांच्या बरोबर न येण्याचे कारण असे, की मागच्या जवळपास दोन वर्षांपासून सर्व भावांचा स्वयंपाक आपापल्या खोल्यात स्वतंत्रपणे होत होता. त्यासाठी मालक स्वत: गड्याकरवी सर्वांना लागणाऱ्या वस्तूंचे अगदी सोप-साबणसारख्या किराणा मालापासून ते कपड्यालत्त्यापर्यंत सर्व वस्तू पुरवत. त्याचा हिशोब-नोंद हानोतराव पाटलांचा मुलगा संभाजीराव आणि भीमराव पाटलांचा मुलगा गंगाधरराव ठेवायचे. त्यांच्या हाताखाली दुकानात एक मुनीम आणि दुसरे दोन नोकरही होते. हानोतराव पाटील आणि मालक स्वत: वर्षातून दोन वेळा दुकानाचा सविस्तर हिशोब पहायचे. आल्यागेल्याचे चहापाणी देवकीबाई आणि मोठ्या आई पाहायच्या. त्यांच्या सुना त्यांच्या त्यांच्या नातेवाइकांचा पाहुणचार पाहायच्या, तर लेकीबाळीकडील सोयरे-धायरे आणि इतर पाहुणे आणि इतर मंडळींचा पाहुणचार, साडी-चोळी आईसाब पाहायच्या. अर्थात् हे सर्व कोणी कोणास न म्हणता व्हायचे; परंतु हे असे असले तरी तिऱ्हाइतास किंवा पाहुण्यास मात्र याचा काहीच पत्ता लागत नसे. कारण पाहुण्यांच्या सोबत मालक-मालकीण स्वत: स्वतंत्र दिवाणखान्यात जेवण्यासाठी बसायचे.

दगडोजी पाटील संभाजीच्या खोलीत गेले तेव्हा संभाजी झोपेतच होता. नुकताच कुठे त्याचा डोळा लागला होता. त्याच्या डोक्याच्या मध्यभागावरून दाढेखाली भली मोठी पट्टी बांधली होती. उजव्या हाताच्या मनगटासही पट्टी बांधली होती. त्याची ती अवस्था पाहून मालक हतबलतेचा एक दीर्घ सुस्कारा सोडीत म्हणाले–

"रक्तस्राव जास्त झाला का?"

"मंग? त्या कोलताडाला अर्ध्या चड्डीची लई गुर्मी आलीय नं! भास्कर, मालकाकडं पाहून आता आम्ही गप्प बसलो. पनिक त्यानं पुन्हा असं काही केलं

त– ते कोन्त्या पायात कशी चड्डी घालते तेच पाहतो.'' हानोतराव धुसमतच म्हणाले. त्यावर त्यांना जाब दाखवीत मालकांनी दरडावले–

"हानोतराव, तुम्ही फक्त बाप नसून गावचे पोलीस पाटीलही आहात हे लक्षात ठेवा.''

त्यांच्या दरडावण्याचा अपेक्षित परिणाम झाला.

"बरं चांगलं मोकळं चालता यायलनं?'' भास्कररावांना वेगळीच शंका येऊन त्यांनी विचारले.

"व्हो. तसं चालाय बनायलं. पनिक कव्हा कव्हा चालता चालताच डोस्क्यात शिनक निघायली कायकी. उठवू का?''

"मामा, मोठी आई समद्यायला जेवाय बलवायली'' चिरंजीव विठ्ठल भास्कररावांच्या हातास लोंबकळत मध्येच म्हणाला.

"तुम्ही केलं का जेवण विठ्ठलराव?'' मालक विठ्ठलच्या डोक्यास प्रेमळपणे खाजवत म्हणाले. मुलं लहान असोत की मोठे, मालक सर्वांना अहोजावोतच बोलत.

"तव्हाच.'' आता आजोबाच्या हातास लोंबकळत विठ्ठलने उत्तर दिले.

"मोठा पराक्रम केलेला दिसतो तुम्ही?''

"---'' आजोबांच्या बोलण्याचा मुळीच अर्थ न लागून त्याने फक्त त्यांच्या चेहऱ्याकडे पाहिले आणि त्यांचा हात सोडीत तो आजीकडे पळाला.

जेवणात ना मालकांचे लक्ष होते ना भास्कररावांचे. त्यामुळे जेवणाची क्रिया यंत्रवतच चालू होती. मालकांचं मन तर ह्या सर्व प्रकारामुळे खूपच उद्विग्न झालं होतं. कारण आतापर्यंतच्या सबंध आयुष्यात जणूकाही प्रथमच त्यांच्या स्वाभिमानास भयंकर तडा गेला होता. एखाद्या घरंदाज स्त्रीची भर यात्रेत एखाद्या चहाटाळाने खोडी काढून तिला घायाळ करावे, तशी ही जखम होती. तिची खोली, व्याप्ती आणि परिणाम केवळ चेहऱ्यावरील अपमान, क्रोध, अगतिकपणा, भीती इत्यादींसारख्या अनेक भावभावनांचे मिश्रण अचूक ओळखू शकणाऱ्या मानसशास्त्रज्ञास किंवा ज्यांची मालकांच्या मनाशी थेट वेवलेंथ जुळली आहे अशा हृदयस्थ व्यक्तीसच म्हणजे त्यांची पत्नी रुखमाबाई आणि वडीलमुलगी देवकीबाई यांनाच समजू शकणार होती. म्हणून देवकीबाई अधूनमधून भाकरीचा तुकडा दाळीत न बुडविता किंवा भाजीसोबत न खाता तसाच चावणाऱ्या वडिलांस म्हणाल्या, "हे काय बाबा, अगोदर चांगलं जेवा पोटभर, मंग काय करायचं काय नाही याचा इचार करा.''

परंतु आपली मुलगी आपणास काही बोलत आहे ते काही मालकांच्या कानापर्यंत पोहोचलेच नसल्याचे पाहून देवकीबाई अधिक काही बोलल्या नाहीत. परंतु मुद्दाम दाळ असलेल्या वाटीत दाळ टाकू लागल्या.

अशा रीतीने जेवणे झाली आणि भोजनगृहामधून बापलेक बाहेर पडण्यापूर्वी देवकीबाई अवघे अवसान गोळा करून वडिलास म्हणाल्या, "उगाच काही जास्त इचार करू नका, ज्याचं त्याला टाका देवून! कमावतील नाही त--- टाकतील फुकून! "

"काय? ताई, तुलाही वाटते का वेगळचार व्हावा म्हणून?" न राहवून भास्करराव म्हणाले.

"मला काय वाटते ते राहू द्या बाजूला." दोघांच्याही हातावर सोप ठेवीत देवकीबाई म्हणाल्या, "बाबा रे, लोभात झपाटलेल्या माणसाचा काहीच नेम नसतो बाप्पा! त्याला सख्ख्ये भाऊ कळत नाहीत की जन्म देणारा बाप. लोभापाई ते कोणाचा कव्हा कसा काटा काऽ..." देवकीबाई भयंकर भीतीने उभ्या कापत होत्या. जणू साक्षात पुंडलिकरावरूपी औरंगजेबच त्यांच्यासमोर उभा ठाकून भयंकर विकट हास्य करीत त्यांना भेडसावत असावा.

भोजनगृहामधून बाहेर अंगणात येताच दोघांनाही पुन्हा संभाजीची प्रकर्षाने आठवण झाली. परंतु नुकताच कोठे त्याचा डोळा लागल्यामुळे त्यांना संभाजीची झोप कडू करून त्यास त्रास द्यावा असे वाटले नाही. म्हणून दगडोजीराव बैठकीकडेच निघाले. भास्कररावांना मात्र आपल्या जुन्या वर्गमित्रास– नथुराम जोशीस– भेटण्याची तीव्र इच्छा झाली. शिवाय झालेच तर त्यांना त्यांच्या घरच्या एकूणच सद्य:स्थितीची माहितीही जाणून घ्यायची होती, म्हणून ते स्वयंपाकगृहाकडे जाऊन आईस म्हणाले,

"आई, मी जरा जोशीगुरुजींकडे जाऊन येतो."

"आरे, आता कोठे जातू माय, आंधरा-इंधारात इचुकिड्याचं? उद्याबिद्या जाय की."

"आगं, उद्या त्यांना कॉलेज असते नं."

"बरं. फाय बाप्पा, पनिक लवकर येरेऽ बाप्पा रातरश्या इतरश्याचं!"

"व्हो व्हो. लवकर येतो." निघत निघत भास्करराव म्हणाले.

इकडे 'पीके' पाटील साहेब आणि त्यांच्या सौभाग्यवती राजसबाई या दोघांचेही कान आणि नजराच नव्हे तर त्यांची सर्वच ज्ञानेंद्रिये भलतीच कार्यक्षम होऊन कोण कोठे काय करतो-बोलतो यावरच केंद्रित झाली होती. त्यामुळे

साहजिकच माय-लेकरांचा वरील संवाद त्यांच्या कानावर पडला नाही तरच नवल! मग हा संवाद कानी पडताच जणू काही आज आयतीच चालून आलेली नव्हे मुद्दाम नियोजनपूर्वक घडवून आणलेली संधी हातची निघून जाते की काय असे वाटून राजसबाई घाई घाई पतिमहाशयाच्या कानी लागल्या–

"आव्हो? ऐकलं काय? लहाने साहेब बाहेर चल्ले काय की, त्या जोशी मास्तरकडं. आन् मग ते रात्री कव्हा घराकडं येतील त्याचा काय नेम? आन् उद्या सरळ गेले परभणीला निघून तर?"

"व्हो. तेय खरंय," अशा अर्थाने डोके हलवीत आणि उजव्या हाताने त्यांना हळू बोलण्याचा इशारा करीत 'पीके'साहेब त्यांच्या खोलीमधून बाहेर पडून अंगणात येत भास्कररावांस उद्देशून म्हणाले,

"कोठे चाल्ले साहेब?"

"जरा जोशीगुरुजींकडे जाऊन येतो."

"आधी मव्ह मला वाटून द्या आन् मंग कोठय जा."

"मी कोन वाटून देणार आण्णा? मालक आहेत की. बोला की त्यांच्याशीच."

"ते काही नाही. आधी मव्ह मला वाटून द्या, नाही तर–"

"नाही तर? नाही तर काय करशील रे कोलताडा? आं? दावूच का तुला हानोतचा हात?" पुंडलिकरावांना भिडतच हानोतराव गर्जले. त्यांचा आविर्भाव पाहून भास्कररावांनी एकदम पुंडलिकरावांसमोर होऊन त्यांना अडवत आपले दोन्ही हात आडवे धरले. एवढ्यात मोठे मालक बैठकीच्या दारात येत जरबेने म्हणाले, "पुंडलिकराव! काय लावला तमाशा? पुरे झालं नाही का नाटक?"

"मव्ह मला वाटून द्या."

"कोठून आन्ल तुम्ही वाटून देण्यासाठी? खबरदार मी जिवंत असेपर्यंत माझ्यासमोर वाटून द्यायचा विषय काढला तर! चला!" मालकांनी एकाएकीच भलतेच रौद्र रूप धारण केले होते. साहजिकच प्रचंड मेघगर्जना होताच अंगणात खेळणारी बालकं जशी धूम ठोकत घरात दडी मारतात, तद्वतच वाड्यात-अंगणात असलेल्या स्त्रिया एकदम आपापल्या खोल्यांमध्ये शिरल्या आणि पुंडलिकरावही चांगलेच हादरले आणि चडफडतच त्यांच्या खोलीकडे निघाले. परंतु जाता जाता त्यांच्या चेहऱ्यावरील हावभावावरून डोके हलविण्याच्या पद्धतीवरून आणि एकूणच देहबोलीवरून त्यांच्या मनात काहीतरी भलताच भयंकर कट शिजत असावा, असे स्पष्टपणे जाणवत होते.

- ० -

प्रकरण ३

आज गुढी पाडवा. वर्षातील साडेतीन मुहूर्तांपैकी एक सर्वांग सुंदर मुहूर्त. म्हणून तेवढाच पवित्र. आजच्याच सुदिनी प्रभू श्रीरामांनी दुष्ट प्रवृत्तिरूप रावणाचा वध करून रामराज्य स्थापन केले. म्हणून आज घरोघर मोठ्या श्रद्धेने आणि उत्साहाने गुढ्या-तोरणे उभारून, विजयोत्सव साजरा करतात. दाराला आंब्याच्या हिरव्यागार पानांचे तोरण आणि घरासमोर गुढी. तीही अगदी उगवत्या सूर्याच्या साक्षीने! म्हणून घरातील सर्वांची भल्या पहाटेपासूनच धावपळ चाललेली.

विशेषत: माय-मावल्यांची झाड-झूड, सडा-सारवण, भांडी-कुंडी, धुणी-पाणी इत्यादींसारखी कामं. एक संपले की दुसरे, दुसरे संपले नाही तोच तिसरे आणि त्यातही एक करीत करीतच दुसरेही काम करण्याची बुद्धी, हातोटी आणि उरक परमेश्वराने स्त्रियांना बहाल केल्यामुळेच की काय, मावल्यांच्या हातास खाटेमधून उठल्यापासून ते खाटल्यात पडेपर्यंत, नव्हे, अगदी जन्मापासून ते भिंतीस बसण्यापर्यंत कसाच दम नसतो आणि आजतर पाडवा. मग पाडव्यासारख्या सणासुदीच्या दिवशी त्यांच्या हातापायांस उसंत कशी बरे मिळणार? शिवाय आजतर त्यांना शेजारणीच्या अगोदर आपली गुढी उभारायची. त्यासाठी मग निमित्तानिमित्ताने का होईना, कधी नव्हे ते सानुल्या बेबी-बाब्यां-पासून ते यजमानांपर्यंत सर्वांना त्या राबवून घेण्याची संधी साधतात आणि बेबी-बाब्याही नवीन काही करण्यात असे उत्साही, की आई-ताईने सांगण्यास उशीर, की लगेच एका पायावर नव्हे तर अगदी पाय जमिनीस न लागू देताही मध्ये मध्ये करून 'काम नको पण हात आवर' म्हणण्याचा प्रसंग

आणतात. बाप्पे तर मनात असो-नसो, माई-ताईचे किंवा सौभाग्यवतीचे, असे 'कधी-मधी सटी सहा महिन्यास ऐकावे म्हणून' उसने का होईना, त्यांच्या सांगण्यानुसार गुढीची काठी धुवूनपुसून साफ करणे, त्यांना हळदी-कुंकवाची बोटे पुसणे, पूजेच्या ताटात पूजेचे सर्व साहित्य ठेवणे, त्यासाठी आई-ताईचे किंवा सौभाग्यवतीचे 'तसं नाही व्हो! अस्सं. कळलं?' म्हणत कान धरणे - त्यावर पुरुषमंडळींचे तेवढ्यापुरते कान खाजविणे, कोरड्या कोऱ्या भावनेने का होत नाही ऐकून घेणे तसेच कोण्या आडमुठरावांचे आपलेच घोडे दामटीणे सारेच मोठे मजेशीर.

गावागावातील घराघरात नव्या सालाची उत्साहाने लगीनघाई चालू असताना एकदम एकाएकीच कोणाच्या ध्यानीमनी नसताना पोलिसाची एक जीप आणि एक मोठी व्हॅन सुसाट वेगाने गावात घुसली.

जीप आणि व्हॅन दोन्ही दगडोजीराव पाटलांच्या वाड्यासमोर थांबल्या. व्हॅनमधून पंधरा-सोळा शिपाई पटापट एकामागोमाग एक उतरुन सरळ मालकाच्या वाड्यात घुसले, व एकजण 'कहा है हानोतराव? कहां है हानोतराव?' करू लागला. वाड्यात पंधरा-वीस पोलिस असे एकदम उपटल्याचे पाहून वाड्यातील सर्व बाळगोपाळांनी धास्तावून चालू असलेले त्यांचे नेहमीचे उद्योग थांबवून आपापल्या घरात दडी मारली. स्त्रियाही भांबावून हातातली कामे थांबवून आपापल्या खोलीमधूनच त्या उपटसुंभांकडे पाहू लागल्या. स्वत: पोलीस पाटील असलेल्या हानोतराव पाटलांच्या मनातही शंकेची पाल चुकचुकली. त्यावेळी ते दरवर्षीप्रमाणे गुढीच्या वरच्या टोकास पितांबर गुंडाळून त्यास दोरीने बांधीत होते. त्यांना वाड्यात असे अवेळी-सणाचे दिवशी पोलीस अगंतुकपणे उपटल्याचे पाहून 'वाड्यास राहू-केतूंनीच घेरले की काय?' अशी अभद्र शंकाही आली. त्यातच एक अति उतावीळ शिपाई पुन्हा पचपचला– 'हानोतराव को बुलाव. हानोतरावऽ'

शिपायाचा तो आविर्भाव पाहून लहाना विठ्ठल आणखीच घाबरला आणि घाबरून 'बापू बापूऽ' करीत सरळ देवघरात पळाला. बापू म्हणजे मोठे मालक– दगडोजीराव पाटील त्यावेळी देवपुजा नुकतीच आटोपून अंगात सदरा घालीत होते.

"काय झाले विठ्ठलराव? असं घाबरायला काय झालं?" सदरा घालीत घालीतच त्यांनी विठ्ठलला जवळ घेत म्हणाले.

"बापू, बापू की नाही, मोठ्या मामाला न्यायला पोलीस आले."

"आसं म्हणता? बरं बरं चला बरं मग." म्हणत पाटील बैठकीकडे

निघाले. अंगणात येताच त्यांच्या दृष्टीस खरोखरच एकदम पाच-सहा शिपाई दिसले आणि पाडव्यासारख्या सणाच्या दिवशी सकाळी सकाळीच त्यांना पाहून काहीसे आश्चर्य वाटून त्यांनी सहज विचारले,

"आज विशेष काय साहेब? सणासुदीच्या सकाळी सकाळी दर्शन?"

"हानोतरावको लेने आये. चलो, हानोतराव चलो." पुन्हा पूर्वीचाच शिपाई आणखी चढेलपणे गुरकावला.

"मतलब?"

"मतलब सांगितला नं. आम्ही हानोतरावला न्यायला आलो." दुसरा एक शिपाई त्यास न बोलण्याविषयी खुणवित असतानाही तो शिपाई पूर्वीच्याच सुरात आढ्यतेने म्हणाला. ते पाहून आणि कधी नव्हे ते पाच-सहा पोलीस शिपाई असे सणाच्या दिवशी सकाळी रामप्रहरीच तेही बैठक ओलांडून वाड्यात अंगणात आलेले पाहून मोठ्या मालकांचा राग एकदम अनावर झाला. रागाच्या भरातच ते भडकले–

"हवालदार! काय बोलता तुम्ही? दिमाख जाग्यावर आहे का? कुठं आणि कोणासमोर बोलता? चला, व्हा बैठकीत! चलाऽ!"

मालकांचे ते भडकणे पाहून पोलिसांबरोबरच घरच्या सर्वांनासुद्धा खूपच आश्चर्य वाटले. कारण आत्तापर्यंतच्या उभ्या आयुष्यात मालक एवढे कधीच क्रोधीत झालेले पाहिले नव्हते. ह्यातच हानोतराव पाटलांनी हातची गुढी उभारायची सोडून ती खाली ठेवलेली पाहून ते त्याच्यावरही कडाडले, "हानोतराव! तुम्ही गुढी खाली का ठेवली? अगोदर उभारा ती गुढी." आणि बैठकीसमोर उभ्या असलेल्या पोलीसांकडे निघाले. मग राजामागे जसे सेवक आज्ञाधारकपणे चालू लागतात तसे वाड्यात प्रवेशलेले पोलिसही मालकांच्या मागोमाग निमूटपणे बैठकीकडे वळले. दगडोजीराव पाटील सरळ बैठकीमध्ये जाऊन लाकडी तक्त पोसावर त्यांच्या विशिष्ट स्टाईलमध्ये बसले.

उंच पुरे शरीर, मजबूत बांधा, गोरापान राजबिंडा चेहरा, पांढरे शुभ्र केस, सरळ नासिका आणि जेवढे प्रेमळ तेवढेच करारी टपोरे डोळे. एकूण व्यक्तिमत्त्वच एवढे भारदस्त की समोरची व्यक्ती पाहताच दबून जावी. म्हणून तर बैठकीत प्रवेश करताच बैठकीमधील इनस्पेक्टरसहीत सर्व शिपाई अदबीने उभे राहिले. त्यावर दोन्ही हात जोडीत दगडोजीराव पाटील उपरोधिक स्वरात म्हणाले, "बोला साहेब, कुठं टाकला डाका आमच्या पोलीस पाटलांनी?"

यावर काय बोलावे तेच इन्स्पेक्टर साहेबांना समजले नाही. परंतु लगेच

स्वत:स सावरीत ते कसेबसे म्हणाले, "नाही, तसे नाही पाटील. परंतु त्यांच्या विरुद्ध आमच्याकडे तक्रार अर्ज आला."

"काय? पोलीस, पाटलांविरुद्ध तक्रार अर्ज? आणि तोही आमच्या?"

"म्हणून तर आम्ही त्यांना अटक करायला आलोय." पूर्वीच्याच शिपायाने पुन्हा आणखी मध्येच तोंड घातले.

आता मात्र मालकांना क्रोध आवरणे शक्यच नव्हते. त्यामुळे त्यांचा पूर्वीचा गोरापान राजबिंडा चेहरा एकदम लालभडक आणि क्रूद्ध बनला. त्याच क्रोधात ते त्या शिपायावर गर्जले–

"बेअदम बत्तमीज! तू काय लावली रे मध्येच चभर चभर! याद राख पुन्हा जीभ लांबविली तर! छाटून तुझ्या साहेबाच्या हातात देईन! समजलास?"

यावर तो शिपाई तर थरथर कापू लागलाच परंतु मरीबा कोतवालाची मात्र खूपच केविलवाणी स्थिती झाली. एवढी की जेव्हा काही पोलिस शिपाई बैठक ओलांडून वाड्यात शिरले तेव्हापासून तोसारखा त्यांना आणि दुसऱ्या एका शिंदे नावाच्या शिपायास पुन्हा पुन्हा हात जोडून जोडून खुणेनेच सांगत होता, की वाड्यात जाऊ नका. वाड्यात जाऊ नका. कारण त्यास आणि शिंदे नावाच्या शिपायास मोठ्या मालकांचा स्वभाव चांगलाच परिचित होता. कारण असेच मागे एकदा पंधरा-सोळा वर्षांपूर्वी भर चावडीत एका पोलीस इन्स्पेक्टर अशीच अरेरावी करीत असताना त्या इन्स्पेक्टरला मालकांनी त्याचा रिव्हॉल्वर हिसकावून घेत असे, काही झोडपले होते की तो इन्स्पेक्टरच आपला रिव्हॉल्वर मिळविण्यासाठी मालकांचीच करुणा भाकू लागला! कारण खुद्द मालकांकडेही त्यांचा स्वत:चा सरकारी परवाना असलेला रिव्हॉल्वर होता आणि रागाच्या भरात कदाचित ते आपणास उडवतील याची भीती वाटून त्यांची पुरती पाचावर धारण बसली होती! कदाचित हेच दृश्य मरीबा कोतवालास साक्षात झाले असावे आणि शिंदे साहेबही म्हणूनच की काय त्याच्या साहेबाच्या कानात काही तरी कुजबुजला. अर्थात त्याच्या साहेबासही ही घटना माहीत असल्याशिवाय कशी राहील? कारण अशा काही महत्त्वपूर्ण घटनांची माहिती प्रत्येक इन्स्पेक्टरांना अगोदरचीच असते. म्हणून कदाचित इन्स्पेक्टरसाहेब परिस्थिती अधिक चिघळण्यापूर्वीच म्हणाले, "शांत व्हा. पाटील, शांत व्हा. अहो, शेवटी तुमच्या सारखेच आम्हीही हुकमाचेच ताबेदार. तुमच्याच साहेबांनी तर आम्हास असे करण्यास भाग पाडले." साहेबांनी मोठ्या कौशल्याने पाटलांच्या तंगड्या पाटलांच्याच गळ्यात अडकवून वाड्यातल्या वाड्यातच कवंडळ लावली.

"आमच्याच साहेबांनी म्हणजे?" साहेबाच्या बोलण्याचा मालकांस मुळीच अर्थबोध झाला नव्हता.

दगडोजीराव पोलीस पाटलांच्या वाड्यात पोलीस 'अशा रीतीने' उपटण्याचे कर्तृत्व 'पीके' पाटलांचे. कारण मागच्याच महिन्यात त्यांनी स्वत: पोलीस अधिक्षकांना लेखी अर्ज पाठवून त्यांस आपले पोलीस पाटील असलेले मोठे भाऊ हानोतराव पाटील आपणास वडिलोपार्जित जमीन वाहू देत नाहीत आणि त्यांच्याकडून आपल्यावर प्राणघातक हल्ला होऊन यापुढेही त्यांच्याकडून आपल्या जिवीतास धोका आहे, म्हणून त्यांना अटक करून आपणास आपली जमीन पोलीस संरक्षणात वाहू देण्याची विनंती केली होती. परंतु एक महिना होऊनही मा. पोलीस अधिक्षक साहेबांनी काहीच हालचाल केली नसल्यामुळे परवा प्रत्यक्ष त्यांनाच भेटून आपली कैफियत त्यांच्यापुढे मांडून वर चांगली मूठही दाबली होती. त्याचाच परिणाम म्हणून आज त्यांनी एवढा फौजफाटा पाठवून त्यांच्या देखरेखीखाली 'पीके' पाटलांची जमीन वाहू देण्यासाठी ही कार्यवाही केली होती. जेव्हा दगडोजी पाटलांनी इन्स्पेक्टर साहेबांस वरील प्रश्न केला, तेव्हा इन्स्पेक्टर साहेबांनी एका शिपायास हुकूम सोडला, "शिंदे, पीकेला बोलाव रे."

त्यावर शिंदे पोलीस वाड्यात जाण्यापूर्वी मरीबा कोतवालच पटकन उठला आणि त्याने बैठकीच्या थोडे समोर जाऊन पीके पाटलास साहेब बोलावित असल्याची वर्दी दिली. अर्थात पुंडलिकरावांचेही कान आणि मन बैठकीकडेच लागलेले असल्यामुळे ते चटकन उठले आणि बैठकीत आले. पुंडलिकराव बैठकीत येताच इन्स्पेक्टर साहेब त्यांना म्हणाले, "हं. पीके, तुझं काय म्हणणं आहे ते सांग आता पाटलांसमक्ष."

मग पडत्या फळाची आज्ञा मिळताच पुंडलिकराव म्हणाले, "माझं म्हणणं दुसरं काही नाही साहेब, यांनी माझा हिस्सा मला वाहू द्यावा साहेब."

पाडव्यासारख्या वर्षाच्या शुभारंभाच्या दिवशीच पोलिसांचे झालेले अशुभ आगमन, त्यांचे बेमुर्वतपणे वाड्यात शिरून अत्यंत उर्मटपणे बोलणे-वागणे आणि या सर्वांवर कळस म्हणजे आपल्याच कुलदीपकांचे वाटणीसाठी पोलिसांना बोलावणे त्यांच्या भावनाप्रधान मनास खूपच जिव्हारी लागले होते. हा आघात सोसणे दगडोजीराव पाटलासारख्या घरंदाज माणसाच्याने शक्यच नव्हते. कारण अशी माणसं शस्त्रापेक्षा शब्दानेच लवकर जायबंदी होतात. शस्त्र तरी एकवेळ शरीरास जखमी करेल, शरीर रक्तबंबाळ करील; परंतु शब्दास्त्रं मात्र शरीरापेक्षा

थेट मन आणि हृदयावरच घाव घालून अशा व्यक्तींचा तत्काळ हार्टफेलच करतात!

लगेच वाड्यात एकच धावपळ सुरू झाली. मरीबा कोतवाल कावराबावरा होत हतबलपणे "मालक! मालक" करीत वाड्यात शिरला आणि डोळे विस्फारीत बैठकीकडे हात करीत पुन्हा 'मालक! मालक'च करू लागला. भीतीमुळे त्याची प्रचंड तारांबळ उडाली होती. पोलीसशिपाई आणि स्वत: इन्स्पेक्टर-साहेबही चांगलेच गर्भगळीत झाले होते. मरीबाचे "मालक, मालक" ऐकून बैठकीत काहीतरी विपरीत झाल्याची शंका येऊन हानोतराव पाटलांनी लगबगीने 'हरहर महादेव' म्हणत कशीबशी गुढी उभारली आणि घाईघाईत बैठकीकडे निघाले. त्यांच्या पाठोपाठ त्यांच्या भगिनी देवकीबाईही बैठकीकडे निघाल्या.

एवढेच नव्हे तर आधी पोलीस व्हॅन आलेली पाहून उत्सुकतेपोटी आणि आता मोठ्या मालकांना झटका आल्याचे समजल्याने अल्पावधीतच सर्व गाव त्यांना पाहण्यासाठी गोळा झाला. ते पाहून प्रसंगावधान राखीत इन्स्पेक्टर साहेब "आरेऽ उगीच गर्दी करू नका. गर्दी करू नका. त्यांना मोकळी हवा लागू द्या." म्हणत गर्दी पांगविण्याचा असफल प्रयत्न करू लागले. देवकीबाईंनी तर 'बाबाऽ' म्हणून हंबरडाच फोडला.

परंतु वडिलांच्या ह्या आणीबाणीच्या प्रसंगी आपला हेतू आता साध्य होत नसल्याचे चिन्ह दिसताच, 'पीके' पाटील त्यांच्या साहेबास उद्देशून म्हणाले, "साहेब, आमच्या मालकांचे हे नाटक हाय, नाटऽक! मला वाटून देवू नाही म्हणून त्यांचे हे नाटक चाललंय. दुसरं काही नाही!"

आपल्याच धाकट्या भावाचे हे स्वार्थाने बरबटलेले बोलणे ऐकून हानोतराव भयंकर क्रोधित होऊन उद्‌गारले, "डुकरा!" आणि पायातील बूट काढीत त्यांना झोडपण्यासाठी धावले. परंतु तत्पूर्वीच धर्माजी पाटलांनी आणि दुसऱ्या दोन-तीन पोलीसशिपायांनी त्यांना आवरले. तरीही न राहवून ते म्हणाले, "पुंडल्या, पुंडल्या किती अपूर्वाईनं मावसीनं तुव्ह नाव पुंडलिक ठेवल रेऽ गूखावू!" आणि लगेच देवकीबाईप्रमाणे मोठ्याने गळा काढून रडू लागले. एरवी वरवर हेकट आणि बेमुर्वत वाटणारे हानोतराव अंतरी एवढे मृदू मुलायम असल्याचा साक्षात्कार होऊन तेथे जमलेल्या सर्वांनाच, नव्हे, तर अगदी घरच्यांनाही खूपच आश्चर्य वाटले. एवढेच नाही तर पुढे याच घायाळ स्वरात ते इन्स्पेक्टरसाहेबांना म्हणाले, "साहेब, वाहू द्या त्याला किती वाह्याचं ते. आन् नाहीतरी आता याला आमच्यात ठेवून तरी काय फायदा? अहो, ज्याला भावाबहिणीची माया नाही,

नात्यागोत्याची कदर नाही आणि जन्म देणाऱ्या मायबापाचा आदर नाही, त्याला भावभावकीचा मान कोठून राहील? म्हणून म्हणतो त्याला किती वाह्याचं ते वाहू द्या.''

हानोतराव पाटलांचे हे शब्द ऐकताच इन्स्पेक्टरसाहेबांनी मात्र सुटकेचा सुस्कारा सोडला कारण दगडोजी पाटलांबरोबरच हानोतरावांची, त्यांच्या इतर भावांची, मुलांची, वाड्यातील आणि वाड्याबाहेरील सर्व व्यक्तींची हालत नाजूक झालेली पाहून त्यांना केव्हा एकदा वाड्यामधून सहीसलामत सुटका होईल असेच मनोमन वाटत होते. त्यांनी चटकन पडत्या फळाची आज्ञा घेतली आणि लगेच खुर्चीमधून उठत म्हणाले, ''ठीक आहे. पीके, वहा तुमचे तुम्ही आणि हानोतराव तुम्ही पाटलांची काळजी घ्या.'' आणि चहापाणी न घेताच जीपमध्ये बसून निघालेही.

पोलिसांचे शनिचक्र गेले; परंतु जेवढी हानी होऊ नये त्यापेक्षा कितीतरी पटीने अधिक हानी करून गेले, दिसती आणि न दिसतीसुद्धा. कारण धुई जशी एका झटक्यात पिकांचा आणि झाडाझुडपास आलेला फूल-फुलोरा आणि संपूर्ण बहारच करपून टाकते, तसेच दगडोजीराव पाटलांच्या वाड्याची शान आणि मानपानही पुरते झाकोळून टाकले होते; परंतु एक मात्र निश्चित झाले, पोलिसांच्या जाण्याने संपूर्ण वाड्याने पूर्ववत मोकळा श्वास घेतला. एवढेच नव्हे तर वाड्याबाहेर जमलेल्या सर्व गावकऱ्यांच्याही मनावर आलेले दडपण एकदम निघून गेले आणि त्यांनी वाड्यात शिरताच एकच गर्दी केली. गर्दीबरोबरच गर्दीच्या प्रश्नांची तऱ्हाही तेवढीच मासलेवाईक!

''काय झाले?'', ''कसे झाले?'', ''कामुन झाले?''

''हानोतरावाला धरून नेलं मनं?''

''मालकाला झटका आला मनं?''

''कसे आहेत मालक आता?'' असे आणि पुन्हा 'सख्खे भाऊ पक्के वैरी रेऽ बापू! दुसरं काय!'

''नाही त काय माय, भाऊ भाऊ भांडले भीती घालून नांदले!''

''पनिक भावाभावाचं झालं भांडण आन मायबापाला आलं मरण!''

''यालाच मन्तत कलियुग दादाऽ यालाच मन्तत कलियुग!'' तसेच–

''हे काट्टे आता जन्म देणाऱ्या मायबापाचाय येगळचार करायलेत रे भानुदास!''

''मनुन त मन्तत की पोटचे पोहरं खरे चोरं!''

इत्यादी प्रकारची मतं जो तो ज्याच्या त्याच्या मनोवृत्तीनुसार, वयोमानानुसार मांडत होता. कोणी स्वानुभव कथन करीत होता तर कोणी वस्तुस्थितीचे यथार्थ वर्णन करीत करीतच आध्यात्मिक पद्धतीने जगरहाटीचे दर्शन घडवत दगडोजीराव पाटलांना पाहण्यासाठी गर्दीत रेटारेटी करीत होता.

बैठकीत मात्र दगडोजीराव पाटलांची पत्नी रुखमाबाई, मुलगी देवकीबाई आणि हानोतराव पाटील, दगडोजीराव पाटलांच्या निश्चल शरीराव पडू पडू आणि एकमेकांना कवटाळू हंबरडा फोडणे चालूच होते. त्यांचे पाहून मग घरातील इतर स्त्रिया आणि लहानमोठी धाय मोकलून रडत होते. ते रडतात म्हणून मोठ्या मालकास भेटावयास आलेले सहृदय स्त्री-पुरुषही आक्रोश करू लागले; परंतु अत्यंत खेदाची आणि लाजिरवाणी गोष्ट अशी की, या सुवर्णसंधीचा फायदा उठवित 'पीके' साहेबांनी मात्र बैठकीतून काढता पाय घेऊन पूर्व नियोजनानुसार पत्नीस शेतावर नैवेद्य आणावयास सांगून सालदाराला घेऊन 'पाडव्याच्या शुभ मुहूर्तावर' तास करण्यासाठी निघून गेले होते!

तेवढ्यात कोणीतरी डॉक्टरांना घेऊन आले. डॉक्टर साहेबांनी दगडोजीरावांचा हात हातात घेऊन नाडी पाहताच पाटील साहेब गेल्याचे त्यांच्या लक्षात आले. परंतु मृत्युसारखी अप्रिय गोष्ट कोणासच चटकन जिव्हेवर आणू वाटत नाही. त्यामुळे त्यांनी पुन्हा एकदा खात्री करून घ्यावी म्हणून गळ्यातील स्टेथो दगडोजीरावांच्या छातीस लावला; परंतु दगडोजीरावांची प्राणज्योत तर केव्हाच मालवली होती. आणि वाड्यात मात्र सर्वांना अद्यापही मोठे मालक बेशुद्धच आहेत असेच वाटत होते. परंतु आता मात्र डॉक्टरसाहेबांनी नाइलाजाने 'पाटील गेले व्हो!' म्हणत निराशेने मान हलविली. हे शब्द ऐकताच घरातील सर्व आबाल वृद्धांनी पूर्वीपेक्षाही मोठ्याने हंबरडा फोडून आकांत मांडला. आक्रोशाचे हे दुःखद दृष्य एवढे हृदय विदीर्ण करणारे होते की कितीही पाषाण हृदयी मनुष्य असला तरी त्याचा कंठ दाटून आल्याशिवाय राहत नव्हता. शिवाय 'वाड्याच्या' दुःखाची आणि आक्रोशाची तीव्रता अधिकाधिक वाढण्याचे आणि सार्वजनिक होण्याचे कारण असे की एका दुष्टप्रवृत्तीने सत्प्रवृत्तीचा बळी घेतला होता.

दांडेगावचे दगडोजीराव पाटील म्हणजे अत्यंत भारदस्त आणि तेवढेच आदर्श व्यक्तिमत्त्व. आजूबाजूच्या पंधरा-वीस गावांत त्यांचे नाव आणि कर्तृत्व माहीत नसलेली व्यक्ती अज्ञानीच असाच सर्वांचा समज. दगडोजीराव पाटील म्हणतील तीच पूर्व आणि सांगतील तोच अंतिम शब्द. त्यांच्या शब्दाबाहेर

कोणीच जाणार नाही.

दगडोजीराव पाटलांची घोडी तर जेवढी त्यांची आणि त्यांच्या कुटुंबीयांची तेवढीच गावात बिमार पडलेल्या रुग्णांची. विशेषत: एखादी बाळंतीण अडलेली असेल, कोणास 'पान लागले' असेल किंवा गॅस्ट्रो वगैरे झालेल्या रुग्णांसाठी सदैव तयार असे.

"अहो, चांगले बोलणे तर चांगलेच, परंतु नेहमीच चांगले बोलून त्यानुरूप सदैव चांगलेच वागणे, आचरणात आणणे मात्र सर्वोत्तम. कारण अशा वागण्यामुळेच व्यक्ती सुशील, सदाचारी आणि आदर्शच नव्हे, तर पूजनीयसुद्धा बनते. खरं की नाही?"

वरीलप्रमाणे चर्चा करीत एकमेकास माहिती देत नातेवाईक, गावकरी आणि सोयरे-धायरे दगडोजीराव पाटलांचा अंत्यविधी आटोपून परततेवेळी बोलत होते. ह्यातील काही जणांना तर पाटलांविषयी किती सांगू आणि काय काय सांगू असे झाले होते. विशेषत: माय-मावल्यांच्या तोंडास दम नव्हता की त्यांच्या अश्रूंना आवर.अंत्यविधीस आलेला जनसमुदाय तर एवढा मोठ्ठा की गावापासून ते पार दगडोजीराव पाटलांच्या वावरापर्यंत स्त्री-पुरुषांची भली मोठी रांग नदीसारखी वाहत होती. अंत्यविधीच्या ठिकाणीही सात-आठ एकराच्या पट्टीत जिकडे पाहवे तिकडे स्त्री-पुरुष दाटीवाटी करीत जमले होते. येथे असे तर गावात मोटार, सायकल, जीप, ऑटो, कार, टेम्पो सारखी वाहनं लावण्यासाठी फुटभर जागा शिल्लक राहिली नव्हती. त्यामुळे अनेकांना ह्या गर्दीचे अप्रूप वाटून ते त्या गर्दीची तुलना यहळेगावच्या आणि मनुल्याच्या यात्रेशी तसेच बर्डीच्या महंताच्या अंत्यविधीच्या गर्दीशी करीत होते.

अशा प्रसंगी जमणाऱ्या गर्दीवरून असेच म्हणावे लागेल, की एखाद्या व्यक्तीचे मोठेपण त्याच्या जिवंत असण्यापेक्षा ती मरण पावल्यानंतरच अर्थात तेही त्याच्या अंत्यविधीस किती स्त्री-पुरुष जमले होते, यावरूनच ठरते हेच खरे!

दुसरे सत्य असे की दगडोजीराव पाटलांचे निधन झाले आणि दांडेगावकरांच्या अंगावरून जणू वारेच गेले! कारण दगडोजीराव म्हणजे दांडेगावचेच नव्हे तर पंचक्रोशीचे प्राणवायूच. अडल्यानडल्याचे मालक, बेसहारांचा आसरा, बेकारांची भाकरी, सत्याचे वाली, न्यायाचे कैवारी, भरकटलेल्यांची दिशा. परंतु दुर्दैवाने दुर्गुणाने सद्‌गुणाचा, स्वार्थाने प्रेमाचा, लोभाने त्यागाचा, भोगाने भावनेचा, ढोंगाने सेवेचा, कपटाने कर्णाचा, घाणीने गंगेचा आणि बेकीने एकीचा बळी

घेतल्याचे हे सनातन सत्य!

परंतु एकत्र कुटुंब पद्धतीत जेव्हा आपुलकी आणि सेवेपेक्षा मोबदल्याला आणि विश्वासापेक्षा शंकेला महत्त्व दिले जाते तेव्हा त्या कुटुंबाच्या पत आणि प्रगतीबरोबरच प्रतिष्ठाही नष्ट होऊन कुटुंबातील व्यक्तींच्या शोकांतिकेस प्रत्यक्ष परमेश्वरसुद्धा थांबवू शकत नाही. मग त्या कुटुंबाचा सामाजिक दर्जा जेवढा मोठा तेवढे किंवा त्यापेक्षा मोठे आणि महाभयानक त्या शोकांतिकेचे स्वरूप असते. हेच सत्य रामायण-महाभारतासारख्या पौराणिक कथांवरून आणि किंग लियर आणि हॅम्लेटसारख्या अजरामर साहित्यिक कलाकृतीवरूनही दिसून येते.

मग दगडोजीराव पाटलांचे कुटुंब तर नुकत्याच सुसाट सुटलेल्या वादळात सापडलेले एक चिमुकले पिंपळ पान!

- ० -

प्रकरण ४

'मी जिवंत असे पर्यंत वेगळचाराचा विषयच काढायचा नाही' म्हणून वेगळचार टाळण्याचा जिवात जीव असेपर्यंत प्रयत्न केला तरी त्याच वेगळचारासाठी आणि वेगळचारामुळेच दगडोजीराव पाटलांना स्वत:चा प्राण गमवावा लागला! अर्थात त्यांनी त्यांचा शब्द खरा केला, म्हणूनच पुंडलिकरावांचे वेगळचाराचे स्वप्न साकार झाले. पुंडलिकरावांपाठोपाठ भीमराव पाटलांनाही वडिलांच्या माघारी आता हानोतराव पाटील आणि अर्जुनराव काही आपल्या मुलींची लग्न करणार नाहीत, याची खात्री होती. कारण मुळात त्यांचाच स्वार्थी स्वभाव या सर्व अनर्थास कारणीभूत होता. अर्जुनराव तर पहिलेच पायापुरते पाहणारे. शिवाय हानोतराव पाटलांनी मध्येच ''आता आसंच घर फुटलं; आन् तसंच फुटलं मग आणखी पुन्हा पुन्हा घर फुटण्यापेक्षा एकदाच ज्याचं त्यानं घेतलेलं बरं'', असे स्पष्टपणे बोलून दाखविले होते.

म्हणून वडिलांची तेरवी झाल्यावर हानोतराव पाटलांनी आणि अर्जुनरावांनी गावातील भावकीच्या आपापल्या सोयीच्या पंचांस आणि सोयऱ्या-धायऱ्यांसही बोलावून त्यांच्यासमोर वाटण्याचा प्रस्ताव मांडला. मग भावकीस काय- भावकी तर पहिलीच 'पळशील पुढे तर फेकील जाळे!'ची पदोपदी प्रचिती देणारी आणि सोयरे तर बोलूनचालून सोयरेच! ते कशाला भावाभावांच्या भांडणात पडून आपली ऊठबस आपल्या हाताने बंद करतील? मग भावकी अशी तर सोयरे तसे म्हणूनच म्हणायचे, 'भाऊ भाऊ निघाले वेगळे अन् सर्वांचे भागले!' परिणामी बोटावर मोजता येऊ शकणाऱ्या सुविचारी सज्जनास जरी

खूप खूप वाईट वाटले, तरी सोयऱ्याधायऱ्यांना मात्र एकाच्या ऐवजी पाच पाच भावांचा चहा मिळू लागला, भावकीच्या भावाजावांना एकाच बैठकीत तक्या-लोडाला बसण्यापेक्षा पाच पाच ठिकाणी बसण्या-उठण्याची सोय झाली आणि पोलिस पाटलांचे घर असल्यामुळे बलुतेदारांनाही एका बलुत्याच्या ऐवजी पाचही भावांचे बलुते मागण्याची सोय झाली. शिवाय यामुळेच पूर्वीच्या शाही भव्य-दिव्य गढ्यांचे आणि टोलेजंग वाड्यांचे रूपांतर आडव्या-तिडव्या भिंती टाकल्यामुळे छोट्या छोट्या खोल्यांत आणि ओसरी-वोट्यांत झाले. एवढेच नव्हे तर काही भावांच्या ललाटी गुरा-ढोरांच्या गोठ्यातही जाऊन राहण्याची पाळी आली आणि अलीकडे तर चक्क शेतशिवारी वनराईतच 'हवेशीर हवेल्यांत' दिवस काढण्याची पाळी आली!

गढी-वाड्याचे असे तर शिवारातील मोठमोठ्या पट्ट्यांच्या पंचांच्या छुप्या पेचामुळे 'रुमाली वाटण्या' होऊन लहानसहान ढेल्या आणि चिंधोट्या झाल्या आणि उत्पन्नाच्या बाबतीत म्हणाल तर मोजक्या जणांच्या कावेबाजपणामुळे त्यांना बळदं लादन्या लाभल्या तरी इतरांच्या मात्र कणगी मुड्यात आणि डब्याडुब्यातच गुजराण करणे ललाटी आले.

ह्यामुळेच 'विनाशकाले विपरीत बुद्धि' आणि 'कुमतीच्या बारा वाटा संकटांना नसे तोटा!' सारख्या म्हणीही रूढ झाल्या.

तरीही वेगळचार-वाटण्या होतातच आणि सहजासहजी बऱ्याबोलाने होत नसतील तर वेळोवेळी कोणी प्रत्यक्ष स्वत:च्या आईवडिलांस किंवा पाठच्या सख्ख्या भावासही काठी-कुऱ्हाड घालून किंवा सरळ त्यांचा काटा काढूनही आपल्या वेगळचाराचा वेडेपणा पूर्ण करतात. मग भलेही ह्यात त्यांस स्वत:सच पोलिस स्टेशन किंवा तुरुंगात सडत पडण्याची, पोलिसांच्या पायापोटी लागण्याची पाळी येऊन आख्खं कुटुंबच का देशोधडीला लागत नाही! परंतु वेगळं होऊन 'स्वतंत्र होण्याची', स्वत:चे अस्तित्व सिद्ध करण्याची आणि मालकी गाजविण्याची पौराणिक परंपरा पूर्ण करतीलच करतील, एवढे मात्र निश्चित.

वेगळचाराचा हा घोळ सात-आठ दिवस चालला. कधी दगडोजीराव पाटलांच्या नावे असलेल्या जमिनीचे काय करावे? तर कधी तेरवीच्या खर्चावरून वाद. कधी एखादा पंच 'हिस्से' करतेवेळी सरळ 'लहान' म्हणून कुणाला झुकते माप देत असल्याचे ठळकपणे दिसत होते, तर दुसरा कोणी वडील-वडिलोपार्जित वाडा म्हणून हानोतराव पाटलांची वठ घ्यायचा. यामुळे अनेकदा पंचांतच बाचाबाची व्हायची; परंतु लगेच दुसरा एखादा कळलाव्या किसन 'मग परभणीच्या बंगल्याचं

कसं करायचं?' म्हणून मुद्दाम इतर भावांत कलागत लावण्याची संधी साधायचा. तरी बरे, प्रा. भास्करराव एवढंच म्हणाले, "मला काय द्यायचं ते द्या, परंतु माझं म्हणणं एकच की मला जन्मगाव म्हणून गावची दोन बाजेची पांढरी आणि गावी येण्यासाठी म्हणून शिवारात काय द्यायची ती काळी द्या. मग तुम्ही काहीही करा." तरीही कधी हिस्से पूर्ण झाल्यानंतर धाकटा म्हणून 'पीके' साहेब त्यांचा हिस्सा उचलतेवेळी ती जमीन दुसऱ्यांच्या नावे असलेली निघायची. ह्यामुळे सकाळपासून बसलेली बैठक दिवेलागणीपर्यंत चालून शेवटी अनिर्णितच उठायची. असे करता करता शेताशिवाराच्या वाटण्या पूर्ण झाल्या. तर पुन्हा बैठक, गोठे, मोकळी जागा, बैलजोड्या, ढोरं-वासरं, शेतीची इतर औजारं, गाडी-उमणी, छकडं इत्यादीवरून हलकं आणि भारी व्हायचं. 'हवऱ्याला गवरी अन् फुकट्याला पंढरी' म्हणतात तशी गत. त्यामुळे मग कोणाच्या सासऱ्याने दिलेल्या आनंदी गाईने दिलेल्या गोऱ्ह्याच्या जोडीवरून कलह व्हायचा तर कधी कोणा भावाची आनंदी गाय मरून गेल्यामुळे त्यास फक्त एखादी दुसरी गाय किंवा कालवड देऊन त्याच्यावर अन्याय झाल्याचे स्पष्टपणे दिसायचे. तसेच हानोतराव पाटलांच्या तिन्ही मुलांची लग्नं झाल्यामुळे त्यांच्या तिन्ही सुनांचे दागिने 'पीके' साहेबांच्या पत्नीच्या डोळ्यांत खुपल्यामुळे पुन्हा दागदागिन्यांची वाटणी झालीच पाहिजेचा सूर पिऊन तर्र झालेले 'पीके' आळवायचे. कारण फक्त त्यांना त्यांच्या पत्नीच्याच अंगावरील स्त्रीधन फार कमी वाटायचे. अर्थात सर्वच पंचांनी सर्व भावांच्या सर्व प्रकारच्या संपत्तीची म्हणजे शेतीवाडी, बैठक, दोन गोठे, मोकळी जागा, सर्व भावांच्या सौभाग्यवतींच्या आणि सुनांच्या अंगावरील स्त्रीधन (अर्थात रुखमाबाई आणि देवकीबाईंचे स्त्रीधन सोडून) लक्षात घेऊनच– उदा., मुख्य वाड्याच्या हिश्श्यावर ५-६ एकर कमी जमीन ठेवली होती, ती जमीनही दुय्यम दर्जाची होती. तर बैठकीच्या हिश्श्यावर तीन एकर जमीन अधिक ठेवली होती. तसेच फक्त मोकळ्या जागेचा वाटा उचलणाऱ्यास ५ एकर जमीन जास्त ठेवली होती. तीही अत्यंत सुपीक असणारी होती. ह्यातही पाण्याखाली येणारी असेल तर त्यास चार-पाच एकर कमी. याशिवाय प्रा. भास्कररावांना नोकरी आणि बंगला असल्यामुळे त्यांच्या वाट्यास फक्त २०×२५ हाताची मोकळी जागा आणि दुय्यम दर्जाची फक्त दहा एकर कोरडवाहू जमीन देण्यात आलेली होती. तर 'पीके'साहेब दुसऱ्या तीन भावांपेक्षा 'धाकटे' असल्यामुळे त्यांना नोकरी असूनही सर्वांबरोबर सारखाच हिस्सा ठेवला होता.

अशा रीतीने वरीलप्रमाणे वाटण्या होऊन भास्करराव वगळता प्रत्येकाच्या

वाट्यास पंधरा-वीस, पंधरा-वीस एकर जमीन आणि तीन-चार, तीन-चार खोल्या येऊन गुराढोरांसाठी लहान-मोठा गोठा किंवा मोकळी जागा येणार होती.

वाटण्या व्यवस्थित होऊनही घरातल्या पोराबाळांच्या 'मला-तुला' प्रकारामुळे अगोदरच वैधव्याच्या वणव्यात सापडून, होरपळत असलेल्या रुखमाबाईंना आणि पतीने सोडून आणि टाकून दिलेल्या आणि अपशकुनी, पांढऱ्या पायाची, वांझोटीसारखी विशेषणे चिकटल्यामुळे अपमानित जिणे जगत असलेल्या देवकीबाईंना आपल्याच पोटच्या पोरांचा आणि पाठच्या भावांचा किळसवाणा स्वार्थ पाहून 'माया आणि कलियुग' वगैरे म्हणतात ते हेच असावे, याचा साक्षात्कार हरघडी येऊ लागला.

मग बहिणीच्या विहीण बनलेल्या रुखमाबाई पतिनिधनामुळे शोकाकुल होऊन बीमार पडल्यामुळे तानाजीरावांनी त्यांना वडीलभावाच्या घरून स्वतःच्या घरी आणले. परंतु कोठेही जा 'पळसाला पाने तीनच' आणि 'घरोघरी मातीच्या चुली'मुळे दांडेगाव काय आणि आसोला काय, सारखेच. उलट, तानाजीरावांच्या घरी तर ह्या वेगळचाराने कहरच केला होता. कारण त्यांच्या दोन्ही सुपुत्रांनी जन्मदात्या आई-वडिलांचाही वेगळचार करून मोठ्या मुलाने वडिलांस आणि धाकट्या सुपुत्राने आईस 'उचलले' होते. त्यामुळे ते दोघे पती-पत्नी वृद्धापकाळात चक्क 'पोटावरच' होते. मग पोटावर असलेल्यांना म्हणजे दासांना स्वातंत्र्य, अधिकार, मत विचार इत्यादी कोठून मिळणार? परंतु केवळ राहवत नाही म्हणून म्हणा, आतडे तुटते म्हणून म्हणा, समदुःखी म्हणून म्हणा, तानाजीरावांनी विहीण बनलेल्या आणि आपल्या गावात आलेल्या आपल्याच घरातील मोठ्या भावाकडे आलेल्या बहिणीस– रुखमाबाईस– जनरीत म्हणून लोकलज्जेसाठी आपल्या घरी आणले. अर्थात रुखमाबाईस ह्याची कल्पना असूनही केवळ आपण त्यांच्याकडे न गेल्यास त्यांच्या मनाला काय वाटेल, व्याही बनलेल्या भावाचा मान ठेवावा लागेल म्हणूनच त्या तानाजीरावांकडे आल्या. आणि नाहीतरी त्यांच्याही सर्वच भावांवर लेकबाळ म्हणून हक्कच होता. परंतु दुर्दैवाने आज 'राजा-राणी'च बनत चाललेल्या नवीन पिढीस पायापुरतेच पाहण्याचा व्यवहारीपणा आला आहे की काय, असेच म्हणावे लागेल.

कारण पुढील दोन-तीन दिवसांतच तानाजीरावांच्या सुनेने घरी आलेली ब्याद लवकर जाणार नाही असे दिसताच 'कणकण' काढून बाजच धरली! परंतु हे करतानाच आपण साऱ्यांचेच आणि विशेषतः घरी आलेल्या पाहुणीचे किती करतो हे दाखविण्यासाठी स्वयंपाक वगैरे करून भाकरी भाजीत भाजीतच चुलीजवळ

बसून लहान मुलांबरोबर जेवण उरकून बाप-लेक आणि पाहुणीसाठी शिळा-ताजा, 'अपुर-चुपूर' आणि 'ओला-सुका' स्वयंपाक ठेवून बाज धरी. परंतु कोरडी सहानुभूती दाखविण्यासाठी विचारपूस करण्यास आलेल्या तोंडपुज्या-घरपुज्या, भटक्या शेजारणीने "झाले का काम धाम?" असे विचारताच नेहमीच्याच कामाची भली लांबण लावून अतिक्षीण आवाजात गळ्यातल्या गळ्यात आणि नाकातल्या नाकात कण्हारायची– "आता माऽय! काहाच मरणाच संपते काम बायसाऽब! मरावं तव्हाच सरावं आपलं काम! अंहंहंऽऽऽ"

आणि पुन्हा थोडा वेळ थांबून पुन्हा कण्हारायची "मनवाच हाय् बाईऽ 'घरच्याचं झालं थोडं आन् इन्हीचं आलं घोडं!"

"नाही तर काय माय, नणंद आणली हौसंनं आन् भावजय मेली वातानं!"

"हंऽगाता कसं मन्ल्या!"

"मंग ---" पुढे आलेली चोंबडी शेजारीण मग एकदम सुनेच्या बाजेजवळ सरकत तिच्या कानाशी लागून काय बोलली ते त्या दोघींचे दोघींनाच माहीत, परंतु तिचे आल्या आल्या पाहुणीच्या खोलीकडे डोळे वटारत पाहण्यावरून आणि दोन्ही हात ठरावीक पद्धतीने झटकण्याच्या आविर्भावावरून ती काहीतरी पाहुणीविषयीच आग लावत असावी, हे निश्चितपणे जाणवत असे. मग लागलीच सुनेचे मोठ्या आवाजात ठरलेले पालुपद पाहुणीच्या कानावर आदळून रुखमाबाईच्या काळजाच्या चिंध्या करी! त्यावर आणखी कडी करीत सून पूर्वीच्या मोठ्या आवाजात राग आळवी–

"पनिक घरच्यायन टाकलं म्हणून आपलालाय कसं टाकाय बणल बायसाऽब. मग कंबरंचं खांड पडो, ढुंगणाचं कातोड जावो की अंगाचा इस्तु व्हवो! माऽय, अंहंऽऽऽ"

अशा रीतीने त्यांचे असे जाणीवपूर्वक घालूनपाडून बोलणे रुखमाबाईंनी कधीच ऐकलेले नसायचे. त्यातच गया गेलीच नाही तर सया येऊन टपकायची शिवाय यांतीलच एकदोघी दोघींनाही अलग अलग भेटून दोन्हीकडेही आगलावीपणा करीत त्यांच्या मनात एकमेकींविषयी ठासून दारू भरायच्या. परिणामी घरधणीन अधिकच चेकाळून घालूनपाडून बोलणे आणि पाहुणीच्या जेवणाचे हाल करून त्यांना सळो की पळो करून सोडायची. त्यामुळे रुखमाबाईंनी खाणेपिणेच सोडून दिले आणि भावाच्या पाठीमागे दांडेगावास नेऊन सोडण्याविषयी चेडाच लावला आणि तानाजीरावास ह्याची पूर्ण जाणीव झाल्यामुळे आपले काहीही होवो परंतु बाईस– विहिणीस– तरी आणखी त्रास नको म्हणून त्यांनी रुखमाबाईंस उद्याच

दांडेगावास नेऊन घालण्याचा निश्चय केला. परंतु त्याच सायंकाळी त्यांचे जावई खुद्द 'पीके'पाटील साहेबच आईस न्यावयास आले आणि तानाजीरावांच्या डोक्यावरील दडपण एकदम कमी झाले.

दुसरे दिवशी सकाळीच 'पीके' पाटील साहेबांनी आईस दांडेगावास न नेता सरळ सरळ वसमतलाच नेले. अर्थात 'पीके'स आईस होणारा जाच ऐकवत नव्हता किंवा सासऱ्याचा होणारा कोंडमारा त्यांना पाहवत नव्हता असे मुळीच नव्हते. तसेच 'पीके' पाटील खरोखरच नावाप्रमाणे भक्त पुंडलिक बनून आईस मोठ्या श्रद्धेने बंगईवरही बसविणार नव्हते. उलट, वसमतवरून येतेवेळीच ते त्यांच्या गड्यास गावाकडे आईच्या नावे असलेल्या जमिनीवर वखर धरायला सांगूनच इकडे आईस न्यायला आले होते. त्यांच्या ह्या घुसखोरीचे आणि बळजबरीचे कारण असे की परवाच हानोतराव पाटलांनी वडिलांच्या नावे असलेल्या शिवारात ट्रॅक्टर घातल्याचे आगलाव्या आनंदाने सांगितले होते आणि आपण आताच काही हालचाल केली नाही तर ते आइचिती जमीन हडपतील म्हणून त्यांनी हा बेत आखला होता.

म्हणतात ना, कोण कोणत्या तापात तर कोण कोणत्या डावात आणि हे डाव टाकणारे आणि फासे फेकणारे शकुनीमामाही डाव टाकण्यात आणि फासे फेकण्यात एवढे निष्णात वाकबगार की त्यांच्या नियोजनानुसारच शिकार त्या फास्यात बरोबर पडून त्यांचा अंतरिक हेतू सफल झाल्याशिवाय राहणारच नाही. स्वत:च्या बुद्धिचातुर्याने आणि गनिमी काव्यामुळे चारही शाह्यांचा कर्दनकाळ ठरणारे छत्रपती शिवाजी महाराज सर्व एकापेक्षा एक बलाढ्य, महान व्यक्ती, हस्ती आणि विभूती; परंतु यांच्या कृष्णकारस्थानांमुळे किती हतबल आणि असहाय झाल्याचे, नव्हे तर सपशेल हारल्याचे आणि मारल्या गेल्याचेही आपण वाचले, पाहिले आणि आजही घराघरांमधून अनुभवतोच. मग दगडोजीराव पाटील आणि रुखमाबाईंना ह्या संसर्गाची झळ बसल्याशिवाय कशी राहील? आणि ह्याच झळीच्या कळीनेच दगडोजीराव पाटलांचा बळी घेतला आणि आता रुखमाबाईंचीही फरपट पाहा ना! जणू काही आपण खरोखरच फार मोठे मातृभक्त, पितृभक्त आहोत आणि आईस वसमतला आणून आपण फार मोठे उपकारच आईवर करीत आहोत असे दाखवत त्यांनी रुखमाबाईस वसमतला आणले; परंतु केवळ आईच्या नावे असलेली जमीन वाहण्यासाठीच त्यांना वसमतला नेले हे न कळण्याएवढी नासमज ना भावकी होती ना सोयरे धायरे आप्तेष्ट!

- ० -

प्रकरण ५

वेगळचार झाले. होत आलेत. आजही होतच आहेत. गावागावांत शहरा-शहरांत, वाडी-तालुक्यांत, राजे-राजवाड्यांत महाल-हवेल्यांत, वाड्या-गढ्यांत आणि अगदी पतरा-खापरांच्या घरातंच नव्हे तर कोळाने आच्छादलेल्या झोपड्या-झोपड्यांत. कुडाने सारवलेल्या खोपटाखोपटांत ते छत-भिंती अथवा दारं-खिडक्या किंवा ताटीविना टाकलेल्या पालापालांतही. धनसंपत्तीसाठी, शिव-शिवारासाठी, राज्यासाठी, वाडे, गढ्या आणि घरांसाठीही आणि हे वेगळचार किंवा वाटण्या केवळ धनसंपत्तीच्या आणि जमीनजुमल्याच्या किंवा वाडे-हवेल्याच्याच झाल्या नाहीत तर अगदी जन्मदात्या आई-वडिलांच्याही वाटण्या झाल्यात! एवढेच नव्हे तर पाच पांडवांत वाटलेल्या स्त्रीच्याही वाटण्या झाल्यात! परंतु नगण्य अपवाद वगळता ह्या वाटण्या कधीच सहजाहसजी, संतोषमनाने किंवा सुखासमाधानाने झाल्या नसाव्या, म्हणूनतर नेहमी वेगळचारासाठी सतत भांडण-कलह, मारामाऱ्या आणि खुनाखुनीही होत आली.

मग ह्यामधून उद्भवलेली धरपकड, पोलीस स्टेशन, त्यांच्या मुठी दाबणे, वकील, कोर्टकचेऱ्या, तारखापेशी, नकला, साक्षीपुरावे, चार इकडून चार तिकडून त्यामुळे भावाभावांपासून गावागावांतील भावकीत, साक्षीपुराव्याचे खतपाणी. मग तारखांवर तारखा, लांबलेले निकाल, वाढतच जाणारे वैर, एका पिढीकडून दुसऱ्या पिढीकडे, पडीक पडलेली जमीन, तुरुंगात अडकलेले कर्ते पुरुष, त्यांना सोडविण्यासाठी खर्ची पडलेला पैसा, संपलेले भांडवल, घटलेले उत्पन्न, स्वहस्ते ओढवलेले दारिद्र्य, अभावाचे साम्राज्य, त्यातून

आलेले नैराश्य, असमाधान, दैववाद, अज्ञान, अंधश्रद्धा, कुटुंबाकडे झालेले दुर्लक्ष, विशेषत: मुलांच्या शिक्षणाकडे आणि मग ज्योतिबांच्या भविष्यवाणीनुसार 'विद्येविण मती गेली, मतीविण नीती गेली, नीतिविण वित्त गेले, वित्तविना शुद्र खचले, एवढे सर्व अनर्थ एका अविद्येने केले.'

भांडण-तंटे, खून-हाणामाऱ्या, सुपारी देऊन काटा काढणे असे वैर वाढवून यातच पुरुषार्थ दाखवू लागले. मग एकाचे पाहून दुसरा, दुसऱ्याचे पाहून तिसऱ्याने आणि असे करीत करीत सर्वजण 'सरकोजीराव' बनले. कारण घराघरांत पाळणे हालत राहिले तरी गावातील पांढरी मात्र तेवढीच राहिली. त्यामुळे झाले एकच. गावागावांतील आणि शहरोशहरीच्या नगरानगरांतील पूर्वीच्या मोठमोठ्या, ऐसपैस मोकळ्या जागा, क्रीडांगणे, विविध मंदिरं, मज्जीद, चावडी, परकोट, आखर इत्यादींच्या आजूबाजूंची मोकळी जागा दिवसेंदिवस कमीकमीच होत गेली.

म्हणून आज सर्वत्रच अशी अवस्था झाली. पूर्वी मंदिरासमोर हजारांच्या संख्येत कीर्तनासाठी भाविक जमायचे. पुरी-भाजीच्या पंगती उठायच्या. लग्नसोहळे व्हायचे. पोळ्यास बैलांचे लग्न लावण्यासाठी सर्व गावाचे बैल गोळा व्हायचे, त्यांची पूजा होऊन 'हरहर महाऽदेव' गजरात त्यांची लग्नं लागायची आणि नंतर त्या मंदिराभोवती प्रदक्षिणा घालायचे. बार्शीला तर सर्व देवी-देवतांस गाड्यामधील घागरी-हांड्यामधून आंघोळी घालायचे. कधी आट्या-पाट्या तर कधी मुका हुतूतू, चेंडूफळी, विटी-दांडूसारखे खेळ व्हायचे. ती मोकळी जागा, मैदाने आणि क्रीडांगणे आज कोठेच दिसत नाहीत. चक्क नामशेषच झाली. ज्या आखरावर सबंध गावाचे गायरवांड उभे राहून त्याच्या बाजूस चार-पाच खंड्या शेळ्या-मेंढ्यांचे खोडही उभे राहायचे, त्यांच्या खुरांनी ती संपूर्ण येटाळ आणि आजूबाजूचा संपूर्ण परिसर धुळीने माखून जायचा. गाई-वासरांच्या गळ्यातील घंटांनी सारा गाव मंदिरातील गाभाऱ्याप्रमाणे पवित्र वाटायचा, त्यांच्या शेणामुताने संपूर्ण आखर भरून जायचा. गोळा केलेल्या उकड्यातील शेणाचा लिलाव होऊन तो घेणारा महिना महिना शेणखत ओढीत राहायचा, परंतु आज ही सर्व दृश्यं अदृश्यच झालीत. एकदम गडीगुप्प. ना पूर्वीचा आखर राहिला ना मोठमोठे मैदानं-रस्ते. ज्या रस्त्यांनी दुभत्या गाई-म्हशी वासरांच्या ओढीने सुसाट धावायच्या ते सर्व जणू श्रीकृष्णकथेप्रमाणेच अविश्वसनीय वाटावे– गेले हे सर्व! गेले!

वरील सर्व प्रकारची सरकासरकी एवढी लाजिरवाणी आणि किळसवाणी

झाली, की त्यामुळे आज गावात भिंतीस लावलेले प्रेत कोठे पुरावे किंवा त्यास कोठे अग्नी द्यावा याचीच चिंता पडावी. इतपत की स्मशानासाठी आज गावागावांत सामूहिक आणि जातीय तणाव वाढून जाळपोळ होतेय, दंगली उसळून त्या वरचेवर वाढतच आहेत. कारण गावामधून गावकरी गावाबाहेर येऊन थेट स्मशानात आणि अक्षरश: हागणदारीतही राहायला आलेत! यापेक्षा गावचा नरक व्हायचा तो आणखी काय बाकी राहिला?

गावोगावच्या गावांची आणि नगरानगरांची नव्हे, तर राज्याराज्यांच्या राजधान्यांची आणि देशाच्या राजधानीचीही हीच गत झालीय. ही वस्तुस्थिती आहे. परंतु ग्रामीण भागातील खेड्यापाड्यांत आणि वाडीतांड्याच्या दुरवस्थेत आणखी भर पडली, ती वाढत्या लोकसंख्येची आणि 'वाटण्या' वेगळचाराची. कारण वाढत्या लोकसंख्येमुळे आणि स्वार्थी वेगळचाराच्या अट्टाहासापायी पूर्वीच्या वडिलोपार्जित शिवाराच्या ज्या मोठमोठ्या 'पट्ट्या' होत्या, मोठमोठे 'ठिके' होते, त्यांचे 'रुमाल्या वाटण्या'मुळे भावाभावांत फुटाफुटाचे हिस्से होऊन त्यांचे लहान लहान 'ठेल्यात' आणि 'चिंधोट्यांत' रूपांतर झाले. अनेक ठिकाणी तर अगदी ओलिताच्या कांद्या-लसणाचे वाफे एवढाले! यामागील वरवरचे उथळ कारण असे, की सर्व भावांना सुपीक-नापीक जमिनीत किंवा विहीर, बारव आणि आंब्यासारख्या वृक्षातही समान वाटा मिळावा. अर्थात हा समतेचा विचार चांगला असला तरी त्यामुळे रसीयासारखे मोठमोठे फार्मिंग फील्ड न राहता भाऊ हिश्यांमुळे जमिनीचे ढेले आणि वाफे झाले! मग मोठमोठ्या पट्ट्यांचे लहान लहान ढेले आणि वाफे कधी भावकीतील विघ्नसंतोषी अडेलतट्टू भावामुळेही झाले. कारण जर एखादा शहाणा पंच पुढे होऊन शेतीचे हे वाफे टाळण्याचा प्रयत्न करू लागलाच तर हा अडेलतट्टू म्हणणार, "आरे व्वा! मला कामुन नाही मळ्यात आन् इहिरीत हिस्सा? मी का फुलावाच्या पोटचा नव्हे? की ठेवलेलीचा व्हो?" मग अशा अडेलतट्टूपुढे कितीही शहाणा पंच असला तरी नाइलाजाने त्यांना जेवढे भाऊ तेवढे प्रत्येक पट्टीत, विहीर असली तर विहिरीत, बारव-बोअर असेल तर त्यांच्यात आणि 'गोड्या आंब्यात', 'साखर गोटीत' तसेच 'आंबट्या-आंब्यातही' प्रत्येक भावाचा हिस्सा राहून नेहमीसाठीच्या कलहाची पायाभरणी व्हायची. कारण विहीर, आंबा कोणाच्याही वावरात असो, हिस्से मात्र सर्वांचे! मग ज्याच्या वावरात विहीर-आंबा आहे त्याची जमीन पडीक राहून पीक तर येणार नाही; परंतु हिस्से मात्र सर्वांचे असल्यामुळे मग तो जमीनमालक सोपा उपाय शोधे. तो म्हणजे स्वत:च्या वावरात असणारे आंबे,

आंबराई इत्यादींची मुळासकट छाटणी करी. त्यामुळे भयंकर वृक्षतोड होऊन मोठमोठ्या आंबराया नामशेष झाल्या आणि आंबराया नष्ट झाल्यामुळे आंब्याची विक्री पाहता पाहता शेकड्यावरून-खडीवरून (६ आंबे - १ खडी आणि एकवीस खडी- १०० शेकडा म्हणजे १२६ ते १३१ आंब्याचा शेकडा) किलोवर आले आणि 'रसाळ्या'ही भयंकर खर्चिक बनून कालबाह्यच झाल्या.

आरेरे माणसा!
तू हे काय केले?
पाया पुरते पाहून
भाऊ भाऊ भांडले
खळभर रानासाठी
वृक्ष सारे तोडले
मेरा थड्या फोडून
पशुधन विकले
दुधा-दह्यासाठी
लेकरं आता भांडती
बिमार सदा पडून
डॉक्टरचे धन करती
जीव होता लाहीलाही
उभे राहण्या सावली नाही
बोडखे केले सारे रान
भागेल कशी तुझी तहान?
आरेरे माणसा!
तू हे काय केले?
तूच तुझी बायका पोहरं
देशोधडी लावले!
तूच तुझी बायका पोहरं
देशोधडी लावले!

अशा रीतीने आपण आपल्याच स्वत:च्या पायावर कुऱ्हाड तर मारलीच, परंतु त्याचबरोबर पुढील पिढ्यांच्या थेट जगण्या-मरण्यावर आणि त्यांच्या भविष्य-भवितव्यासही सुरुंग लावला. मग आता कोठेतरी दिसते का हस्तऱ्या सारखी

आंबराई? घरोघरी पडलेले आंब्याचे माच, चुंच्यासारखी जांबवाडी, बोरगावसारखी बोरं, बर्डीसारखी सीताफळं, गारगव्हाणसारखी मोहाची फुलं आणि मोहाची गावरान दारू?

हाय! गेले ते सर्व आणि गेले ते गावरान मेवा मनसोक्त ओरपायचे दिवस! महानगरातील सफरचंदाची बरोबरी चुंच्याची जांबवाडी करायची, हस्तऱ्याच्या आंब्यापुढे हापुस आंबा झक मारायचा! मोहाच्या टोई चिकूला मागे सारायच्या, बिळ्यांची लालचुटूक फुलं, त्यांच्या पोळ्या आज भारतातील एखाद्या तरी फाइव्ह स्टार हॉटेलमध्ये मिळतील का कितीही पैसे मोजून? तसेच जांभळं, चिंचा, चारं इत्यादी... किती फळं! किती चवी! गोडीच्या आणि आंबटाच्या. एकीपेक्षा दुसरी अवीट! आणि दुसरीपेक्षा तिसरी अवर्णनीय! सारे नैसर्गिक आणि सारेच स्वर्गीय!

परंतु पायापुरते पाहून कमनशिबी माणसाने स्वत:च हा नैसर्गिक आणि स्वर्गीय रानमेवा स्वत:च्या हाताने खणून काढला! त्यामुळे गावोगावची सर्वत्र दिसणारी हिरवीगर्द वनराई नामशेष झाली. तसेच मोठमोठी जंगलं, पडीक, मेरा, थड्या आणि शेता-शिवारांतील मोठमोठे बांधबंधारे खणून-फोडून वहितीखाली आणले. मग पशुधनाचे असे पोट मारल्यावर गुरंढोरं खातील तरी काय? मग त्यांना चरण्यासाठी रान नाही म्हणून त्यांची मोठ्या प्रमाणावर विक्री झाली. कत्तल करून मुला-बाळांच्या तोंडच्या दुभत्याचाही पैशात हिशोब मांडला! मग आता कोठून मिळेल पूर्वीच्या मारवेल गवतावर दिवसभर चरलेल्या गाई-म्हशीच्या दुधाची चव? पाहायला तरी मिळते का तापवलेल्या दुधाचे मडक्यास लागून राहिलेले खमंग तुपट खरडण? तांबूस गुलाबी खवल्या खवल्याचे घट्टगोट्टा दही? शिळ्या भाकरीवर पांढरा शुभ्र लोण्याचा गोळा चोपडून खायला मिळणारी स्वादिष्ट न्याहारी? आज जशा ह्या सर्व गोष्टी इतिहासजमा झाल्यात, त्या-प्रमाणेच पूर्वी घराघरांत सणासुदीला, सोयरे-धायरे आणि लेकीबाळी माहेरी आल्यानंतर किंवा आल्या-गेल्यास तुपा-पोळीचे पाहुणचार आणि आमरसाच्या आणि पुरणाच्या पोळ्यांच्या पंगतीही दंतकथा ठरल्यात. तद्‌वतच ते साध्या-फिक्या-सपक वरणावर तरंगणारे आणि सबंध घरभर घमघमणारे पळीपळी (टी स्पून किंवा टेबल स्पून नव्हे हो– चांगले सात-आठ टी-स्पून मावणारी डाळवाटी) तूप. वा! क्या कहने! खव्वयांची पोटं फुटायची वेळ!

परंतु गेले ते दूध, ते दही आणि लोणी आणि तूप! आता राहिला तो

डालडा! 'वनस्पती तूप'. एवढेच नव्हे तर अलीकडे पंगतीमधून, वरणात मुतणारा 'उंदीर'ही (तुपाचा काटा) संपला! मग भलेही पंगत गोरगरिबांच्या लग्न-कार्यातील पंगतीची असो की मोठमोठी मंगलकार्यालये किंवा आलिशान हॉटेल-मधली. अर्थात ह्यास इतर कारणंही कारणीभूत असतील– आहेत; परंतु एक मात्र खरे की लहान लहानच होणाऱ्या ढेल्यांप्रमाणे महानगरातील वनरूम किचन किंवा खेड्या-पाड्यातील वाढत्या 'घरभिंती'बरोबरच पैसा वाढत गेला तरी मनं मात्र लहानलहानच होऊन संकुचित झालीत. चक्क खूडच झालीत. मनं मग ती ग्रामीण भागातील उंच उंच बहुमजली इमारतीत आणि फार्म हाउसमध्ये राहणाऱ्या सधन जमीनदारांची असोत की महानगरातील गगनचुंबी अपार्टमेन्ट्स आणि 'हाईटस्'मध्ये राहणाऱ्या अब्जोपतींची उंचच उंच हवेल्यात रेंगणारी खुजी मनं! लिलीपुट्स!

मानसा रेऽ मानसा
तू हे काय करतोस?
वसुंधरेचे वस्त्र फेडून
निशान त्याचे करतोस!
नात्यागोत्याची होळी करून
तोंडी सारे लावतोस!
मानसा रेऽ मानसा
तू हे काय करतोस?
तू हे काय करतोस!

प्रकाश पाटलाने मारलेल्या सामुदायिक आणि रूमाल्या वाटण्याच्या मेखीस पुन्हा पुन्हा फुटवे फुटून ते वेळीअवेळी कधी तोंडातोंडी होऊन हात-घाईवर येत असत, तर कधी 'माय-बाईल'चे सर्रास वस्त्रहरण करून हातात काठ्या-कुऱ्हाडी घेऊन रक्तपातास आमंत्रित करीत असत. कधी सामाईक धुरा फुटल्यावरून तर ढोरं-वासरं चारण्यावरून, कधी आंब्याच्या वाटण्यावरून तर कधी कोणी जाळण्यासाठी बाभळीचे एखादे झाड तोडल्यावरून किंवा बाभळीच्या सावलीमुळे पीक वाढत नसल्यावरून, कधी पावसाच्या पाण्यावरून तर कधी कोणाच्या राजपुत्राने नको तेथे शी केल्यावरून! खरं म्हणजे भांडण करणाऱ्यास कारण लागतेच असे नसतेच. त्यामुळे कधीकधी कारण नसणे हेच कारण समजायचे! मग सागासारख्या किंमती झाडाच्या तोडण्यामुळे– तेही एकदोन नव्हे तर चांगले दोन-दोन वखरा गाडीच्या दांड्या आणि दाराच्या चौकटी होण्यासारख्या

लाकडाच्या तोडीमुळे– रणकंदन होणे अपरिहार्यच आणि झालेही तसेच. 'पीके' साहेब आणि हानोतराव पाटलांच्या सामायिक बांधावर वाढलेली पाच-सहा सागाची झाडं आणि एक बोरीचे झाड कोणीतरी तोडून नेल्याचे 'पीके'च्या गड्याने पीकेस भरपूर मीठ-मसाला लावून सांगितले. ते ऐकून केवळ फायदाच माहिती असणाऱ्या पीकेसाहेबाच्या रागाच्या पाऱ्याने कळस ओलांडून त्यावर झेंडाच लावला. त्यामुळे हानोतराव पाटील आणि संभाजीरावांच्या द्वेषाने त्यांचा क्रोध एकदम उफाळून त्यांना कशी अद्दल घडवावी, याबद्दल एकामागून एक महाभयंकर कारस्थानं डोक्यात उद्भवून त्यांच्यातील वैराच्या ठिणगीचे रूपांतर सूडाच्या वणव्यात होऊन शेवटी एका भयंकर कारस्थानास मूर्त रूप द्यायचा निर्धार पक्का केला.

मानवी स्वभावाचे एक वैशिष्ट्य असे, की एखादा चांगला विचार डोक्यात आला की तो अमलात आणण्यासाठी मनुष्य आज करू उद्या करू म्हणेल, मुहूर्त वगैरे पाहील; परंतु जर का एखादा वाईट विचार मनात आला रे आला, की त्याची अंमलबजावणी तत्काळ झालीच म्हणून समजा! म्हणून तर पीकेसाहेबांनी तत्काळ वनविभागाच्या चौकीदाराच्या नावे तक्रारअर्ज करून त्यात संभाजीरावास आरोपी बनवून तोडलेल्या झाडांचा पंचनामा करून कार्यवाही करावी असे कळविले आणि अशा पडत्या वेळी उत्साह दाखविणार नाहीत तर ते सरकारी कर्मचारी कसले? तद्वतच 'नियत तसी बरकत आणि द्वेषापोटी फसगत' हेही ठरलेलेच. मग झालेही तसेच. पीकेच्या अर्जावरून वनविभागाचे तीन-चार कर्मचारी-चौकीदार यांनी तोडलेल्या सागाच्या झाडांचा पंचनामा केला. परंतु त्यांनी तोडलेला मुद्देमाल काही सापडला नाही. त्यांनी पुष्कळ शोधाशोध केली परंतु सहा सागाच्या अन् एक बोरीच्या झाडाच्या दांड्या सापडल्या, त्याही पीकेच्या तुरीच्या कुटारात! आणि ते पाहून तर पीकेच्या तळपायाची आग मस्तकात घुसून त्यांच्या क्रोधाचा पारा गगनात मावेनासा झाला; परंतु आता मात्र त्यांची अत्यंत केविलवाणी परिस्थिती झाली. कारण सरकारी कर्मचाऱ्याने केलेला हा गुन्हा खरोखरच खूपच गंभीर स्वरूपाचा होता. एवढा की प्रसंगी 'आपली नोकरीही जाण्याची शक्यता आहे' अशी पाचर त्या चौकीदाराने पीकेस बोलून दाखविली. त्यामुळे पीकेची बोबडीच वळली. कारण बढतीस आलेली नोकरी जाते की काय, याची धास्ती त्यांना वाटू लागली. त्यामुळे आपण रचलेले कारस्थान आपल्यावरच उलटलेले पाहून त्यांना संभाजीस खाऊ की गिळू असे झाले होते. कारण त्यास नक्की आपण असे काही करणार आणि जर काही केलेच तर– 'आणि नेमकी तीच वेळ

भडव्याने आपल्यावर आणली' असे काहीतरी ते स्वत:शीच पुटपुटले आणि हे प्रकरण ते एकदम आटोपते घेण्यासाठी वनखात्याच्या साहेबाच्या पाया-पोटी लागून आणि भरपूर मलिदा चारून त्यांनी कशीबशी स्वत:ची सुटका करून घेतली.

वरील प्रकरणामुळे पुंडलिकराव म्हणजे पीकेच्या डोक्यात सूडाचा किडा झाड पोखरणाऱ्या किड्याप्रमाणे त्यांचे डोके दिवसरात्र कुरतडू लागला. त्यामुळे ते हानोतराव पाटलास आणि त्यांच्या सर्व मुलांस खाऊ की गिळू असेच करू लागले. आणि अशा सूडाने पेटलेल्या व्यक्तीची बुद्धी सूडाच्या अविवेकीपणापुढे हतबल होते आणि मग विक्रमादित्याच्या कथेतील सद्गुणाप्रमाणे बुद्धी आणि विवेक गेला की त्यापाठोपाठ इतर सर्व सद्गुण त्या व्यक्तीपासून कायमचे दुरावतात. त्यामुळे ती व्यक्ती सत्य, चांगले-वाईट, नाते-गोते इत्यादी तर विसरतेच; परंतु अगदी शत्रूबरोबरच स्वत:च्या शील-चारित्र्याचा, फायदा-तोट्याचा किंवा आणखी दुसऱ्या कशाचा मुळीच विचार करीत नाही. शिवाय हा शत्रू आपल्याच रक्ताचा आणि नात्याचा असल्यास त्याच्या सूडाग्नीच्या ज्वालांचा भडका आणि दाह कैकपटीने वाढतात. पीके तरी ह्या नियमास कसे अपवाद ठरतील? त्यातच अंगावर असणाऱ्या खाकी वर्दीची गुर्मी. भरीस वेळोवेळी सकारण-अकारण वापरलेल्या आणि माहीत असलेल्या कोर्टाच्या कलमांमुळे हानोतरावांना आणि त्यांच्या मुलांना काय करून कोणत्या कलमाखाली कसे गोत्यात आणून त्यांना जन्माची अद्दल घडविता येईल हाच एकमेव विचार त्यांच्या डोक्यात अहोरात्र थैमान घालू लागला. एवढा की वरील प्रसंगाचा बदला घेण्यासाठी ते मागील दोन-तीन महिन्यांपासून दांडेगावला जवळजवळ दररोज येणे-जाणे करू लागले आणि हानोतराव आणि त्यांचे चिरंजीव अंबादास, रामराव आणि संभाजी यांच्यावर डोळ्यांत तेल घालून पाळत ठेवू लागले. त्यातल्या त्यात संभाजी आणि रामराववर विशेष लक्ष ठेवू लागले. कारण त्यांच्या मते संभाजीनेच त्यांच्यावर वृक्ष तोडण्याचे प्रकरण उलटविले होते आणि रामरावांवर त्यांचा राग यासाठी होता, की तो नोकरदार असल्यामुळे त्यांच्या घरात एक जास्तीचा आर्थिक झरा हानोतरावांच्या उत्पन्नात आणि सामाजिक दर्जातही भर घालीत होता. मग कोणत्या चुलत्यास आपल्या भावा-पुतण्यांची अशी आर्थिक आणि सामाजिक प्रगती उघड्या डोळ्यांनी बघवेल? असे केले तर त्यांच्यासहित त्यांच्या मागील सतरा पिढ्या नरकात नाही का जाणार? मग सोप्पा उपाय! लावा की सुरुंग आणि पेटवा की बत्ती! म्हणजे मग 'तुम्ही तसे

आम्ही आणि धड करू असामी!' हाच उदात्त विचार पीकेच्या डोक्यात अहोरात्र थैमान घालू लागला आणि शेवटी एक भयंकर प्रसंग त्यांनी म्हणजे त्यांनी आणि प्रकाश पाटील आणि त्यांच्या चांडाळचौकडीने घडवून आणलाच! तो असा–

ध्यानीमनी नसताना रोहिणीचा पाऊस खूपच चांगला झाल्यामुळे गावातील सर्वांची शेतीची कामं करण्यासाठी एकच धांदल उडाली. कारण आत्तापर्यंत काहींचे नांगरायचे राहिले होते, तर कोणाचे खत ओढायचे राहिले होते. काही कर्तबगार कुणब्यांच्या शेतातील हिरव्यागार कुंद्याचे मोठमोठे बंद त्यांच्या कर्तबगारीची साक्ष उजागर करीत होते तर काहींची चिपाड पल्हाटी 'संपलं नाही का मालक आणखी लग्नातली बुंदी खाणं?' म्हणून जागवत होते. काहींच्या शेतातील खोडं हिरवीगार होऊन मालकाच्या आळसाचा अभिमान बाळगीत होते तर काहींची बांध-बंदिस्ती झाली नसल्यामुळे रोहिणीच्या अवकाळी पावसाने अशा हिंदगोद्या आणि नाकर्त्या नायकांच्या शेतामधील सर्व गाळ धुवून काढून कर्तबगार शेजाऱ्याच्या शिवाराची सुपीकता वाढवून आळसलेल्या मालकाच्या थतुरात सणसणीत थप्पड मारून शेजाऱ्यास बक्षिसी दिली होती. परिणामी असे सर्व सज्जन नाइलाजाने थोडेफार हालले आणि जे पूर्वीचेच कामसू कामाजीराव आणि टिबनराव होते त्यांची तर कामामुळे झोपच उडाली. मग असे कष्टाळू कुणबी तर दिवस निघण्यापूर्वीच अनुश्यापोटी आखाडपाळी करण्यासाठी औत घेऊन शेतावर पोहोचले होते. ज्यांची चिपाड-पल्हाटी अद्याप शेतात उभीच होती. त्यांपैकी काहीजण तर आरबळूनच गेले होते. मग त्यांनी उन्हाळ पाळी आणि आखाड पाळी दोन्ही एकदाच आटपावी असा सुंदर शॉटकट निवडून कोठे वरवर-जू आहे आणि कोठे पास इडी याचा शोधाशोध करून तेही कामास लागले होते आणि बायाबापड्यांच्या हातास तर दम म्हणून कसाच नव्हता. कारण घरचे स्वयंपाकपाणी आणि धुणं-भांडीच नव्हे तर गोठ्यातील ढोरा-वासरांची सोडबांध, शेण-मूत आणि झाडझूड करून मालकाची दुपार घेऊन चिपाड-पल्हाटी आणि काडी-कचरा गोळा करण्यासाठी चिमण्या पाखरांना घेऊन त्या शेतावर निघाल्या होत्या. त्यामुळे गावातील घराघरांस सर्वत्र कुलपं लागून सोयरा आला तरी त्यांना पाय धुवायला पाणी देण्यासाठी घरात कोणीच नव्हते.

पावसाने असे सर्वांना एकगठ्ठा कामास जुंपले होते. अर्थात ह्याच पावसाने अनेकांस असे कामास जुंपले होते तर काहीजणांचे अत्यंत नुकसानही केले होते.

शेतकरी, शेतमजूर शेतावर गेले तरी सुतार, कुंभार, चांभार, घिसाडी-लोहार आणि किराणा दुकानदारासारखे मात्र गावातच आपापला व्यवसाय करण्यात मग्न होते. परंतु गावागावांत आणि नगरा-महानगरांत तिसराही एक वर्ग कार्यरत असतो आणि तो म्हणजे ऐतखाऊ बांडगुळांचा. उदा., पत्ते कुटणारे, गंजेरी, झटपट लखपती-करोडपती बनू इच्छिणारे मटकाबहाद्दर, लहान-मोठी हातमारी करणारे हातचलाख निशाचार, सर्व प्रकारची हरामीची कमाई करणारे हरामखोर आणि याशिवाय सर्व गावाने ओवाळून टाकलेले आणि 'खायला आलो अन् कामाला मेलो' म्हणणारे कामचोर आणि अहोरात्र गावात भांडणतंटे कसे चालू राहतील याचीच सतत काळजी करणारे कळलावे किसनरावही असतात. त्यासाठी हे सज्जन अष्टोप्रहर डोळ्यांत तेल घालून सावजाचा शोध घेण्यात मग्न असतात. त्यांतीलच एक नारदीय नर म्हणजे पंचायत समितीचे पडेल उमेदवार प्रकाश पाटील आणि केवळ त्यांच्या सोबत राहिले तर आपले शानशोक फुकटात चालतात म्हणून त्यांचा शब्द सतत झेलणारे 'जिलकरी बंडू' आणि 'आगलाव्या आनंदा' आणि या चांडाळ चौडीच्या वाघुरीत नुकतेच शिरलेले 'पीके' पाटील या सर्वांची बैठक नुकतीच कोठे रंगात आली होती. एवढ्यात झेंड्याखालचा यादव वाघमारेची सून– रंभा– काहीतरी किराणा सामान विकत घेण्यासाठी संभाजीच्या दुकानात गेली. ती दुकानात गेल्याचे आगलाव्या आनंदाने पाहिले आणि त्याने हातातील ग्लास प्रकाश पाटलांच्या ग्लासाला भिडवीत आणि पीके पाटलाकडे पाहून डोळा मारला. मग त्यांनीही मुळीच वेळ न दवडता अगोदर ग्लासातील मदिरेचा एकच मोठा घोट घेत आणि तळलेल्या शेंगदाण्याचा बोकणा तोंडात भरीत पीकेस उद्देशून म्हणाले–

"काय साहेब, करता का शिकार भावकीची?"

"भावकीची मंज्ये?" गुचकी देत पाटलांनी विचारले.

"आहो साहेब, तुमच्या दुकानाकडे तर पाहा आधी." आगलावे डोळा मारीत म्हणाला.

"दुकानात? दुकानात काय हाय?" काहीच न समजून लुळा पडत चाललेला उजवा हात नाचवत पीकेंनी पृच्छा केली.

"विनयभंग आणि अॅट्रॉसिटी!" भयंकर क्रूरपणे प्रकाश पाटलांनी सुतळी बॉंबमध्ये दारू ठासली.

"ख-ख-खाय!" एकदम दचकून पीके पाटील उद्गारले. त्या शब्दांनीच पीके एवढे भेदरले, की त्यांच्या लुळ्या पडत चाललेल्या हातातील मदिरेचा

ग्लास जवळजवळ अर्धाअधिक रिकामा झाला.

"आहो साहेब, एवढे काय घाबरता? मालक काही तुमच्यावर केस करणार नाहीत- "

"केस तर होईल आणि तीही दोन्ही कलमांखाली. अर्थात तुम्ही मनावर घेतल्यावरच आणि तेही तुमच्या भावकीवर." असे म्हणून सुतळी बॉंबमध्ये दारू गच्च भरली की नाही ते प्रकाश पाटलांनी जणू हाताने धरून दाबून पाहिले आणि आपण लावलेल्या वाघुरीत ससा बरोबर टप्प्यात आलेला दिसताच ते मनातल्या मनात भयंकर खुनशीपणे हसत पीकेच्या कानी लागले आणि आपल्या कारस्थानाची दारू त्यांच्या कानात ठासून भरली. साहजिकच दारू पिऊन माणसाचे माकड बनलेल्या पीकेस तो प्लॅन एवढा आवडला, की त्यांनी प्रकाश पाटलास उत्स्फूर्तपणे चित्कारून साथ दिली-

"व्वा! क्या बात है! लीडर असावा तर असा!" आणि हातातील ग्लास अत्यानंदाने तोंडास लावून तो एकाच घोटात रिता करीत एकदम उठून म्हणाले-

"आस्संच करतो. आता जाऊन कडीच लावून येतो."

त्यावर प्रकाश पाटील त्यांना थांबवत म्हणाले, "अहो साहेब, थांबा. अशा गोष्टी आपण स्वत: कधीच करायच्या नसतात-"

"हंऽ काकडा तर पेटवायचाच, पनिक दुसऱ्याच्या हातानं." आगलाव्या आनंदारावांनी प्रकाश पाटलांच्या मनातील डाव बरोबर ओळखला.

"एकदम बरोब्बर. मग बोलत काय बसलास? पळत जाय आणि त्या येड्या लिंब्याला नाहीतर- हं, तो नसेल तर गणपत वाघमारेला पाहा आणि त्यांना सांग इकडे दुकानात कसे माळेगाव रंगले म्हणून. पळ."

मग पुढील गोष्टी अत्यंत त्वरेने घडत गेल्या. येडं लिंब्या आणि गणपत वाघमारे दोघेही तावातावाने दुकानाकडे धावले आणि दुकानात रंभाला पाहताच, गणपत वाघमारे भयंकर क्रोधायमान झाला आणि क्रोधाच्या भरातच त्याने सरळ दुकानाला बाहेरून कडीच लावली आणि संभाजीच्या आणि रंभाच्या नावाने तोंडस येईल ते बोलून दोघांचीही माय-बाईल काढू लागला. यावेळी वाघमारेच्या तोंडाचा पट्टा असा काही पातळी धावू लागला की त्या शिव्या ऐकून मराठ्यांच्या मुलांची डोकीच भडकली आणि तीन-चार जणांनी त्यास चांगले बुकलून काढले. अर्थात हा सर्व तशामा तंतोतंत आपण योजल्याप्रमाणेच होत असल्याचे पाहून बैठकीतील चांडाळ चौकडीने पुन्हा एकदा एकमेकांच्या ग्लासास ग्लास भिडवून तो प्रसंग मोठ्या उन्मादाने साजरा केला. तो पर्यंत कोणीतरी दुकानास लालवेली

कडी काढली आणि काय झाले? कसे झाले? याची मुळीच कल्पना नसलेली रंभा एकदम भांबावून दुकानाच्या बाहेर पडली. परंतु बाहेरचा आरडाओरडा ऐकून आणि दुकानास कोणीतरी बाहेरून कडी लावल्याचे लक्षात येताच चाणाक्ष संभाजीचा काळजात एकदम धडकीच भरली. तसेच ह्यात आपल्या चुलत्याचाच हात असला पाहिजे असे ठामपणे वाटून तो सावधही झाला. ह्या गडबडीत शंभर टक्के भावकी बनलेल्या पीकेंनी बरोबर डाव साधला आणि आगलाव्या आनंदा करवी रंभाच्या दिरास वसमतला पाठवून पोलीस स्टेशनमध्ये जाऊन पोलीस निरीक्षकांची मूठ दाबून संभाजीवर विनयभंगाचा आणि संभाजी बरोबरच दुसऱ्या दोघा-तिघांवर ॲट्रॉसिटीचा गुन्हा नोंदवून प्रसंग अत्यंत बाका असून दांडेगावात एक दोघांचा खूनही पडण्याची शक्यता आहे असा बनाव करून वरसा 'दवंडी' फेम संपादक गणपत वाघमारेस हाताशी धरून त्यांच्याकरवी पेपरमध्ये भरपूर मसाला लावून सदरील बातमी छापण्यासाठी दिली होती. त्यामुळे पोलीस निरीक्षकासही पाच-सहा पोलिसांनाही दांडेगावात आणण्यात यशस्वी झाले.

दुर्दैवाने पोलिस पाटील असलेले संभाजीचे वडील हानोतराव पाटील त्याच दिवशी त्यांच्या सासुरवाडीस असलेल्या एका लग्नास गेले होते. दुर्दैवाचाच फेरा म्हणून की काय, त्याच दिवशी शुक्रवारी कसलीसी सुट्टी घेऊन सेकंड सॅटरडे आणि रविवारही आला होता. अर्थात हे सर्व ओळखूनच पोलिस निरीक्षकांनी पोटभर सुपारी घेऊन संभाजीस आणि इतर तिघा सवर्णांस हातकडी घालून पोलिस स्टेशनला नेले! आणि कधी नव्हे ते आज प्रथमच दगडोजीराव पाटलांच्या वाड्यातील एका प्रतिष्ठित व्यक्तीस कोणतेही कारण नसताना केवळ भाऊ-भावकीच्या मत्सरापोटी तीन दिवस पोलिस कोठडीमध्ये अडकून पडावे लागले. परंतु ते पाहूनच तर सख्खा चुलता अत्यानंदाने नाचू लागला! चांडाळ-चौकडीस आनंदाच्या उकळ्या फुटू लागल्या आणि भावकीची काही विघ्नसंतोषी मंडळी मनोमन साखर वाटू लागली!

आणि अशा रीतीने इथेच आणखी एका महाभारताची पायाभरणी झाली!

- ० -

प्रकरण ६

माय काय अन् गाय काय, बाई काय अन् गाई काय, दोन्ही सारख्याच. गळ्यात दोर, बांधला खुटा अन् टाकला चारा! परंतु दुधासाठी मात्र वासराच्या ढुसण्या आणि मालकाचा सरा! शिवाय पळून जाऊ नये म्हणून गळ्यात भले-मोठे लांबलचक लोढणे. शिवाय अन्नदात्याने उभ्या केलेल्या वळूसमोर गुपचूप सात-सात जन्म उभे राहणे! म्हणेल तेव्हा. मनात असो नसो. मन मारून सहन करणे– लाजिरवाणा बलात्कार वर्षानुवर्षे अव्याहतपणे विणे आणि देणे- दूध, दुभते, गालवड-गोहरे, धनधान्य आबादीआबाद! परंतु 'देता देता झाली डंगर तरीही मालकाला नाही कदर!' अशीच गत. मग माय काय अन् गाय काय. दोन्ही सारख्याच ठार मुक्या. दोघीही विणाऱ्याच आणि दोघीही देणाऱ्याच. परंतु बदल्यात काहीच न घेणाऱ्या. मग देणाऱ्याने देत जावे - देत जावे - देतच जावे सतत सर्वस्व. मनात असो नसो. आणि दिले नसलेच तर घेणाऱ्याने बळजबरी घ्यावे कधी गोड गोड बोलून, तर कधी गुरकावून, धमकावून, कधी छळ-कपट करून तर, कधी मार मार मारून, ओरबाडून एवढेच नव्हे तर कधी अमानुष बलात्कार आणि निर्दयी खून करूनही! परंतु लुटावेच लुटावे– कसेही करून! धनसंपत्ती तर लुटावीच लुटावी परंतु कधी कधी तिला प्राणाहून प्रिय असलेल्या शीलाचेही लचके तोडावेत कुत्र्या-लांडग्याप्रमाणे! आणि तरीही तिने मात्र तोंडावाटे साधा ब्र सुद्धा काढू नये, कारण त्यांना समाजानेच तर घातलेले असते रुढी-परंपरा आणि संस्कृतीचे मुचके! मग त्या बोलणार तरी कशा? आणि बोलल्याच तर– तिचेच तोंड ठेचावे, प्रसंगी नाक-

कान आणि मानही कापावेत आणि हेही कमी वाटले तर चक्क तिला निर्वस्त्र करून तिची गावागावांमधून धिंड काढावी, अपमानित आणि कलंकित करावे. किंवा एवढे कष्ट तरी कशाला, म्हणून सरळ रॉकेल ओतून काडीच लावून द्यावी! बस बोंबलत! रडरडरड आणि रडत ओरडतच हो कोळसा! जणू तेव्हाच तिची सुटका!

मोठ्या आईची– रुखमाबाईची– गतही अशीच काहीशी झाली होती. मालकांच्या जाण्याने जणू वाड्याचेच नव्हे तर संपूर्ण गावाचेही चित्रच बदलले होते. कोणाचा कोणावर वचक राहिला नाही की कोणाला कोणाबद्दल आदर-कदर. 'राजे गेले सरदार शिरजोर झाले' अशी गत. जो तो आपल्यातच गुंग. आपल्याच पायापुरते पाहणारा. 'राजाला राणी आणि राजाराणीला सोन्या-सोनी'! बस्स, एवढेच विश्व. इतर कोणास ह्यात स्थानच नाही. अगदी जन्मदात्या आई-वडिलांसही. जणूकाही इतर सर्व अस्पृश्य आणि महारोगी. मग बहीण-भाऊ, काका-काकी, पुतण्या-पुतणी, मामा-मामी किंवा मावशी-आत्या किस खेत की मूली? स्पष्टच सांगायचे म्हणजे कुटुंबातील इतर नात्या-गोत्याचा गुंताच नको म्हणून ह्या सर्व नात्यांच्या फांद्याच जाणीवपूर्वक छाटलेल्या! फक्त आपलाच शेंडा वरवर जावा आणि आपलाच झेंडा अविरत फडकत राहावा म्हणून. मग अशा वेळी आजा-आजीसारखी कालबाह्यच. आणि 'व्हईनं अन् जाईन तोंड मूक राहीनं' शिवाय 'रोगाची खाण घरात घाण' तरी कशासाठी? मग 'घाणीची खाण डॉक्टरला रान.' त्यामुळे दिवसाच्या रात्री अन् खिशाला कात्री कोण लावून घेईल? आणि अनेक बाईलबुधे तर 'बायकोची मानती बात मायला मारती लाथ' असे. मग येथे तर जो तो फायद्यासाठीच वायदा करणारा. अर्थात काही 'बोलके बहाद्दूर' म्हणतील–

विटेवरी उभा केला विठोबा
मातापित्याच्या सेवेसाठी
भक्त पुंडलिकाने किंवा
अंध मातापित्यांना
तीर्थयात्रा नेण्यासाठी
कावड केली श्रावणाने वगैरे वगैरे.

परंतु ही झाली पुराणातील वांगी. आता अशा सर्व पौराणिक कथा सांगण्यासाठी आणि ऐकण्यासाठीच बऱ्या. परंतु व्यवहारात एवढे भावुक आणि भाविक झालो तर बायकापोहरं वाऱ्यावर सोडून आपणासही श्रावणासारखीच

लंगोटी लावून हातात कावड नाही का घ्यावी लागणार? मग ही ब्याद कोणास परवडणार? मग 'पचेल ते खावे अन् परवडेल तेच करावे' आणि त्यासाठी त्यांचे सरळ अन्नपाणीच तोडावे म्हणजे खर्चही वाचेल. शिवाय लघवी-संडास वगैरेंची ढबरं भरणेही नको की घोंगावणाऱ्या माश्यांचा उपद्रव! त्याचबरोबर रोग्याचीही लवकरात लवकर सुटका आणि आपणही मोकळे! स्वतंत्र! आणि याहीपेक्षा लवकर मुक्ती आणि स्वातंत्र्य हवे असेल तर दाबा की सरळ नरडंच! मरीजच मरीज! करील जरासी वळवळ, झाडील हातपाय, धडपडही करील थोडीसी. जीव आहे, कितीही केले तरी असा कसा जाईल लवकर? अहो कोंबडंसुद्धा थाड थाड उडते– मुंडकं कापलं तरी– मग हे तर मनुष्यच, असा कसा जीव घेऊ देईल? त्यासाठी चांगलीच शक्ती पणाला लावावी लागणार आणि हे ओळखूनच तर ह्याला अगोदरच अर्धे-निर्धे मारले, अन्नपाणी तोडले– मग दवा-दारू कोठली? म्हणून बनला सांगाडा– मग थोडासा लावला जोर की जीव झाला कायमचा बिनघोर– त्यासाठी हं– आणखी जोराने आणखी जोरानं - आणखी - अस्सं!

अस्संच– अगदी अस्संच केलं पीकेनेही. जन्मदात्या आईचाच काटा काढला नराधमाने. खरे तरी वाटेल का कोणास? परंतु वस्तुस्थिती मात्र हीच आहे. जन्मदात्या आईचाच गळा घोटला नराधमाने! लेकाकडे त्यांनी दागिने ठेवायला दिले होते. तसे एक दोन वेळा त्यांनी लग्नकार्याच्या निमित्ताने दागिने आणण्यासाठी सांगितले, परंतु पीकेनी काहीतरी कारणे सांगून दागिने द्यायचे टाळले. तेव्हा त्यांनी पीकेने दिलेल्या कारणांशी शंका येऊन, शेवटी एका प्रसंगी त्यांनी दागिने आणण्यासाठी खूपच आग्रह केल्याने पीके सरळ आईवरच उसळून म्हणाला,

"आई, तुझा माझ्यावर विश्वास नाही का? की तुला मी दागिने मोडल्याची शंका येते? आं? सांग, सांग की सांग" आणि असे म्हणत म्हणतच त्याने आईच्या डोक्याचे केस धरून जोरजोरात ओढू ओढू मोठ्याने "सांग, सांग की" म्हणून ओरडू लागला.

अलीकडे पीकेचे पिणेही खूपच वाढले होते. कारण एका महिन्यापूर्वीच तो एका केसमध्ये लाच घेतेवेळी रंगेहात पकडल्यामुळे निलंबित झाला होता. साहजिकच त्याचा पगारच नव्हे तर वरकमाईही बंद झाली होती. त्यामुळे पत आणि प्रतिष्ठाही धुळीस मिळाल्यामुळे सहकारी मित्र आणि आप्तेष्ट नातेवाईकही

त्यास टाळू लागले आणि काहीजण तर त्याची साधी ओळखही नाही असेही दाखवू लागले. त्यातच पत्नी आणि आईचे सर्व दागिनेही केव्हाच मोडण्यात आले होते. बरे एवढे दागिने, वरकमाई, पतपेढी, कर्ज आणि उसने-पासने करूनही घर बांधणे तर पूर्ण झालेच नव्हते. उलट सुतार, गवंडी यांचे पैशासाठी तगादे मात्र चालूच होते. मग पैशासाठी जावे तरी कोठे जावे? भाऊ तर स्वत:च्याच करणीने अगोदरच तोडले होते, काही मदत करणारे सोयरे होते त्यांना यापूर्वीच अनेक वेळा गंडविले होते. बाकीचे काही कामापुरते मामा आणि ताकापुरते आजीबाई. स्वत:चीच सोय पाहणारे, 'असेल तर उठबस, नसेल तर चल ऊठ' सारखा व्यवहार पाहणारे व्यवहारी व्यापारी, आप्तेष्ट. म्हणाल तर ताज्या घोड्यावरील गोमाश्या आणि भावकी तर पहिलीच. गोडबोले गंगाराम आणि कळलावे किसनरावच. खेकड्याच्या चालीची आणि गिधाडाच्या नजरेची– चालणाऱ्याचा पाय ओढणारी आणि खंगलेला कधी गचकतो आणि कधी एकदा आपणास तेरवीची बुंदी खायला मिळते यासाठीच घिरट्या घालणारी! त्यामुळे पीकेची अवस्था डेऱ्यात फसलेल्या मोकाट जनावराप्रमाणे झाली होती. डेऱ्यामधून निघण्यासाठी स्वत: होऊन धडपडही करता येत नव्हती. कारण धडपड केली. हातपाय हालविलेच तर डेऱ्यात अधिकच खोल खोल फसून जावे लागणार होते आणि दुर्दैव असे की मोकाट जनावर असल्यामुळे त्यास दोर-धांद लावून बाहेर काढण्यास कोणीच पुढाकारही घेत नव्हता. नव्हे, उलट तो त्या डेऱ्यात 'असाच सडून मेलेला बरा!' म्हणून जवळ न येताच पुटपुटत होता. मग स्वत:ची अशी केविलवाणी दुरवस्था पाहून पीके अधिकाधिकच व्यसनाधीन होत गेला तसतसा तो अधिकाधिकच सर्वांकडून तिरस्कृत होत गेला.

परंतु आईचं वात्सल्यच मोठं विश्वव्यापी. मुलाने कितीही त्रास दिला, अपमान-अवहेलना केली, दुर्व्यवहार केला, हालबिल केले किंवा निष्ठुरतेचा कळस करून, खून केला, तरीही तिचे काळीज प्रेयसीस भेट करण्यासाठी नेणाऱ्या पुत्रास ठेच लागताच तिचे तेच काळीज मात्र त्याच्याचसाठी गलबलून विव्हळणार– 'बेटा तुझे चोट तो नहीं आयी?' मोठ्या मायचे– रुखमाबाईचे– मनही तसेच मोठे. पीके असो की त्याची पत्नी. कितीही त्रास देवो– अन्नपाणी तोडो, तोंड सोडून घालनूपाडून बोलो, चंचीमधून पैसे काढून घेवो – की प्रसंगी पैसे काढून घेतल्याचा त्यांच्यावरच आळ आणो; आई मात्र त्यांच्याच भल्यासाठी राबणार. एवढेच नव्हे तर पीके तर पोटचाच आणि पीकेची पत्नी सख्खी भाचीच. परंतु रुखमाबाईंच्या मोठ्या जावा, नणंदा आणि उठता उणे आणि

बसता धू धू धुणे करणारी खाष्ट सासू बाज धरताच त्यांच्या थुंकीसाठी जेवता जेवता समोरचे ताट सारून बाजूखालची थुंकीची पितळी सासूबाईंच्या तोंडासमोर धरणारी, बाजेवरच्या बाजेवरच त्यांचे हागलेमुतले करणारी, सासू म्हणतील ते तत्काळ गरमागरम करून देणारी. मग ती पापड, कुरडई असो की भरपूर बदाम, काजू, मनुका, चारोळी आणि घमघमीत तूप ओतून केलेला स्वादिष्ट शिरा. आग्रह करून करून अगदी लहान मुलांसारखे भरवायच्या.

मोठी माय अशा नावाप्रमाणेच मोठ्या मनाच्या, तर पीके असा! म्हणून खाण तशी माती हे काहीसे खरे असले तरी उसापोटी काऊस हे मात्र पूर्णपणे खरे. कारण पीकेने मोठ्या मायचा– स्वत:च्या एवढ्या प्रेमळ आईचा– असा काही भयंकर छळ केला, की त्या छळाचा धसका घेऊन पीकेजवळ येताच एकदम त्यांच्या सर्वांगी कापरे भरून त्यांना दरदरून घाम येई, थरथर कापून त्यांची बोबडीच वळे आणि डोळ्यांस धारा लागून यापुढे तरी त्याने आपणास दागिन्यांसाठी त्रास देऊ नये म्हणून त्या दोन्ही हात जोडीत "नको नको! मला मारू नको! मला मारू नको!" म्हणून निपचित पडत! कारण पीकेने आतापर्यंत मायलेकाचे नाते केव्हाच तोडून सर्वसामान्य माणसाच्या कर्तव्यासही काडी लावली होती. नव्हे, त्याने केव्हाच द्विपाद आणि चतुष्पाद प्राण्यांची पातळी पार करून घाणीमध्ये वळवळणाऱ्या जंतूमध्ये शिरकाव करून त्याच घाणीस तो स्वर्ग समजू लागला होता. एका मध्यरात्री त्याने क्रूरपणाच्या आणि निर्दयीपणाच्या सर्व सीमा पार करून आईसाहेब झोपेत असताना एका कोऱ्या बाँडपेपरवर त्यांच्या उजव्या अंगठ्याचा ठसा उमटवून नंतर भयंकर क्रूरपणे त्यांच्या तोंडावर उशी दाबून चक्क प्राणच घेतला.

असाही तोच आणि तसाही तोच. कधी पराकोटीचा कनवाळू बनून अत्यंत हळुवारपणे थोपटणारा पिता, प्रियकर, तर कधी महाभयंकर क्रोधीत होऊन निर्दयीपणे झोडपणारा दुश्मन. कधी अतिउदार तर कधी तेवढाच कंजूष. कधी एकदम अवसानघातकी तर कधी ध्यानीमनी नसताना हरतऱ्हेने मदत करून आपले धैर्य, आपला आत्मविश्वास, आपले प्रेम आणि आनंद शतपटीने द्विगुणित करणारा मेहरबान मित्र.

असाही तोच आणि तसाही तोच; परंतु तो 'असंच' का करतो किंवा 'तसंच' का वागतो, हे मात्र अष्टोप्रहर स्वार्थाच्याच रौरवात स्वत:चे श्रीमुख सदा सर्वकाळ खुपसण्यात मग्न असणाऱ्या पाप्यांच्या पितरास किंवा प्रसंगी 'मीच

तुमचा सत्य भगवान' म्हणून अहंकाराने मिरवणाऱ्या पाखंडी धर्मभूषणास कधीच न उकललेले विश्वकोडे. तरीही ह्यामधून एक गोष्ट मात्र निर्विवादपणे अत्यंत ठळकपणे अधोरेखित होणारी ती म्हणजे त्याची कृपासावली असो की त्राहीमाम करून सोडणारे ऊन आणि त्यातही त्याची सर्वांगावर मोरपिसाप्रमाणे अत्यंत हळुवारपणे स्पर्शून जगण्याची नवी उमेद देणारी शीतल झुळूक आणि त्याच वेळी अत्यंत कठोरपणे कोरडे ओढणारा आसूड इत्यादी इत्यादी आणि असेच हे सर्व आणि सर्व काही ते मात्र सर्वांसाठी सारखेच! मग त्याची ती कृपा-सावली असो की ज्वालाग्रही ऊन, शीतल झुळूक असो की वज्रकठोर काठी, ती मात्र सर्वांवर सारखीच सावली धरणारी किंवा सर्वांग फोडून-सोलून काढणारी! इथे मात्र तोच एकमेवाद्वितीय खरा न्यायाधीशांचा न्यायाधीश. By all means all time, Almighty! हेच एकमेव सत्य! परंतु हे एकमेव सत्य तरी कोणास कितपत कळले? आणि जरी कळले तरी त्याचे कोणास काय? म्हणून म्हणतात, 'ज्यास कळते पण वळत नाही, तो माणूस.'

त्याच मध्यरात्री देवकीबाई झोपेमधून एकाएकीच खडबडून जागे झाल्या. त्यांचे सर्वांग घामाने निथळत होते. डोक्यामधून, तोंडावरून, छाती, पोट आणि पाठीवरूनच नव्हे तर अगदी हातापायावरूनही घामाच्या धारा लागल्या होत्या. प्रथम तर त्यांना काय होतेय अन् काय नाही याचा काहीच पत्ता लागला नव्हता. आयुष्यात अगदी प्रथमच त्यांना आपण अत्यंत असहाय्य, निराधार, कमनशिबी, अपशकुनी आणि एकाकी असल्याचा भास झाल्यामुळेच त्या भीतीने भयंकर चळचळ कापूच लागल्या आणि त्याच क्षणी त्यांना सर्वप्रथम त्यांच्या वत्सल आई-वडिलांची प्रकर्षाने आठवण झाली आणि आठवण येताच त्यांना एकदम रडूच फुटले! म्हणून त्या आपल्या खोलीत बाजेमधल्या बाजेमध्येच बसल्या जागीच 'माय ऽ व! मा ऽय!' म्हणून टाहो फोडण्याचा प्रयत्न करू लागल्या. परंतु भयंकर भीतीमुळे त्यांच्या तोंडामधून मोठा आवाज निघणे जमलेच नाही. त्यामुळे कसेबसे क्षीण आवाजात त्या स्वत:शीच पुटपुटू लागल्या–

"माय ऽ व! मा ऽ य!"

देवकीबाईंचा हा आवाज एवढा क्षीण होता की तो त्यांना स्वत:सच ऐकू आला की, न आला ते त्यांचे त्यांनाच माहीत. परंतु त्या 'माय' नामक शब्दातच जणू काही एखाद्या नामस्मरणाचे किंवा 'रामरक्षेचे' सामर्थ्य असावे. कारण आईच्या आठवणीनेच त्यांना थोडासा दिलासा मिळाला असावा म्हणून त्यांनी

दुसऱ्याच क्षणी खांद्यावर आलेल्या पदराने अगोदर तोंडावरून ओघळणारा घाम पुसला. नंतर छाती, पोट, मान आणि पाठीवरूनही तोच पदर फिरवून घेतला. आणि 'हे काय झालं ये माऽय!' म्हणत एक दीर्घ सुस्कारा सोडला. नंतर त्याच पदराने त्या वारा घेऊ लागल्या. खरेच, स्त्री जर जणू काही एखादी भीतरी परंतु सर्तक हरिणी, निरुपद्रवी परंतु अत्यंत उपयुक्त गोमाता आणि अत्यंत धैयशील आणि स्वावलंबी मांजरीच. काहीही करा, कसेही फेका स्वत:च्याच पायावर उभी राहणारी! मग मोठी माय रुखमाबाई, देवकीबाई काय किंवा कोणतीही सामान्य स्त्री काय सर्वसारख्याच.

मग मुलगा असा दहा एकर जमिनीच्या टुकड्यासाठी जन्मदात्या आईचाच काटा काढणारा

देवकीबाई अद्यापही बाजेमधल्या बाजेमध्येच पडलेल्या स्वप्नाचा पुन्हा पुन्हा अर्थ लावून राहून राहून डोळे पुसत होत्या. आपला सख्खा भाऊ आपल्या जन्मदात्या आईस अशाप्रकारे अमानुषपणे मारील कसा? असे वाटून त्या स्वप्नात आपल्या आईचा तोंडावर उशी दाबून खून करणाऱ्या व्यक्तीचा चेहरा पुन्हा पुन्हा नजरेसमोर आणण्याचा प्रयत्न करीत होता आणि जसजश्या त्या त्या व्यक्तीचा चेहरा न्याहाळत होत्या तसतसा व्यक्तीची आकृती पूर्वीपेक्षा अधिकाधिक स्पष्टपणे पुंडलिकराव सारखीच दिसत होती. आणि ते पाहून त्या पुन्हा पुन्हा वरचेवर शक्तीहीन होत होत्या आणि मग आपणासही कोणी असेच मारील की काय अशी शंका येऊन त्या पुन्हा पुन्हा भीतीने भयंकर भेदरून घामाने न्हाऊन निघत होत्या. अशावेळी त्यांना वडिलांची आठवण येणेही स्वाभाविकच. त्याच वेळी स्वत:च्या मुलाचा रोष पत्करून आपल्या नावे दहा एकर जमीन करून देणाऱ्या दूरदर्शी पित्याची आठवण होऊन कृतज्ञतेने त्यांच्या डोळ्यांमधून पुन्हा गंगा-जमुना वाहू लागत. आणि असा दूरदर्शी, प्रेमळ आणि खंबीर आधारवड आपणास सोडून गेल्यामुळे त्या पुन्हा कोसळून पडत आणि पुन्हा त्यांच्या सर्वांगास कापरे भरे.

खरेच, सर्वतोपरी एकाकी, निरक्षर, निसहाय्य आणि सर्वांत महत्त्वाचे म्हणजे 'पतीने टाकून दिलेल्या' कमनशिबी स्त्रीचे जगणे म्हणजे होरपळच होरपळ!

एकाकी असल्या म्हणजे आणि विशेषत: अशा अत्यंत दु:खद आणि मन विदीर्ण करणाऱ्या क्षणी देवकीबाईंना त्यांच्या स्वप्नातील सवंगड्याची त्यांच्या

यजमानांचीही ध्यानीमनी नसताना आठवण यायची व्हो, त्यांच्या लग्नास लग्न म्हणण्यापेक्षा स्वप्न म्हणणेच अधिक संयुक्तिक होईल. कारण लग्नाच्या बरोबर नवव्या दिवशीच ती दुर्दैवी दुर्घटना घडली. परतीवरून आल्यानंतरचा तो दुसराच दिवस. त्यादिवसी त्या त्यांच्या पतीसमवेत इतर काही आप्तेष्टांसोबत 'वडभरणा'साठीच्या म्हणजे मधुचंद्रासाठीच्या देवदर्शनासाठी निघाल्या होत्या. यहळेगावच्या तुकाराम महाराजांचे आणि रामजी बापूंचे दर्शन घेऊन येतेवेळी डोंगरकड्याच्या जटाशंकराचे दर्शन घेतल्यानंतर गावातील ग्रामदैवतांचे ते दर्शन घेणार होते. त्यासाठी दोन स्वतंत्र उमण्यांमधून हा सर्व लवाजमा निघाला होता. तुकाराम महाराजांचे दर्शन घेऊन हे सर्व होळकर रामजीबापूंच्या दर्शनासाठी निघाले होते. परंतु हाय रे नशीबा! वाटेतच त्यांना त्यांच्या माहेरचा सदाशिव जंगम भेटला. दोघांची नजरानजर झाली आणि माहेरच्या माणसास पाहून देवकीबाईंना सहज स्मित केले आणि झाले! तेथेच त्याच प्रसंगी सहस्त्रावधी विजांचा लखलखाट होऊन जणू संपूर्ण आभाळच कोसळले! कारण दुसऱ्याक्षणी रामराव पाटील भयंकर क्रोधीत होऊन रागाने लालीलाल होत त्यांनी तत्क्षणीच त्यांच्या उजव्या हातातील उपरण्यास बांधलेली देवकीबाईंच्या शालीची गाठ सोडली आणि रामजीबापूंचे दर्शन न घेताच माघारी वळून थेट उमणीतच जाऊन बसले! अकस्मितपणे घडलेल्या ह्या घटिताने सोबतच्या सर्व कळत्या व्यक्तिवर जणू विजांच्या वर्षावच झाला. विशेषतः देवकीबाईंच्यावर. कारण आता सर्वांनाच काही तरी महाभयंकर अघटीत घडणार असल्याची आशंका येऊन ते रामजीबापूंचे दर्शन न घेताच रामराव पाटलांच्या मागोमाग परत फिरले. ते पाहून देवकीबाईंचा जीवच थाऱ्यावर राहिला नाही. नाना शंका-कुशंकाच्या मधमाश्यांनी जणू त्यांच्या सर्वांगास दंशावर दंश करून त्यांना सळो की पळो करून सोडले होते– नव्हे कोणी तरी त्यांच्या काळजावरच धारदार वस्तरा आडवा-तिडवा चालवून त्यांना पुरते रक्तबंबाळ केले होते. त्यामुळे क्षणभर त्यांना का करावे आणि काय नाही असेच होऊन गेले होते, म्हणून थोडावेळ त्या तेथेच रेंगाळल्या, परंतु दुसऱ्याच क्षणी आपल्या बरोबरच सर्वचजण माघारी फिरल्याचे पाहून जमेल तशा डोळ्यातील अश्रूधारा पुसीत आणि मनावर मणामणाच्या मणक्या ठेवीत त्याही माघारी फिरून पाय ओढू लागल्या!

अहो, स्त्री म्हणजे पुरुषांच्या मर्जीची दासीच. त्याने ऊठ म्हणता उठावे, बस म्हणता बसावे. सज म्हणता सजावे, सेज म्हणता सेज द्यावी आणि गप्प म्हणताच तोंडास मुचकेच घालावे. आणि समजा, एखादीने विरोध केलाच -

आवाज चढवलाच तर, तर भरलाच समजा तिच्या पापाचा घडा! मग साध्या वाचिक आणि शारीरिक शिक्षेपासून ते थेट अग्निपरीक्षेपर्यंतचे शिक्षेचे सर्व सर्व पर्याय खुले! तेव्हा समजणे, समजून घेणे, तह, तडजोड मुळीच नाही. सर्व एकेरीच मामला. मग अश्रू गिळून, डोळे मिटून, मन मारून खालमानेने पती, पिता, बंधू इत्यादी प्रकारच्या पुरुषांचा आदेश तिने मानलाच पाहिजे. कारण पुरुष म्हणजे तिचा कर्ताधर्ता, आधार-तारणहार, स्वामी, देव इत्यादी आणि वगैरे वगैरे म्हणून शरण येणे, माघार घेणे, हार पत्करणे (तिचे खरे असले तरीही) हेच तिचे जगणे आणि मरणेही हेच! मग देवकीबाई तरी ह्यास कशा अपवाद असू शकतील? केवळ त्यांचे नाव देवकीबाई आहे आणि गुणही देवकीचेच आहेत, किंवा पात्रता अथवा योग्यता वगैरे आहे असे काहीबाही वाटत असेल, तर तो केवळ आपला भ्रम आहे. कारण हे सर्व ठरविण्याचा अधिकारही फक्त पुरुषाकडेच आहे आणि जर ह्याविरुद्ध एखादी दासी गेलीच तर तिचे तसे वागणे म्हणजे 'contempt of court' होऊन 'My Lord'नी तिला योग्य ती शिक्षा दिलीच म्हणून समजा! हाच खरा हिंदू कायदा आणि हीच खरी संस्कृती!

प्रश्नच प्रश्न. एक संपला नाहीच तर दुसरा उपस्थित झालाच. विचार करण्यासाठी किंवा उत्तर शोधण्यासाठी मुळीच वेळ नाही. त्यामुळे फक्त प्रश्नच प्रश्न. उत्तर एकाचेही नाही आणि त्यापेक्षाही भयंकर गंभीर गोष्ट अशी, की हे सर्व प्रश्न फक्त त्यांनाच– देवकीबाईंनाच– पडून त्यांना भयंकर भेडसावत होते आणि ज्याने हे सर्व प्रश्न उपस्थित केले तो पुरुष म्हणजे श्री. रामराव पाटील निर्विकारपणे उमणीस असलेल्या उशीवर रेलून निवांतपणे बसले होते; परंतु देवकीबाई मात्र कोणताच प्रश्न त्यांना विचारू शकत नव्हत्या. 'पत्नीने प्रश्न करू नये' हा पुरुषवर्गीय संस्कृतीने केलेला नियम. तो प्रत्येक भारतीय स्त्रीने पाळलाच पाहिजे. ह्या चाकोरीबाहेर कोणत्याही स्त्रीने जाता कामा नये आणि गेलीच तर तिचा कडेलोट झालाच म्हणून समजावा! आणि रामराव पाटलांच्या मते देवकीबाईने रूढ असलेली वाट, आखून दिलेली चाकोरी आणि मारून ठेवलेली लक्ष्मणरेषा ओलांडली होती. कारण परपुरुषाकडे पाहून स्मित करण्याचे महापातक तिने केले होते. म्हणून ह्या पापास त्यांनी मनोमन शिक्षाही ठोठावून टाकली होती आणि ती म्हणजे घटस्फोट! होय, घटस्फोट! एकतर्फी कायमचा घटस्फोट! ह्या शिक्षेची अंमलबजावणी घरी जाताच विनाविलंब होणार होती.

आणि झालेही तसेच. गावात पोहचताच रामराव पाटलांनी देवकीबाईंच्या

उमणीत असलेल्या इतर सर्व स्त्रियांना आणि मुला-मुलींना उतरवून धुरकऱ्यास फर्मान सोडले "हिला अशीच आत्ताच्या आत्ता माहेरी नेऊन सोड."

धुरकऱ्यास मात्र ह्यातले काहीच कळाले नसावे. त्यामुळे गोंधळून तो फक्त रामराव पाटलांकडे प्रश्नार्थक नजरेने पाहू लागला. ते पाहून रामराव पाटील त्याच्यावर भलतेच भडकले, "भडव्या, ऐकू येत नाही का? हिला अशीच्या अशी, आत्ताच्या आत्ता दांडेगावला नेऊन सोड! जाय." आणि त्यांनी स्वत:च बैलांची शेपटी पिरगाळून हाताच्या खुणेनेच 'हं!' म्हणून इशारा केला.

झाले. सर्वच संपले! सर्व सर्व स्वप्न चकनाचूर झाले! रामराव पाटलांनी तीन वेळा उच्चारायचा 'तलाक! तलाक! तलाक!!' फक्त एकाच 'हं!' मध्ये पूर्ण करत देवकीबाईस कायमची सोडचिठ्ठी दिली; त्यानंतर त्यांनी कधीच देवकीबाईस आणले नाही. दगडोजी पाटलांनी मात्र मोठ्या आशेने आणि विनम्रतेने काही सोयऱ्यांना मध्यस्थी घालून रामराव पाटलांची समजूत घालण्याचा पुन्हा पुन्हा प्रयत्न केला. परंतु छे! रामराव पाटलांवर कशाचाच परिणाम झाला नाही. अशा रीतीने मधुचंद्र साजरा होण्यापूर्वीच घटस्फोटाचे अघटित घडले. श्रीरामाने सीतेचा त्याग करण्यासाठी काहीतरी कारण तरी होते, परंतु देवकीबाईंसाठी मात्र फक्त एका नैसर्गिक स्मिताचेच कारण पुरले!

धन्य असे वागणे आणि धन्य अशी संस्कृती!

परंतु एक गोष्ट मात्र निश्चित; मधुचंद्र म्हणजे नेमके काय? संसार खरेच असार आहे का? शरीरसुख काय असते? इत्यादी आणि वगैरेसारख्या प्रश्नांची उत्तरे जरी देवकीबाईस कळाली नाहीत, तरी 'नवरे असेही असू शकतात' हे मात्र खूपच चांगल्या प्रकारे कळाले होते आणि ह्यातही विरोधाभासाची गोष्ट अशी की हे नवरोबा घराबाहेर कसेही असोत– पत्नीपुढेच यांची सर्व दादागिरी चालते–

गावातील ग्यानबा
शिवारातील रानबा
साहेबासमोरील 'होयबा'
खरे पाहता सारे
तनसीचे भारे
घराबाहेर पडताच
करती कसे 'हांजी हांजी'
बायकोसमोर येताच
बनतात एकदम फौजी!

पती असा केवळ नामधारी कुंकवापुरताच. तर सख्खा भाऊ असा– जन्म देणाऱ्या मातेचाच काटा काढणारा– परंतु स्वप्न ते स्वप्नच. ते खरे कसे मानावे? स्वप्न कोठे खरे होते? तेही असे भयंकर? आणि सर्वांत महत्त्वाचे म्हणजे पोटचा मुलगा आपल्या आईचा असा कसा काटा काढील? असे आणि ह्यासारखे असंख्य अपशकुनी विचार वारंवार देवकीबाईंच्या मनात येऊन त्यांच्या अंगाचा थरकाप उडवत होते. त्यामुळे डोळ्यांमधून अविरत बरसणाऱ्या अश्रुधारा पुशीत त्या त्यांच्या खोलीत असणाऱ्या एकमेव विठ्ठल-रखमाईच्या फोटोस पुन्हा पुन्हा हात जोडून प्रत्येक वेळी नवानवाच नवस करीत– "देवा विठुराया, आता पडलेलं हे स्वप्न स्वप्नच ठरू दे! स्वप्न ठरू दे. मरेपर्यंत तुही पायी वारी करील. देवा, देवा काहीही कर, पनिक हे सपन सपनच ठरू दे. मी बिनअन्नाचा सोमवार एकादशीसारखा मरेपर्यंत धरील. पनिक मायला सुखी ठेव, देवाऽ मायला सुखी ठेव." आणि आईचा धावा आणि ध्यास एकसारख्या करीत होत्या. त्यामुळे त्यांना पुन्हा झोप कशी ती आलीच नाही. उलट, झोपेएवजी दुसऱ्या दिवशी उजाडण्यापूर्वी दस्तुरखुद्द पुंडलिकराव उर्फ पीकेच मोठ्या आईचे प्रेत घेऊन आला होता!

परंतु आतापर्यंत ही बातमी केव्हाच गावभर झाली होती. कारण मोठी आई बीमार असल्याची चर्चा गावभर नव्हे तर सर्वत्र आप्तेष्ट आणि आजूबाजूच्या पंचक्रोशीत समजली होती आणि आता भल्या पहाटेच पोलीस जीपमधून पीके कुटुंबकबिल्यासह आईस घेऊन आलेला पाहून गावकऱ्यांच्या तोंडून हताशपणे तत्काळ शब्द ओसंडले– "मोठी माय गेली रेऽ!" आणि मग पाहता पाहता "माय गेली, मोठी माय मेली!", "मालकीन माय गेल्या!" असे एकाने दुसऱ्यास आणि दुसऱ्याने तिसऱ्यास सांगत सांगत संपूर्ण गावात ही दुःखद बातमी पसरली आणि वाड्यातील लहान-मोठ्यांना कळण्यापूर्वीच' ते झोपेमधून उठण्यापूर्वीच संपूर्ण गावगावांतील स्त्री-पुरुष, चिल्ले-पिल्ले रडत, भाकत आणि हंबरडा फोडीत वाड्याकडे धावू लागले आणि हां हां म्हणता म्हणता तेवढ्या मोठ्या वाड्यात पाय ठेवायलासुद्धा जागा राहिली नाही. मग पुढील दोन-तीन तास भयंकर आक्रोश, रडारड आणि गहिरवण्याचा एकच कल्लोळ झाला. वाड्यातील स्त्री-पुरुषांच्या आणि गावातीलही स्त्री-पुरुषांच्या शोकास आणि दुःखास सीमाच राहिली नाही. देवकीबाईस तर सारख्या रडण्यामुळे वारंवार दातखिळीच बसू लागली. ते पाहून हानोतराव पाटलास आईपेक्षा त्यांचीच अधिक चिंता वाटू लागली; परंतु पीकेस मात्र ही सर्व रडारड कधी एकदा थांबून कधी एकदा प्रेतास

अग्नी दिला जाईल, याचीच चिंता वाटू लागली.

थोड्या वेळानंतर काही वडीलधारी मंडळींनी ही दु:खद वार्ता गावोगाव पोहोचविण्याची काळजी घेतली आणि प्रेतासाठी पालखी बनविण्याचीही व्यवस्था केली. तर इकडे जमावात आईचा मृत्यू कसा झाला, काय नाही याची आणि ह्याच अनुषंगाने मग मालक कसे दगावले, त्याला जिम्मेदार कोण? इत्यादी आणि वगैरेवरही कोणी रोखठोक, तर कोणी सोईस्कर बोटचेपी भूमिका घेत बोलू लागला. त्याच वेळी आत्तापर्यंत ही दु:खद बातमी कळालेल्या जवळपासच्या गावच्या लेकीबाळी हंबरडा फोडीत वाड्यात प्रवेश करू लागल्या. मग अशी एखादी लेकबाळ आली की तिला पाहून देवकीबाई, मोठ्या आईच्या सुना, पुतण्या, जावा इत्यादी स्त्रिया "माय, सरस्वती आली की येऽ तिला बोलन ये माऽय!"

"माय, भीमा आली की ये; उठनंऽ तिला तरी बोलकीऽ माय उठनं ये माऽय!"

"आईसाब, तुमच्या इहिनबाई आल्या किव्होऽ उठावं." इत्यादी प्रकारे आपल्या दु:खास वाट करून हंबरडा फोडीत होत्या. प्रत्येक वेळी कोणतीही लेकबाळं आली की वरचेवर असाच रडण्याचा आणि आक्रोशाचा आलोंडा उठत होता. ह्यामुळे संपूर्ण गावचा व्यवहारच पूर्णपणे थांबला होता. सर्व घरास कड्या लागल्या होत्या आणि गावातील एकही बाहेरगाव दिलेली लेकबाळ वाड्यात आल्याशिवाय राहिली नाही त्यामुळे वाड्यातच नव्हे तर वाड्याबाहेरही स्त्री-पुरुषांची प्रचंड गर्दी जमली होती. जवळच्या तर जवळच्याच परंतु दूर दूर गावच्या लेकीबाळी आपल्या 'मोठ्या माय'चे शेवटचे दर्शन घेण्यासाठी आल्या होत्या. अशा वेळी त्यांची लाडकी शकुंतला आल्याशिवाय कशी राहील? शिवाय ती तर वसमतमध्येच होती आणि एकदिवस आड करून ती न चुकता मोठ्या आईस भेटण्याकरिता येऊन काही ना काही तरी गरमागरम करून आपल्या हातांनी त्यांना भरवत असे आणि कालच तर ती मोठ्या आईस भेटून आली होती. तिचे असे काही बरेवाईट होईल अशी पुसटशी शंकासुद्धा तिला आली नव्हती आणि आजच असे एकाएकी काय घडले म्हणून वाड्यात शिरताच तिने हंबरडा फोडला–

"आसं काय आक्रित झालं ये माऽय! कालच तर मह्या हातचे पापडं खाल्ले की ये माऽय!" म्हणून आक्रोश करू लागली. आक्रोश करतेवेळी मोठ्या आईचा चेहरा, हात वगैरे स्वत:च्या हातात घेऊन घेऊन त्यांच्यावर प्रश्नांची

सरबत्तीही करू लागली आणि ह्यातच तिचे लक्ष आईच्या उजव्या हाताच्या अंगठ्यास लागलेल्या शाईकडे गेले आणि ती शाईच असल्याची खात्री पटून एका भयंकर आशंकेने तिच्या डोक्यात घर केले.

एकदम तिच्या डोक्यात लख्ख प्रकाश पडला की; ह्या परदिश्या पुंडलिकनेच मोठ्या आईचा एखाद्या कागदावर अंगठा घेऊन तिचा गळा दाबला! व्हो. नक्की असेच केले त्या पातक्याने. कारण कालच मोठी माय पीकेकडे पाहता पाहता 'आता मव्ह काही खरं नाही ग शकु!' म्हणून तिच्या कानात कुजबुजली होती. म्हणजे– व्हो. नक्कीच. ह्याच पातक्याने मोठ्या मायचा काटा काढला असणार आणि डोक्यात हा विचार येताच तिने तो शाईचा अंगठा हातात धरून एकदम मोठ्याने हंबरडाच फोडला–

"पोटच्या पोरानंच तुव्हा आंगोठा घेऊन काटा काढला का ये माऽय! आरे वैऱ्याऽऽ आसं कसं ढबरात तोंड खुपशिलं रेऽऽ! माऽय! मायऽव!"

आणि पाहता पाहता वातावरण एकदम गंभीर बनले. जमलेले सर्व स्त्री-पुरुष एकाएकीच कावरेबावरे झाले. एका अनामिक भीतीने सर्वांनाच भयंकर भेदरून सोडले आणि त्याहीपेक्षा दुर्दैवाची गोष्ट अशी की नेमका हाच आक्रोश गावातील चांडाळचौकटीच्या कानी पडला! साहजिकच ही 'सुवार्ता' ऐकून त्यांच्या आनंदास विशेषकरून प्रकाश पाटलांच्या आनंदास पारावर राहिला नाही आणि त्याच क्षणी त्यांनी आपल्या इमानदार चमच्यास– आगलाव्या आनंदास– तिथून निघण्याची नेत्रपल्लवी केली आणि स्वत:ही तिथून काढता पाय घेतला. प्रकाश पाटील आता मात्र खूपच खुशीत होता. कारण ह्या वेळी त्यांच्या फाश्यात त्यांचे पक्के वैरी हानोतराव पाटील आणि मित्र पीकेही अडकणार होते. परंतु मित्राच्या दु:खापेक्षा शत्रूचा विनाश त्यांच्यासाठी अधिक महत्त्वाचा होता कारण साप हा केव्हाही सापच असतो आणि सापाचे मित्र कधीच कायमचे नसतात. त्यामुळे फक्त फणा मारणे हाच त्याचा धर्म असतो. म्हणून वाड्याबाहेर पडताच त्यांनी लगोलग आगलाव्यास त्याच क्षणी थेट वसमतला जाऊन झाली घटना चटणी-मीठ नव्हे तर चांगला मटणमसाला लावून सांगण्याची सूचना केली. ह्यामुळे 'दगडोजीराव पाटलांच्या गावात' आजवर कधीच न घडलेले घटित आज नक्कीच घडणार, असेच चित्र स्पष्ट दिसत होते.

-०-

प्रकरण ७

काय योगायोग असतात पहा. कावळा बसतो काय अन्
फांदी तुटते काय. अशीच अवस्था झाली. कारण मोठ्या आईच्या
दुःखद निधनाच्या वेळी नुकत्याच निवडणुका लागल्या होत्या आणि
निवडणुका लागल्या रे लागल्या की दांडेगावचे रूपांतर 'भांडेगावातच'
झालेच. कारण मागील तीन निवडणुकांपासून गावातील वातावरण
प्रचंड प्रमाणात कलुषित झाले होते. अर्थात पूर्वीही दांडेगावात निवडणुका
व्हायच्या, मतभेदही व्हायचे; परंतु ते फक्त निवडणुकीपुरतेच. त्याचा
पुन्हा गावातील इतर कोणत्या धार्मिक, सामाजिक किंवा वैयक्तिक
लग्न-कार्य आणि गावातील विकासकामावर मुळीच परिणाम होत
नसायचा. परंतु अलीकडे गावातच नव्हे तर घराघरांत वेगवेगळे पक्ष
आणि संघटना शिरून प्रत्येकाच्या गळ्यात नानारंगी उपरणे-फडके,
टोप्या आणि हातात गंडेदोरेही दिसू लागले. त्याचबरोबर गल्ली-
बोळांत-चौकाचौकांत ह्याच पक्ष आणि संघटनांची आणि त्यांच्या
लहान-मोठ्या नेत्या-कार्यकर्त्यांची बॅनर्स आणि पोस्टर्सच्या अतिरेकी
उपद्व्यापांमुळे रस्त्यांमधून सरळ बैलगाडीही हलविणे मुश्कील बनले.
शिवाय राष्ट्रीय महापुरुषाच्या जयंती आणि पुण्यतिथीच्या प्रसंगापेक्षाही
कितीतरी पटीने अधिक भव्य-दिव्य प्रमाणात साजरे केले जाणारे
केंद्रीय, विभागीय आणि स्थानिक नेते-कार्यकर्त्यांचे वाढदिवस यांनी
तर कहरच केला. कारण ह्या बॅनर्स आणि पोस्टर्समुळे रात्री-बेरात्री
सरकारमान्य लोडशेडिंगमुळे रस्त्याने चालणे मुश्कीलच नव्हे तर
अत्यंत धोकादायक बनले होते. कारण अशा प्रसंगी ह्या स्थानिक
सज्जनांमध्ये मीच साहेबांच्या किती जवळचा, भरवशाचा आणि

कामाचा आहे हे दाखवून आपल्याच टिरी यथेच्छ बडवून घेण्याची अहमहमिका लागलेली दिसून येते. परंतु हा सर्व खटाटोप पूर्णत: अनावश्यकच नव्हे तर अत्यंत उथळपणाचा आहे, असे त्यांना अजिबात वाटत नाही.

ह्या सर्व चढाओढींमुळे आणि अतिरेकीपणामुळे वेळोवेळी गावागावांत भांडणं, मारामाऱ्या, अदावती आणि जातीय तणावही वाढीस लागून वातावरण नेहमीच अशांत आणि स्फोटकही बनते. असे कृत्य कधी ते स्वत:च करतात तर कधी चोर-दरोडेखोरांकडूनही सुपारी देऊन काटा काढून त्यांची बायका-पोरंही रंडकी बनवून पोलीस स्टेशन, कोर्ट-कचेऱ्या आणि वकिलांचे धन करून स्वत:ही भिकेस लागतात.

आणि आतातर निवडणुकाच! आणि ह्या निवडणुकांमुळेच दांडेगावचे रूपांतर भांडेगावात झाले. शिवाय प्रेमात आणि युद्धात काहीही क्षम्य असते म्हणतात. मग निवडणुका लोकशाहीचा प्राणच आणि ह्या प्राणाचा प्राणवायू म्हणजे पैसा– मग 'पैसा पेरा निवडणुका जिंका!' त्यासाठी कोठे गोडीगुलाबी तर कोठे लांडी-लबाडी, कोठे आश्वासनांची बरसात तर कोठे नोटांचा वर्षाव. थोडक्यात साम, दाम, दंड, भेद इत्यादींसारख्या शस्त्रास्त्रांबरोबरच कॅटली, बाटली, कोंबडी, लोंमडा– व्हो, ज्याला जे आवडते ते द्या. किंवा निवडणुकी नंतरच्या मिळणाऱ्या संभाव्य घबाडानुसार, सरळ भावच ठरवा की! 'घ्या नोटा - द्या मतं', 'नोट लो - वोट दो!' खरंच, पैशामुळे निवडणुका किती सोप्या झाल्यात, नाही का? अर्थात काही आदर्शवादी आत्मे गळा काढीतच असतात ह्या सर्व गैर प्रकारांबद्दल. परंतु ह्यांतीलही त्यांच्या त्यांच्या 'इमेज', 'इभ्रती'नुसार त्या त्या प्रकारचे 'लेग पीस' दिले, की मग तेही त्यांच्या पद्धतीने तुमचीच री ओढणार, हेही निश्चित. परंतु तरीही काहीजण खरोखरच हरिश्चंद्रच असतात, नाही असे नाही. अशांपासून मात्र खूपच सावधगिरी बाळगायला हवी. अर्थात अशांची संख्या अत्यंत नगण्य असून आपल्या आम आदमीस जरी त्यांच्याविषयी आदर आणि सहानुभूती असली, तरी हा बनेल तेवढ्यापुरतीच ह्या संतांची आरती करून चालायचेच म्हणून 'All is well'च म्हणणार! परंतु कट्टर आदर्शवादीच तुम्हास-नेत्यास आणि नेत्या-कार्यकर्त्यांच्या आणि इतर भ्रष्ट जनांच्या कृष्ण कारस्थानांस जिवावर उदार होऊन सतत वेगवेगळ्या प्रकारे शंखनाद, उपोषण, मोर्चे वगैरे करतात. परंतु हे सर्व गृहीत धरूनच आणि तेवढेच निगरगट्ट आणि कोडगे बनून ह्या 'वेड्यांना' आवश्यकतेनुसार 'संत', 'महात्मा', 'देवतुल्य', 'देवच' इत्यादी प्रकारची उत्तमोत्तम विशेषणे बहाल करून आपण आपल्याच

गजगतीने चालावे.

वरील सर्व प्रकार पूर्वी फक्त लोकसभा आणि विधानसभेतच दिसून येत; परंतु अलीकडे जि. प., पंचायत समिती आणि ग्रामपंचायतीमध्येही चांगलीच चांदी होते हे कळून चुकल्यामुळे तेथेही सुरू झाले.

प्रकाश पाटील मात्र खूपच खुनशी. जेवढे खुनशी तेवढेच डावपेची, अवसानघातकी आणि स्वत:च्या फायद्यासाठी, विरोधकांच्या विरोधासाठी कधी कोणाची कशी वाट लावतील, त्यासाठी कोणत्या थरास जातील, याची अगदी आगलाव्या आनंदास किंवा जिलकरी बंडूसही शेवटच्या क्षणापर्यंत कल्पना नसायची. परंतु जेव्हा त्यांनी आपले उमेदवार जाहीर केले, तेव्हा मात्र त्यांच्या भुवया खूपच उंचावल्या. विशेषत: जेव्हा त्यांनी संभाजीरावांविरुद्ध श्रीकिसन अर्जुनराव ह्या सख्ख्या चुलत भावांना आणि खुद्द 'आर. जे.' म्हणजे रघुनाथराव चव्हाण ह्या त्यांच्या कट्टर प्रतिस्पर्ध्याविरुद्ध स्वत: उभे न राहता रघुनाथरावांच्या सख्ख्या चुलतीस– श्रीमती सावित्रीबाई रंगराव चव्हाण ह्यांना– उभे केल्याचे ऐकले, तेव्हा तर त्यांना त्यांच्या मालकाच्या आगलाव्या स्वभावाची पुरेपूर कल्पना येऊन 'आगलाव्या' हे विशेषण आपणास विनाकारण लावले जाऊन त्याचे खरे हक्कदार तर आपले मार्गदर्शक महाराज प्रकाश पाटीलच आहेत, याची खात्री पटली. त्याचबरोबर चुलत्या-पुतण्यांत, भावा-भावांत, जावा-जावांत आणि एकूण संपूर्ण गावातच वैराचा विस्तव कधी विझूच द्यायचा नाही; उलट, त्यावर वेळोवेळी फुंकर घालून तर कधी रॉकेल ओतून ह्या वैराचा वणवा एका पिढीकडून दुसऱ्या पिढीकडेही चालूच ठेवून त्या आगीवर आपली भाजी-भाकरी भाजून घ्यायची. पोटकर्पी नीतीही उजागर झाली आणि त्रैमासिक 'दवंडी'चे वार्ताहर श्री. गणपतराव वाघमारेंचे नाव ऐकून त्यांच्या घाणेरड्या जातीय राजकारणाची पुन्हा एकदा ओळख पटली.

निवडणुकीच्या स्फोटक वातावरणात शकुंतलाच्या भयंकर विधानाने आगीत तेलच ओतले गेले. कारण त्यामुळेच प्रकाश पाटील आणि त्यांच्या चांडाळ-चौकडीने तेव्हाच आगलाव्या आनंदास वसमतला पाठवून दांडेगावात पोटच्या पोरानेच जन्मदात्या आईचा खून केल्याची बातमी मालमसाला लावून सांगण्यासाठी रवाना केले होते. अर्थात असे काही होईल म्हणून मग गावातील काही समंजस सज्जनांनी लागलीच मोठ्या आईच्या अंतिम सोपस्काराची घाई केली. यासाठी त्यांनी देवकीबाई आणि सरस्वतीबाईंच्या 'लेकीबाळी येऊ द्या

की'कडे फारसे लक्ष दिले नाही आणि मोठ्या आईच्या शेवटच्या स्नानाची तयारी केली. नंतर त्याच गतीने स्नानही उरकून टाकले. तोपर्यंत आईस दहन स्थळी नेण्यासाठी 'डोली'ही सजवून तयार केली. आणि आरती करून आईस डोलीत ठेवण्यासाठी उचलतात न उचलतात, तोच पोलिसांची व्हॅन दत्त म्हणून हजर झाली!

पोलीस व्हॅनच्या आगमनाने वाड्यात जणू बॉम्बस्फोटच झाला. आत्यंतिक वेदना झाल्यानंतर व्यक्तीस क्षणभर काहीच कळत नाही, तोंडामधून साधा शब्दसुद्धा बाहेर पडत नाही, की हातपाय हालत नाहीत. ही अवस्थाच अशी असते, की शरीराबरोबरच मन आणि बुद्धीही बधिर आणि अकार्यक्षम बनते. त्यामुळे काय करावे काय नाही, इत्यादीचे मुळीच आकलन होत नाही. ना तोंडावाटे हंबरडा फुटतो ना डोळ्यांवाटे दुःखाश्रू येतात. ना हात हालतात की पाय पुढाकार घेतात. एवढेच नव्हे तर अगदी श्वासोच्छ्वासही क्षणभर थांबून रक्तही गोठते. अगदी हीच अवस्था गावचे पोलीस पाटील असलेल्या हानोतराव पाटलांची झाली. कारण जेव्हा पोलीस व्हॅनमधून एकदम दहा-बारा शिपाई उतरून ते सर्वजण आईकडे जाऊ लागले, तेव्हा शकुंतलाचा शोक आठवून त्यांना एकदम भयंकर जोराचा ॲटॅक आला आणि जी अवस्था त्यांच्या वडिलांची – स्वर्गीय दगडोजीराव पाटलांची-वाड्यात पोलीस पाहून झाली होती अगदी तीच अवस्था हानोतराव पाटलांचीही होऊन ते एकदम धाडकन जमिनीवर कोसळले!

पोलीस व्हॅन वाड्यासमोर थांबते न थांबते तोच तिच्यामधून पोलीस निरीक्षक चव्हाणसोबत दहाबारा शिपाईही उतरले आणि 'हाटो हाटो' करीत त्यांनी आईभोवताली जमलेल्या स्त्री-पुरुषांस दूर सारीत गोल कडे केले. मग पोलीस निरीक्षक चव्हाणसाहेबांच्या सूचनेनुसार सोबत आणलेल्या फोटोग्राफरने आईचे– त्यांच्या चेहऱ्याचे, फुटलेल्या ओठाचे, बांगड्या फुटून जखमा झालेल्या हातांचे आणि अद्यापही अंगठ्यास लागून राहिलेल्या शाईचे दोन-दोन, तीन-तीन फोटो काढले. त्याच वेळी तिकडे जमादार जमदाडे आईच्या मृत्यूच्या संदर्भात पीके आणि त्यांच्या पत्नीस निरनिराळे प्रश्न विचारून त्यांचे लेखी जबाब नोंदवत असतानाच घरातील स्त्रियांनी पुन्हा एकदा रडण्याचा आकांत मांडला. त्यामुळे संपूर्ण वाड्यात हाहाकार माजला. मोठ्या आईच्या आकस्मित आणि दुःखद निधनाने अगोदरच शोकाकुल आणि निष्प्राण बनलेल्या कुटुंबीयांस हानोतराव पाटलांच्या भयंकर ॲटॅकने अर्धमेलेच बनविले होते. ह्यातच आता

वाड्यात अवतरलेल्या पोलिसी शनीमुळे आणखी भर पडून उपस्थित जनसमुदायावर आणि संपूर्ण दांडेगावात भूकंप होऊन वर विजांवर विजा पडून भयंकर भीतीने उपस्थितांच्या पोटात भीतीने वायुगोळाच उठला होता. त्यामुळे वाड्याविषयी प्रेम, आदर, सहानुभूती आणि आपुलकीची भावना, पीकेविषयी राग आणि तिरस्कार, चांडाळचौकडीविषयी चीड आणि घृणा तर पोलिसांविषयी शंका, अनादर आणि तुच्छतेची भावनाच उपस्थितांच्या कुजबुजीमधून स्पष्टपणे दिसून येत होती.

वाड्यातील प्रत्येक स्त्री-पुरुषांच्या मन:स्थितीचे वर्णन करणे शक्यच नव्हते. देवकीबाई तर पूर्णतः कोरड्या ठाकच बनल्या होत्या. आईचे प्रेत आणले तेव्हाच काय तो थोडासा आक्रोश करून नंतर लगेच थोड्याच वेळात त्यांना वारंवार दातखिळी बसून त्या बेशुद्ध पडू लागल्या आणि हानोतराव पाटलांना अॅटॅक येऊन ते खाली कोसळताच पुन्हा त्याही बेशुद्ध पडल्या. सरस्वती आणि शकुंतला पोलीस जसजसे पीके आणि त्यांच्या पत्नीस विविध प्रश्न विचारू लागले, तसतसे त्या निरनिराळ्या प्रकारे शोक प्रकट करून आपले दु:ख, मत, भावना व्यक्त करू लागल्या–

"तव्हा मोठ्या मालकाला नेलं, आता लहान्या मालकालाय नेता का रेऽ?"

"कोण्या चांडाळानं काय लावलाव्या केल्या ये माऽय!"

"आसे कामुन आमच्या माघ हात धुवून लागले रेऽ"

"माय, आमच्यावर आसी कामुन रुसली येऽ"

स्त्रियांचा अशा प्रकारे आक्रोश चालू असतानाच हानोतराव पाटील अद्यापही बेशुद्धच असल्यामुळे त्यांना परभणीस हलविण्याची तयारी काहीजण करीत होते आणि छोट्या बाळ-गोपाळांची अवस्था खूपच केविलवाणी झाली होती. त्यांच्याकडे कोणाचेच लक्ष नव्हते आणि त्यांना तर आईस नक्की काय झाले? हानोतराव पाटील बेशुद्ध का पडले? देवकीबाईंची वारंवार का दातखिळी बसत आहे? पोलिसांची गाडी कशासाठी आली? पोलिस पुंडलिकरावांना काय विचारत आहेत? इत्यादींसारखे प्रश्नच प्रश्न त्यांच्या डोक्यात प्रकटून त्यांची अवस्था केविलवाणी झाली होती. एक चांडाळचौकडी आणि भावकीचे काही विघ्नसंतोषी खेकडे सोडले तर इतर सर्वच आबाल-वृद्ध एकानंतर एक कोसळणाऱ्या भयंकर दुर्घटनांमुळे अत्यंत व्यथित होऊन जवळपास सर्वांनीच त्यांचे दैनंदिन व्यवहार पूर्णत: बंद केले होते. एवढेच नव्हे तर त्यांना वाडा सोडून स्वत:च्या

घरी जाऊन खाण्या-पिण्यासारख्या अत्यावश्यक गरजांचाही विसर पडला होता. एवढी मरणकळा एकट्या दांडेगावकरांवरच नव्हे तर आजूबाजूच्या पाच-सहा गावांवरही पसरली होती. कारण 'मोठी मायही' मोठ्या मालकासारखीच लळा लावणारी होती.

परंतु स्वार्थाने आंधळा बनलेला मनुष्य, जळते कोलीत सापडलेले माकड आणि हरामाचा पैसा खाऊन भ्रष्ट झालेली नोकरशाही काय करील काय नाही आणि किती खालच्या थरास जाईल ह्याची साधी कल्पनाही सरळ मनाच्या मनुष्यास कधी करता यायची नाही. याची प्रचिती पोलिस निरीक्षक चव्हाण शकुंतलाची चौकशी करतेवेळी आईच्या प्रेताकडे पाहून "आता चौकशी थांबवून पोस्ट मार्टेमसाठी उचला" अशा अर्थाची डोळे ताणून मान उंचावून जेव्हा प्रकाश पाटलांनी खूण केली, तेव्हाच उपस्थितांना जाण आली. मग लगेच चव्हाणसाहेब डॉ. भास्कररावांकडे पाहत मोठ्या नाटकी आवाजात म्हणाले,

"माफ करा डॉक्टरसाहेब, आम्हास डेड बॉडीचे पोस्ट मार्टेम करावेच लागेल."

"परंतु साहेब—"

"माफ करा साहेब," भास्कररावांचे बोलणे मध्येच थांबवीत चव्हाण साहेब म्हणाले, "आपण सत्य नाकारू शकत नाही. म्हणून आम्हास आमची ड्यूटी करावीच लागेल. अगदी आमच्या मनात नसतानाही आणि—" पुन्हा चव्हाणसाहेब भास्कररावांच्या अगदी जवळ येत मुद्दाम हळू आवाजात कुजबुजले, "अहो, आमच्याकडे तशी लेखी तक्रार आली! म्हणून अगदी नाइलाजास्तव आम्हास येणे भागच पडले. शिवाय अर्जदार केवळ आम्हासच लेखी तक्रार देऊन थांबला नाही तर त्याने त्याची कॉपी थेट एस.पी. साहेबांनाही दिली."

"काय?" डॉ. भास्कररावांच्या अंगावर जणू वीजच कडाडली. त्यामुळे ते कसाबसा तेवढाच शब्द उच्चारून मटकन खालीच बसले. ते अशा रीतीने खाली बसले की ते पाहून पाहणाऱ्यास भास्कररावांचीही गत हानोतराव पाटलांसारखीच झाली की काय, अशीच शंका आली.

डॉ. भास्कररावांच्या दुःखाची धार पातळी काहीशी वेगळ्या स्वरूपाची होती.

एकानंतर एक कोसळलेल्या ह्या आपत्तींमुळे संपूर्ण दगडोजी पाटील परिवाराचे दुःख एवढे असह्य झाले होते, की त्यामुळे काही आप्तेष्ट आणि नातेवाइकांना परिवारातील आणखी एखादी व्यक्ती दगावते की काय, याचीच

राहून राहून धास्ती वाटत होती. कारण हानोतराव पाटलांपाठोपाठ देवकीबाईंची आणि सरस्वतीचीही वारंवार दातखिळी बसून त्या सारख्या बेशुद्धही पडू लागल्या आणि आता तर आईचे प्रेत पोस्टमार्टेमला नेण्यात आले होते. शिवाय पुंडलिकराव आणि त्यांच्या पत्नीस पोलिसांनी दोषी ठरवून त्यांनाही पकडून नेले होते. ह्या सर्व दुर्घटनांमुळे डॉ. भास्कररावांसारख्या काही समजदार आणि कर्त्या पुरुषांची मन:स्थिती खूपच द्विधा झाली होती. दु:ख कसे सुसह्य होईल ह्यासाठी जिवाचा आटापिटा करून ते देखरेख आणि धावपळ करीत होते.

मानवी स्वभावाचे वैशिष्ट्य असे, की आपण एकमेकांच्या दु:खात सहभागी झालो तर आपला आनंद नक्की अनेक पटींनी वाढून दु:खाची तीव्रताही तेवढ्याच प्रमाणात कमी होईल, तसेच उत्साहाला उधाण येऊन जगण्याची उमेदही अनेक पटींनी वाढेल. परंतु आपणच एकमेकांस सहकार्य करण्याऐवजी याचे-त्याचे पाय खेचण्यासाठी षडयंत्र रचविण्यात आपली बुद्धी खर्च करू लागलो, तर आपले स्वत:च्या विकासकामांकडे दुर्लक्ष होऊन आपली प्रगती खुंटून अधोगतीच होईल आणि ह्याच घाणेरड्या वृत्तीमुळे हानोतराव पाटलांसारख्या निष्कलंक व्यक्तीचा हृदयविकाराने बळी घेतला! होय. त्यांना वैद्यकीय उपचारासाठी परभणीस नेण्यापूर्वी त्यांची प्राणज्योत मालवली गेली.

अशा रीतीने ह्या वेळी तरी दुष्प्रवृत्तीने सत्प्रवृत्तीचा बळी घेतला आणि ह्यामधूनच पुढील जातीय राजकारणाच्या आणखी एका अंकाचा पडदा उघडला गेला.

वाईट प्रवृत्ती जेव्हा थैमान घालतात तेव्हा 'मांजरं मरती उपाशी माकडं खाती तुपाशी.' मग 'टाका दाणे आणि चालवा झुंडी आणि वाजवा टाळ्या!' दोघेही असे एकमेकांवर झडपा मारतेवेळी, एकमेकांचे लचके तोडतेवेळी एकमेकांना रक्तबंबाळ करतेवेळी किती मजा येते! आणि एखादे वेळी एखादे कोंबडे किंवा दोन्ही मेले, तर मग तर मज्जाच मज्जा! मस्त भाजी करून खाता येईल! दोन्हीकडून आपलाच फायदा!

- ० -

प्रकरण ८

कधी नव्हे तो डॉ. भास्कररावांचा मुक्काम दांडेगावला पडला. परंतु मुक्काम पडला म्हणण्यापेक्षा ते मुद्दाम होऊन पुतणी-शिल्पाच्या लग्नासाठी पाच-सहा दिवसांची रजा काढून दांडेगावला आले होते. कारण एकतर शिल्पा भीमराव पाटलांस वाटण्यानंतर झाली होती. शिवाय हानोतराव पाटलांच्या आणि मोठ्या आईच्या दुर्दैवी मृत्यूनंतर दुसऱ्याच वर्षी भीमराव पाटीलही सोयाबिनची फवारणी करतेवेळी सर्पदंशाने दगावले होते. त्यामुळे नवरी शिल्पास दिवंगत वडिलांची फारशी उणीव भासू नये म्हणून आणि घरातील सर्वांत जबाबदार व्यक्ती असल्याचे वाटून पुतण्याने न सांगताही ते शिल्पाच्या लग्नास दोन दिवस अगोदरच आले हाते. तसे त्यांच्यापेक्षा वयाने वडील अर्जुनराव आणि पुंडलिकरावही होते. परंतु ते दोघेही असून नसल्यातच जमा. कारण अर्जुनरावांना एक दांडेगाव आणि दुसरे वडगाव म्हणजे त्यांची सासुरवाडी सोडून तिसरे गाव माहीतच नसल्यामुळे त्यांची ओळख इतरत्र शून्यातच जमा होती. तर पुंडलिकरावांची ख्याती अशी की केवळ पिण्यामुळेच त्यांच्या 'पी. डी. पाटील' वरून लोक त्यांना 'पीके'पाटीलच म्हणत आणि मोठ्या आईंच्या मृत्यूनंतर तर, आबालवृद्ध सर्वच त्यांना 'मायमारे'च म्हणू लागले. त्यामुळे आता दगडोजीराव पाटलांपेक्षाही कर्तबगार आणि आठ-दहा देशांचा दौरा करून आलेले 'प्रख्यात विचारवंत' म्हणून ख्याती पावलेले प्रा. डॉ. भास्करराव पाटील हेच मोठ्या वाड्याचे भूषण बनले होते. म्हणून तर गावातील भावकीबरोबरच सर्व आप्तेष्ट, नातेवाईक आणि सोयऱ्याधायऱ्यांना भास्करराव आपल्या घरी यावेत,

असे मनापासून वाटत होते. जणूकाही भास्करराव त्यांच्या घरी येण्यामुळे त्यांची राजकीय नेते किंवा धार्मिक 'बापू, माँ' येण्यापेक्षा प्रतिष्ठा वाढणार होती. परंतु भावकीतील काही नातेवाइकांना डॉ. भास्करराव पाटलांच्या पैसा, प्रसिद्धी आणि विद्वत्तेपेक्षा त्यांचा विनम्र आणि आपुलकीचा स्वभावच मनापासून आवडून ते अतिशय आस्थेने आणि प्रेमळपणे त्यांचा आदरसत्कार करून त्यांची ऊठबस करीत. ह्याच कौटुंबिक आपुलकीपोटी शेजारच्या हिरुआजीने मुक्कामाच्या पहिल्या दिवशीच त्यांना 'धिरडेपाका'चा पाहुणचार करून आग्रहपूर्वक भरविले होते.

परंतु दुर्दैवाने आजींचा हा प्रेमळ आग्रह डॉक्टरसाहेबांना भलताच महागात पडला. कारण दुसऱ्याच दिवशी त्यांना भयंकर शौचास लागली. बरे, दुसरे दुर्दैव असे की आर्थिक ऐपत असूनही शौचालयाचे महत्त्वच कोणास कधीच न कळल्यामुळे घरच्या कोणत्याच भावाने किंवा पुतण्याने ते बांधण्यास पुढाकार घेतला नव्हता आणि त्यापेक्षाही तिसरे दुर्दैव असे की गावात प्राथमिक आरोग्य केंद्र तर राहोच, परंतु धड एम. बी. बी. एस. असणारा डॉक्टरही नव्हता. आहे तीही आर. एम. पी. का काय आणि तोही आहे किंवा नाही, ते त्याचे त्यालाच माहीत! म्हणून अशा डॉक्टरसाहेबांकडून उपचार करून न घेणेच बरे असे वाटून भास्कररावांनी कोणत्याच 'डॉक्टरांची' सेवा घेतली नाही. डॉक्टर आणि एकूणच ग्रामीण भागातील वैद्यकीय व्यवसायावरून भास्कररावांना एकदम आठ-दहा वर्षांपूर्वीचा एक प्रसंग आठवला–

एकदा असेच भास्करराव काही कामानिमित्त सरपंच असलेल्या त्यांच्या चुलतभावाकडे गेले होते. तेव्हा बोलता बोलता ते सहज सरपंचसाहेबांना म्हणाले, "अहो दादा, माझा एक मित्र आपल्या जिल्ह्याचा डेपो मॅनेजर आहे. तेव्हा तुम्ही एकदा त्यास भेटून म्हणा, परभणी ते नांदेड जाणारी बस आपल्या गावापर्यंत आणून मगच नांदेड-परभणीकडे न्या म्हणून. आणि तसे लेखी निवेदन द्या, जेणेकरून आपल्या गावच्या सर्वांची परभणी-नांदेड जाण्यायेण्याची सोय होईल." यावर सरपंच असलेल्या चुलतभावांचे उत्तर ऐकून भास्करराव त्यावेळी खूपच अस्वस्थ झाले होते. कारण त्या वेळी तो बेशरम गृहस्थ त्यांना म्हणाला, "अहो साहेब, आपल्या गावच्या लोकांची तीच लायकी हाय! मरू द्या की बेट्यांना तंगडे तोडीत आन् वझे उचलीत. त्याह्यची जास्त सोय पाह्यली की ते आपल्याच बोकांडी बसतात! खरं की नाही?" सरपंच असलेल्या आपल्या भावाचे हे उत्तर ऐकून डॉ. भास्करराव त्या वेळी जवळपास बैठकीच्या आढ्यापर्यंत

उडाले होते. नेत्यांचे हे असे. बसची सोय नको. का तर त्यांच्याकडे असणाऱ्या जीप-ट्रॅव्हल तोट्यात येतील. गावात बँक नको; का तर यांच्या दिढी-दुपटीच्या सावकारीवर टाच येईल. शाळा-कॉलेज नको; का तर गोर-गरिबांची मुलं-मुली शाळेत गेल्यावर यांच्या शेतावर राबण्यासाठी मजूर कसे मिळणार? गावात प्राथमिक आरोग्य केंद्र नको; का तर याच्या DHBS किंवा असेच काहीतरी असलेल्या डॉक्टर मुलाकडे मग पेशंट कुठून येतील? तेव्हा गावागावांतील नव्हे तर एकूण देशातीलच राजकारण हे असे सडके, कुजके आणि पराकोटीच्या स्वार्थाने बरबटलेले! आणि डॉक्टर असे कट प्रॅक्टिसमध्येच डॉक्टरेट मिळविलेले!

हे आणि असे चित्र-दृश्य काही इतिहासजमाच होत असलेल्या नीती-मूल्यांचे दुर्मीळ होत चाललेल्या सद्‌गुणी आणि सेवाभावी वृत्तीचे, निष्ठेचे आणि प्रामाणिकपणाचे, प्रसंगी निसर्गासही लाजवेल अशा औदार्याचे, वरचेवर पातळच होत चाललेल्या मायेचे, अबोल नि:शब्द समर्पणाचे, उथळ होत चाललेल्या प्रेमाचे आणि त्याग-बलिदान-सेवा इत्यादींसारख्या शब्दांचा सद्‌गुणांचा संपूर्णपणे अर्थ बदलून त्यांचीही किंमत बाजारभावात करणाऱ्या व्यवहाराचे छे! पाहता पाहता हे काय होत चाललंय? काय होत चाललंय?

ह्या सर्व विचारात डॉ. भास्करराव एवढे हरवून गेले, की अगदी शौचाच्या वेळीही ह्या विचारांनी त्यांचा पिच्छा सोडला नाही! आणि त्यांच कोमल हृदय कण्हारू लागलं...

माणसा, रेऽ माणसा
हे काय होत चाललंय?
जुन सोनं लोखंड होऊन
'बेन्टेक्स' किती चमकायलय!
माय मया पातळ होऊन
मायानं किती बरबटलय?
सत्याचा सारा वस बुडून
असत्य कसं उधानलय!
न्याय नीती तोंडी लावून
लबाडच कसं डिरकायलंय!
सद्‌गुण सारे दुर्लभ होऊन
दुर्गुणी कसं बाग द्यायलय!

मंदिर मस्जीद वाढले तरी,
देवत्वच की रे हरवायलय!
देवत्वच की रे हरवायलय!!
माणसा रेऽ माणसा
हे काय होत चाललंय!
हे काय होत चाललंय!

हे आणि अशाच असंख्य विचारांच्या घेवड्यांचे डोक्यात पेवच फुटून त्या डॉक्टरसाहेबांच्या मेंदूस पुन्हा पुन्हा दंश करून त्यांना हैराण करीत होत्या. त्यामुळे त्यांना आपण कशासाठी दांडेगावला आलो, आपल्या वाड्यासमोर आपल्या पुतणीच्या लग्नाचा मांडव पडलाय, सोयरेधायरे आलेत, घरचे आपली वाट पाहत असतील, आणि आपली खरंच वाट पाहत असतील का? असा प्रश्न स्वत: स्वत:ला विचारून ह्या लग्नात भाऊ, भावजय, पुतणे यांच्या मनात आपले काय स्थान असेल, ह्याबद्दल त्यांची त्यांनाच शंका आली. खरंच आपण आपल्याच नात्या-गोत्याच्या माणसांना किती पारखे झालोत! म्हणूनच लोकगीतात म्हणतात–

'भावाची भावकी झाली प्रेमाला पारखी झाली!'

नाहीतर पूर्वी, परंतु फार पूर्वी कशाला, आपल्याच बालपणी आपण आणि आपले सर्व भाऊ-बहिणी सर्व कसे मिळूनमिसळून राहायचो, वाटून-विरजून खायचो, कोणी नसल्यास त्याच्यासाठी राखून ठेवायचो, कोणास काही लागल्या-सवरल्यास किंवा कोणी बीमार पडल्यास एकमेकांसाठी अंधश्रद्धेने का होईना, परंतु लगेच वृत्त-उपास करायचो आणि आता? पाहता पाहता आपल्यासमोरच आपण हे काय अनुभवतोय? पूर्वीचं ते भरभरून बोलणं, ते खरंखुरं हसणं आणि हमसूनहमसून रडणं. सर्वच नैसर्गिक, निखळ निक. त्यात शहरी तोंडदेखल स्मित नाही की 'या की सवडीने घराकडे'सारखं वरवरचं उसनं निमंत्रण नाही. जे बोलायच ते रोखठोक. मनापासून, हृदयापासून, अंत:करणातून! मग कोणी तोंड वाकडं करो की आणखी काही. परंतु हे सर्व पूर्वीचे! आता येथे खेड्यापाड्यातही शहरी व्यवहार शिरलाय. जणू पूर्वीच्या दिवे लावण्यासोबत आणि उखळा-जात्यासोबतच गावागावांतील 'ग्रामीणपणाच' हरवलाय एवढा बदल! विहिरींची जागा 'बोअर'नी आणि मोटांची जागा मोटारींनी घेतली हा बदल, पावशेर-आस्तेर आणि तागडे जाऊन नवीन युगाचा एलेक्ट्रॉनिक वजनी काटा लावून एवढे व्यवहारी बनविले! ग्रामीण भागात आलेल्या ह्या यांत्रिकीकरणाचा आणि

शहरीकरणाचा ‘असाही’ बदल झालेला पाहून डॉ. भास्करराव खूपच उदास झाले आणि पुन्हा भूतकाळात हरवले.

प्रत्येकजण एकमेकांकडे जाता-येताना काही न काहीतरी घेऊन जायचा. प्रेमाची जातच अशी–

कळवळ्याची ऐशी जाती
करी लोभाविण प्रीती

आणि हे सर्व आजच्यासारखं ‘दिलं घेतलं, लगेच वसूल’ असं नाही तर ‘उजव्या हाताने दिलेले डाव्या हातासही कळणार नाही’ अशा प्रकारचे. म्हणून तर म्हणतात–

‘दिलं घेतलं गंगेला मिळालं.’
‘आडलं नडलं करी– तोच खरा शेजारी’
‘सोनं मोडावं सोयरा जोडावं’

‘माय मरावी परंतु मावशी मरू नये’ इत्यादींसारख्या स्वानुभावाच्या कसोटीस उरलेल्या म्हणी, वाक्प्रचार वाक्यावाक्याला तोंडी यायचे. संकटकाळी प्रत्येकजण जिवाची पर्वा न करता मदतीला धावून जात असे. आता सगळं व्यवहारावर आलं आहे.

एवढ्यात गावाकडून त्यांचा पुतण्या– हानोतराव पाटलांचा शिक्षक असलेला मुलगा– त्यांना बोलविण्यासाठी मोटार सायकल घेऊन आला आणि भास्कररावांजवळ गाडी उभी करीत म्हणाला–

“एवढ्या दूर कशाला आलात काका?”

“आलो आपलं– तू चल. मी येतो.”

“पहिलाच जीव गळून गेला तुमचा. अन् आत्याबाई केव्हापासून तुमची वाट पाहत आहेत.” आत्ता कोठे डॉक्टरसाहेब हरवलेल्या ग्रामीण वातावरणामधून निघून आपल्या पुतणीच्या लग्नासाठी आपल्या गावी दांडेगावला आलो आणि आज वलवत आहे याची जाणीव झाल्यामुळे ते चटकन गाडीवर बसले आणि वाड्याकडे परतले.

वाड्यात लग्नाची बरीच धावपळ चालली होती. सरस्वती अक्काबरोबरच द्रौपदीबाईंची आई आणि बहिणीचेही वलवत एकाच दिवशी असल्यामुळे सरस्वतीबाईंची धावपळ. अगोदर सर्व भावांस आपल्या हाताने आंघोळ घालून नंतर नवरी व इतर जनास त्यांच्या वयोमानानुसार आंघोळ घालण्यासाठी त्यांची धावपळ चालू होती. परंतु द्रौपदीबाईच्या मातोश्री आणि बहिणीने लहान-मोठा

किंवा मानपान वगैरे न पाहता आपले आपले नातू-नात यांनाच आंघोळ घालून स्वयंपाकाचे कमी-अधिकही त्याच पुढाकार घेऊन पाहू लागल्या. त्यामुळे सरस्वती-बाईंची मधल्या मधेच घुसमट होत होती; परंतु त्याकडे लक्ष न देता आणि पाहुण्या बहिणीच्या वागण्या-बोलण्याकडे लक्ष न देता 'कोणी काहीही करो, आपण आपली रीतभात सोडू नाही' म्हणत देवकीबाईच्या मदतीने त्या 'वडीलकी' आणि 'मानपान' जपण्याचा जीवतोड प्रयत्न करीत होत्या. त्यासाठीच त्यांनी भास्कररावांना बोलविण्यासाठी 'मास्तरांना' पाठविले होते. ते वाड्यात येताच सरस्वतीबाई पदर सावरत धावतच त्यांच्याकडे आल्या, जणू त्यांचे नेत्र भास्कररावांच्या येण्याकडेच लागून राहिले होते. परंतु डॉक्टरसाहेबांच्या चेहऱ्याकडे त्यांची नजर जाताच त्या अतीव मायेने म्हणाल्या–

"माय माय! हागोनीनं जीव लईच गळून गेला काय की! थांबा थांबा इथेच पाणी आणते पाय धुवा." आणि पाय धुण्यासाठी पाणी आणण्यासाठी त्या लगबगीने न्हाणीघराकडे निघल्या. मग त्यांनी स्वत:च भास्करराव नको नको म्हणतानाही त्यांचे पाय धुतले आणि स्वत:च्या पदराने पुशीत म्हणाल्या, "चला आता वसरीत बसा. चहा ठेवू का उलूसा?"

"नको नको. आंघोळच करतो."

"नाही माय, साहेब. अशी कशी आंघुळ बनल? वाड्यापुढे मांडव पडला. घरात लग्न, आन वलवत मन्ल्यावर उटणं बिटणं, राह्यल त राह्यल, पनिक 'कुखाचे बोट' तरी वढाय लागतील की नाही? सांगा बरं."

तेव्हा कोठे डॉक्टरसाहेबांना लग्नाप्रीत्यर्थ असलेल्या रूढी, परंपरा आणि चालीरीती आठवू लागल्या.

अशा वेळी देवकीबाईंची अवस्था खूपच केविलवाणी व्हायची. कारण अशा प्रसंगी नि:संतान स्त्रिया, विधवा आणि देवकीबाईसारख्या पतीने सोडून दिलेल्या स्त्रियांना वाट्याला अनेक प्रसंगी खूपच अपमानित व्हावे लागते. म्हणून तर देवकीबाई अशा प्रसंगी जाणूनबुजून चार हात लांबच राहायच्या!

नंतर लगेच सरस्वतीबाई आणि देवकीबाईंनी डॉक्टरसाहेबांना मधल्या घरातील चौरंगावर बसविले. ह्या चौरंगाभोवती सुंदर गोलाकार रांगोळी काढली होती. संपूर्ण घर सुगंधी उटण्याच्या आणि उदबत्तीच्या गंधाने भरून गेले होते. मग डॉक्टरसाहेब चौरंगावर बसताच दोघी बहिणींनी त्यांचे गाल, कपाळ, छाती, पाठ आणि सर्व अंगास उटणे लावले. अतिशय प्रेमळपणे हलक्या हाताने भास्करराव पुरे पुरे म्हणत असताही त्या लावलेले उटणे पुन्हा घासू घासू काढू

लागल्या. मध्येच सरस्वतीबाईस वडील भावाची आठवण येऊन, त्यांच्या डोळ्यांमधून अश्रूंचे चार-पाच थेंब भास्कररावांच्या पाठीवर पडले. साहजिकच ते उष्ण पाणी पाठीवर पडताच त्यांनी चमकून वर पाहिले आणि सरस्वतीबाईंच्या डोळ्यांत अश्रू पाहून त्यांनाही भडभडून आले. जणू सरस्वतीबाई आणि भास्कररावांच्या भावना एकरूप होऊन त्या वडीलभावास साश्रू नयनांनी सचैल स्नान घालू लागल्या. मग भास्करराव 'आता पुरे' या अर्थाची खूण करीत लगेच चौरंगावरून उठले आणि स्नानगृहाकडे निघाले.

स्नानाच्या वेळीही तिघांचे डोळे हानोतराव पाटील आणि भीमराव पाटलांच्या आठवणीने सारखे पाझरत होते. स्नान झाल्यानंतर ओवाळून मग चहापानानंतर भास्कररावांना वाड्यात फारसे थांबवले नाही आणि पत्नीस सांगून ते जोशीसरांकडे निघाले. अर्थात त्यांच्या पत्नीची आणि मुलीचीही त्यांच्यासारखीच अवस्था होती. परंतु त्या दोघी ह्या दोघी बहिणींमध्ये मिसळल्या होत्या इतकेच.

भास्करराव जोशीसरांकडे निघाले खरे; परंतु मध्येच त्यांच्या पोटात पूर्वीसारखीच कळ सुरू झाली; परंतु अर्ध्या वाटेमधून परत फिरणेही त्यांना उचित वाटेना म्हणून ते तसेच लगबगीने गुरुजींकडे निघाले. गुरुजींना घरी पाहताच भास्कररावांनी समाधानाचा सुस्कारा सोडला आणि दारात आपल्या बालपणाच्या मित्रास पाहून जोशीगुरुजींस खूपच आनंद झाला. त्याच आनंदाच्या भरात ते उद्गारले – "अरे व्वा! डॉक्टरसाहेब! या, या बसा–"

"हो हो, बसायलाच आलो. परंतु–" पुढे काही म्हणण्याऐवजी डॉक्टर साहेबांनी गुरुजींना दोन बोटे दाखवीत पृच्छा केली, "शौचालय..."

"आरे! हो हो, आहे. चला." म्हणत त्यांनी आणीबाणी ओळखून भास्कररावांना अंगणापलीकडील शौचालयाकडे नेले.

शौचावरून परत येताच डॉ. साहेब घाई घाई उसासले–

"नथुरामजी, आपलं दांडेगाव खूपच बदललं की!" पोटात उठलेल्या मळकीस वाट करून दिल्यानंतर त्यांनी अंत:करणात दाटून राहिलेल्या मळमळीस बालमित्रासमोर मोकळे केले. त्यावर सर म्हणाले, "बदल प्रगतीचं लक्षणच असते डॉक्टरसाहेब."

"बदल आणि प्रगतीचे मीही मनापासून स्वागता करतो, सर. परंतु अशा ह्या प्रगतीमुळे कुठेतरी आपण होऊन जाण्यासारख्या जागाच दिवसेंदिवस दुर्मीळ होत चालल्यात, असे नाही तुम्हाला वाटत?"

उत्तरादाखल गुरुजींनी थोडावेळ भास्कररावांकडे लक्षपूर्वक पाहिले. त्यांना

वाटले, आपला मित्र ज्यांच्याजवळ जाऊ पाहतोय तेच त्यांच्यापासून खूप खूप दूर गेलेले दिसतात. म्हणून त्यांच्या जखमेवर फुंकर घालण्यासाठी गुरुजींनी एक शेरच ऐकवला–

अब भी हैं ऐसे घर मेरे दोस्त
जो किसीके आने का बेसब्रीसे इंतजार करते हैं!

'हीच घरं तर मानवतेची खरी राहत आहेत, सर', समाधानाने भास्करराव म्हणाले.

"छोड दो. शौचास लागली की काय?"

"होय रे बाबा. काल काकीकडे धिरडे खाल्ले अन्..."

"धिरडे? मग होणारच असं. परंतु आता काही नाही होणार. अहो धिरडे, धपाटे, शेंगाळे खाल्ले म्हणजे एखादे वेळी अधिक होणारच."

"सुभाषजी, गवळ्याकडे जाऊन खवा आण बरं. जा चटकन ये."

सुभाषजी पैसे घेऊन खवा आणण्यासाठी गेले आणि जोशीसरांनी डॉक्टरसाहेबांना दिलासा दिला, "खवा घ्या आणि दोन दिवस दूध-चहा वर्ज्य करा, सायंकाळी फक्त डाळ-भात. बस्स, उद्या ठणठणीत!"

आणि पुन्हा दोघांची बदलत्या ग्रामीण जीवनावर चर्चा सुरू झाली. तोपर्यंत सुभाषजीने खवा आणला आणि सरांपुढे येऊन उभा राहिला. त्यावर सर म्हणाले, "जा, आईसा को दे, और बोल थोडी पिसी हुई शक्कर डलवा के दे; और मन्ने नको."

"तन्ने का नको?" न राहवून भास्कररावांनी पृच्छा केली.

"कोलेस्ट्रॉल."

आणि दोघेही खळखळून हसले आणि हसत हसतच भास्करराव म्हणाले,

"आरे बाबा माझ्यासाठी तर घ्या." त्यावर सर म्हणाले, "अहो साहेब, माझ्यासाठीच तर तुम्ही घ्या!" आणि हे ऐकताच भास्कररावांचे डोळे एकाएकीच डबडबून आले. त्यांचे अंत:करण गलबलून उठले, "का म्हणून कमी व्हावेत असे क्षण! का म्हणून?"

मग हाच प्रश्न पुन्हा पुन्हा स्वत:सच मनातल्या मनात विचारत ते त्या स्वर्गीय मेव्याची चव चाखू लागले आणि खातखातच बोलू लागले.

संपलेले बालपण– हरवलेला भूतकाळ– पायापुरता वर्तमान– फुटलेली घरं– दुरावलेली माणसं– फुललेला बाजार– पोरकं झालेलं प्रेम– फुगलेली गावं– नटलेली शरीरं– शिणलेली मनं– खोल खोल गेलेली ओल– रंगवलेली पांढरी–

भेगाळलेली काळी– आणि खूप काही असेच आणि असेच काहीबाही...

भास्करराव घरी आले तेव्हा वलवताच्या पंगती बसत होत्या. तांबे-ग्लास घेऊन माणसं येतच होती. पुन्हा पुन्हा बसत होती. जागा दिसत नाही असे पाहून एखादा पोरगेल्यास उद्देशून म्हणत होता– "येऽय संबा, आरे बसले काय पालखट मांड्या घालून, वाढा की एक-दोन पंगती."

"तुम्हाला जागा दिसत नाही म्हणून?" नवीन पिढीच्या संभाजीने प्रतिउत्तर दिले. शिवाय भावकीच भावकी, कोण कोणाला दबणार? अर्थात क्वचित अपवाद वगळता कोठेही हेच. 'पंगतीला आलो अन् कामाला गेलो!' तेवढ्यात आगारी फिरून 'वदनी कवल घेता...' सुरू झाले.

पंगत काय अन् बुफे काय, सर्वत्र सारखेच.

वदनी कवल पूर्ण होताच भास्करराव पंगतीस लवून नमस्कार करीत म्हणाले, "घ्या. मंडळी घ्या."

वलवताची जेवणे आटोपल्यानंतर दगडोजी पाटलांची चुलती गंगाबाई 'सट्टा पाहण्यासाठी' वाड्यात प्रवेशल्या.

"हाय का वरमी? धुरपदाऽ" वाड्यात पाऊल टाकताच त्यांनी वरमाईस साद घातली. काही 'वल्लींची' ख्याती अशी की एकवेळ कोणी वाघाची डरकाळी ऐकून घाबरणार नाही; परंतु अशा 'वल्लींचे' नाव घेताच त्यांच्या उरात धडकीच भरते. काहीसा असाच प्रकार 'वाघाई'चा आवाज ऐकून आणि स्वभाव लक्षात घेऊन द्रौपदाबाईंचाही झाला होता. म्हणून "हाव की मायसब. या नं, या." म्हणत आणि आता आपणास कोणत्या तोफगोळ्यास तोंड द्यावे लागणार, याची धास्ती घेऊन त्यांचे काळीज धडधडू लागले.

"काय माय, वरमी झाली न पायरी इसरली."

त्यावर कसे बसे "नाही जी मायसाब, नाही."

"मंग उद्यावर लग्न आलं तरी बलावलं का सट्टा पाह्यलातरी?"

"...." यावर द्रौपदाबाई एकदम निरुत्तर झाल्या. परंतु लगेच स्वतःस सावरत उत्तरल्या, "सामा करण्याच्या कामात ध्यानातच..."

"हंऽ. मनुनच मनतं– वरमी झाली अन् पायरी इसरली–"

"आज्जी! कशी हाईस?" मध्येच हानोतराव पाटलांची मुलगी पार्वतीबाई लगबगीने पुढे होत त्यांच्या पाया पडली. नातीच्या ह्या वागण्याने मात्र वाघाई एकदम मेणाहून मऊ झाल्या आणि "कही आलीस ग महे सोने–" म्हणत त्यांनी

पार्वतीचे पटापट दोन्ही गालांचे मुके घेतले आणि दोन्ही हाताचे पंजे उलटे करून स्वतःच्या गालावर ठेवत कडकड मोडले. ते पाहताच भास्कररावांचे डोळे मात्र एकदम डबडबून आले. तोपर्यंत द्रौपदाबाईंनी लगबगीने बहिणीच्या मदतीने सट्ट्याचे लहान-मोठे तीन-चार गठ्ठे आणले आणि मोठ्या आढ्यतेने एका गठ्ठ्याची गाठ सोडीत म्हणाल्या, "पाहा, मायसाब पाहा–"

"आगं आगं धुरपदे, थांब की जरा. वरमी झाली आन् करणी इसरली. खरंच गऽ माऽय! आगं आधी सट्ट्याला हळद-कुंकू वहा, हात जोडा, नाव घ्या. आन् मग सट्टा सोडा. एवढं कळू नाही का ग तुला? जाय आधी बगवं घेऊन ये."

"एकदम बरोबर आजी." नवीनच लग्न झालेली एक तरुणी मुरकत मुरकत म्हणाली, "घे मंग तूच आधी नाव."

मग नाही व्हो, नाही व्हो करीत करीत आणि सट्ट्याला हळद-कुंकू लावून पुन्हा डोक्यावर पदर घेत त्यांनी सट्ट्याला नमस्कार केला आणि अत्यंत आनंदाने आणि उत्साहाने लाजत लाजत म्हणाल्या, "मनात भाव देवळात देव, धोंडबारावांचं नाव घेते तेच महे देव."

त्यावर पार्वती खूपच नाराजी दाखवत म्हणाली, "हे काय ग आजी? मवहा आजा तुला काय भाकर-भाजी वाटला की काय असं फटकन नाव घ्यायला?"

"मंग तूच घे की तुह्या साहेबाचं नाव लांबलचक सास्तर घेऊन."

"नाही, नाही. आधी तू."

"नाही नाही आजी, तूच सगळ्यात वडील. मनुन तुव्हाचा मान आधी."

"पनिक चांगलं आज्यापसोर लांब गेलं पाह्यजे."

"बऽरं बाई" म्हणून आजीने पुन्हा एकदा लांबलचक पदर घेतला आणि म्हणाल्या–

हिंडून हिंडून लागली धाप
दाता चण्याची पडण गाठ
पडलीच गाठ त ठरण भाव
लाखा लाखाचा एक एक राव
त्या रावायची बसली बैठक
बसली बैठक त ठरण हुंडा
या शेमल्याचा त्या हाती गुंडा

भाऊ भावकी हाजीजी करती
तरीय पाव्हणे आत बाहीर करती
कोणत्या सोयरीकी कही ढाळजत झाल्या
उकंडे, आखरं, वळणीच कामी आल्या
आमचीय सोयरीक अशीच झाली
हुंडा ठरला साखर वाटली
लग्न ठरले नवरदेव आले
सोयरे जमले वऱ्हाड आले
मानपान करता आला फेस
पडून अक्षता झाले बेस
मी घेता नाव
खूश होती धोंडबाराव.

उखाण्यामुळे जमलेल्या सर्वजणी एकदम सैल झाल्या. सासूचा सासुरवास, नवऱ्याची हुकूमशाही, जावांचा जाच, कामाचा डोंगर, डोक्यावरचा ताण, शिणलेलं शरीर, सारंसारं एकदम हलकंफुलकं झालं. मनामनांत उत्साह तुडुंब भरून खळखळून हसू लागला. जाच, पाळत, पडदा, गोशा सर्वच धुक्यासारखं नितळलं. अंगाअंगांत नवी उमेद, नवं चैतन्य निर्माण झालं. ग्रामीण स्त्रियांच्या जगण्याचं खरं टॉनिक तर हेच आणि येथे साजरे होणारे सण, उत्सव. विशेषत: नागपंचमी, झोके, शिरवाळ- त्याची गाणी, पुरुषांकरिता शिमगा इत्यादी म्हणजे स्त्रीपुरुषांचे जिवंतपणाचे उत्कृष्ट नमुनेच म्हणता येतील. तसेच लग्नकार्य, बारसे आणि बारशांबरोबरच तेरवी, दरवर्षी नियमितपणे येणाऱ्या यात्रा इत्यादी. धुण्याचे पेंड, पाणी भरण्याची सार्वजनिक ठिकाणे म्हणजे अस्सल संवाद. खऱ्याखुऱ्या अनेकपदरी जगण्याचे, जिव्हारी लागलेल्या जिव्हाळ्यांचे विलोभनीय क्षण असेच वारंवार वरचेवर आपणास उपभोगता यावेत, याचीच मनीषा मनामनांत साठून राहते. आणि म्हणूनच की काय, बाजूच्या ओसरीत लवंडलेल्या भास्कररावांनाही ह्या ग्रामीण मेव्याचा आस्वाद घ्यावा वाटल्यावाचून राहवले नाही आणि ते एकदम जिथे हा उखाण्यांचा कार्यक्रम रंगला होता तिथे गेले आणि गंगूआजीस म्हणाले, "आजी, तुमचे उखाणे तर मस्त झालेत. मग आता दुसरे काही लोकगीतं म्हणा की!"

"कहाचे लोकगीत रे बाप्पा? आन् मला आंधळीला कोठून येतील?"

"आगं आजी, आंधळ्यांनाच लोकगीतं छान येतात. अगदी ज्ञानेश्वर,

तुकाराम महाराजांच्या अभंगाच्या तोडीचे म्हणा की!''

"आरे राज्या, तू काय मनायला तेच मला कळत नाही. मंग मी काय मनू?'' गंगाआजीस भास्करराव काय म्हणाले ते खरोखरच काहीच कळाले नव्हते. म्हणून भास्करराव लोकगीताचा अर्थ स्पष्ट करीत आजीस म्हणाले, "अहो, लोकगीत म्हणजे स्त्रिया निरनिराळ्या प्रसंगी– दळतेवेळी, डोहाळजेवण, मुलांचे नाव ठेवणे, सण, उत्सव आणि अगदी दररोजच्या निंदण खुरपण, पाडणी-खुडणी, लग्नकार्यप्रसंगी तुम्ही जी गाणी म्हणतात, तीच लोकगीतं कळालं? मग म्हणा बरं असे काही गीत. तुम्हाला भरपूर येतात म्हणे!''

मग पार्वतीही चुलत्याच्या मदतीस धावून आली आणि म्हणाली, "खरंच आजी म्हण की, तुला मह्यान हाय–''

"माय माय, मन्ते गऽ मन्ते. पनिक तू सुटली मन, तुला मह्यान हाय आन् सुटली मन.''

"बरंऽ सुटली.''

मग आजीने सुरुवात केली–

बाई मांडवाचे दारी
रुसला ग मव्हा भाया
किती जाऊ समजाया

"व्वा वा! छान'' भास्कररावांनी मनापासून दाद दिली.

बाई मांडवाचे दारी
रुसली ग मही जावू
चाल सख्या समजावू
तिचा तिला मान देऊ

"क्या बात है! लग्न म्हणजे सगळी रुसाफुगी आणि मानपानाची सुवर्ण संधीच! नाही का?'' भास्कररावांमधील चिकित्सक डॉक्टर जागा होऊन आजीस चेतवित पुन्हा म्हणाला, "बरं पुढे–''

"बाई मांडवाचे दारी
इडा सुकला पानाचा
चुलता रुसला मानाचा
मांडवाचे दारी
रुसला ग मव्हा पुतण्या

समज काढ मह्या धन्या
करून टाका त्याला देवक्या
बाई मांडवाचे दारी
नणंद रुसली मानाची
साडी शेमला पराती ठेवून
शेवंती पाठवा मानाची
बाई मांडवाचे दारी
आहेराचे सोळा दिंड
मह्या दुबळ्याच खेंड
मला साडीविना दंड.
दुबळ्याच मंजे गरीब भावाचं बरं का साहेब.''

''असं का? छान आणि दंडं म्हणजे खुलून दिसं, नाही? फारच छान. उत्तम पुढे.''

बाई सोन्याचं बगवं 'मंजे पोटची पोरगी'
रुप्यानं मढविलं (मंजे लाडानं वाढविली)
मैना तुह्या पितीयान (मंजे नवरीच्या बापानं)
कलेदानी दान केलं
थांब थांब रे कारभाऱ्या
आंधी करा मामा मान
मग सारे मानपान
नवरी आणिल आनंदान.

मग पुढे प्रत्येक वेळी डॉक्टरसाहेब 'व्वा वा, क्या बात है!, लाजवाब' करीतच राहिले आणि आजीस चेतवून खिशामधून कागज काढून लोकगीताचे कोठार समृद्ध करीत गेले.

लग्नापूर्वीचे दोन दिवस म्हणजे नवरीकडील कर्त्या व्यक्तींची जणू अग्नि-परीक्षाच. प्रचंड ताण, घाईगडबड, पळापळ. हे आण ते आण, हे राहिलयं, ते कमी इत्यादींमुळे मग कार्य निर्विघ्न पडेल की नाही, याचीच चिंता, धास्ती. म्हणून प्रत्येक गोष्ट चांगलीच झाली पाहिजे. अर्थात आपल्या परीने यासाठी जीवतोड आटापिटा आणि सर्वच बाजूंनी कंबरमोड प्रयत्न. ह्यातच काहींचे एकमेकांचे 'पाणी जोखण्याची', एखाद्यास तोंडावर पाडण्यासाठी चालून आलेली सुवर्ण संधीही. तर काहीजणांसाठी स्वत:स मिरवून घेण्यासाठी

नामी पर्वणी आणि 'कोणाला कशाचे तर फाटकीला चिंध्याचे' प्रमाणे अर्जुनराव आजही त्यांच्या म्हैशीतच गुंग तर 'पीके' उर्फ 'मायमारे' साहेब त्यांच्या बाटलीत. यामुळे साहजिकच संपूर्ण कार्यभार डॉक्टर भास्कररावांवर पडणे स्वाभाविकच. परंतु 'घरची झाली परकी, दारची करती आरती' म्हणतात त्याप्रमाणे त्यांचा पुतण्या देवीदास आणि वहिनी द्रोपदाबाईही त्यांना कोणत्याच महत्त्वाच्या गोष्टींबद्दल सांगत नव्हते की साधा विचारही घेत नव्हते. अगदी वर शोधण्यापासून ते बोलाचाली, सोयरा-सोयरंपण, देणे-घेणे, मानपान, सट्टाखरेदी, दागदागिने इत्यादीं-सारख्या महत्त्वाच्या बाबतींतही ह्या मायलेकराने त्यांना मुळीच विचारले नाही की काही सांगितले नाही. म्हणून एक पत्रिकेतील नाव सोडले तर एवढा सुप्रसिद्ध विचारवंत, साहित्यिक ज्यांचा ते उपस्थित असलेल्या जवळपास प्रत्येक लग्नकार्यात शाल-श्रीफळ देऊन किंवा फेटा वगैरे बांधून सत्कार-सन्मान करतात आणि घरचे मात्र सख्खा चुलता असला, तरी अगदी कस्पटाप्रमाणे "आले, या. गेले जा" असे वागत होते. आणि वाट्याचा आहेर चढविते वेळी तर गावातील जमलेल्या सोयऱ्याधायऱ्यास आणि वाट्यांसाठी जमलेल्या सर्व उपस्थितांस एवढा मोठा धक्का बसला, की प्रकाश पाटील आणि त्यांची चौकडी जरी एकमेकांकडे पाहून हसू लागली तरी इतर सर्व लहानथोरांस खूप खूप वाईट वाटले. कारण वाट्या लावण्यापूर्वी आहेराचे वेळी भटजी 'आहेरासाठी चुलत्यास बोलवा. चुलत्यास बोलवा.' म्हणत होते, तेव्हा तिन्ही चुलत्यांस डावलून देवीदासराव स्वतःच पिढ्यावर बसले. ते पाहून भटजी गोंधळून म्हणाले, "आहो देवीदासराव, अगोदर चुलत्याचा मान. तेव्हा अगोदर त्यांना बसू द्या."

त्यावर देवीदासराव अत्यंत उद्धटपणे म्हणाले, "मानपान ज्याचे त्याच्या खाली मोडले. आम्ही फक्त एकाच आहेराची बोलणी केली." आणि असे म्हणतच त्यांनी पाहुण्याच्या हातातील टोपी स्वतः घेत आपल्या डोक्यावर ठेवली. हा सर्व प्रकार म्हणजे असभ्यतेचा किळसवाणा प्रकार वाटून उपस्थितांपैकी चार-पाच वृद्ध व्यक्ती सरळ उठून निघूनच गेल्या. अर्थात हे सर्व होत असताना डॉक्टर भास्करराव मात्र निर्विकार होते आणि त्यांचे वडीलबंधू अर्जुनराव आणि पीकेसाहेब कोठेच दिसत नव्हते. कदाचित त्यांना ही बाब अगोदरच कळली असावी. बरे, मजेशीर गोष्ट अशी की ह्याच देवीदासरावांना भास्कररावांनी बारावीपर्यंत स्वतःच्या मुलाप्रमाणे वाढविले होते. शिक्षण दिले होते. आणि बारावी नापास झाल्यानंतर वडिलांनी त्यांना बडविल्यानंतर ते पुण्यास निघून गेल्यावर पाच-

सहा महिन्यांनी स्वत: डॉक्टरसाहेबांनी एका आठवड्याची रजा काढून त्यांचा शोध घेऊन घरी आणले होते, तर त्यांच्या पत्नीने तो घरी सुखरूप यावा म्हणून एकादशीप्रमाणे गुरुवार उपवास धरला होता. आजही त्यांचा तो उपवास तसाच चालू आहे!

ज्याचा त्याचा धर्म । ज्याने त्याने करावा ।
संतोष मानावा । कर्मानंदी ॥

मग जी गोष्ट वाट्याची तीच गोष्ट लग्नाची आणि लग्नपत्रिकेमधील अपमानजनक नोंदीची. कारण लग्नपत्रिकेत आत्तापर्यंत कधीच न दिसणारे प्रकाश पाटलांचे नाव एकदम प्रेषक म्हणून टाकले होते! तरीही भास्करराव मात्र लग्नामधील प्रत्येक गोष्ट लक्ष घालून, प्रसंगी पत्नी, मुलगी, पुतणे, मित्र आणि आप्तेष्टांनाही ह्यावर अधिक चर्चा न करता कार्य पार पाडण्याविषयी आग्रह आणि विनंती करीत होते. परंतु त्यातही भास्कररावांनी एक करावे तर देविदासरावांनी आपल्याच मर्जीप्रमाणे करावे. असे दोन-तीन प्रसंगी झाल्यांनत मात्र शेवटी हतबल होऊन नाइलाजाने त्यांना फक्त बघ्याचीच भूमिका घ्यावी लागली. त्यामुळे दुर्दैवाने झाले असे की नवरदेवाच्या वरातीस मंडपात येण्यास एवढा विलंब झाला की लग्न मुहूर्त टळून दोन तास झाले तरीही नवरदेवाच्या मित्रांचे नाचगाणे संपता संपेना. तेव्हा मात्र भास्कररावांना राहवलेच नाही म्हणून त्यांनी नवरदेवाकडच्या पाहुण्यांना चांगल्या दोन गोष्टी सुनावून नवरदेवास मंडपात आणले, तर मग नवरदेव साहेबच डोक्यावर टोपी ठेवू देईनात! त्यामुळे भास्करराव त्यांची तगमग आणि कोंडमारा पाहून जोशी गुरुजी त्यांना सल्ला देत म्हणाले,

"डॉक्टरसाहेब, कधी कधी समाजाच्या गतीने जाणेच व्यवहारी ठरते. अहो, नवरा येतो नवरीसाठी आणि वऱ्हाड येते जेवण्यासाठी. म्हणून तुम्ही टेन्शन घेऊ नका."

परंतु पाहत बसणे म्हणजे आपलेच हसे असे वाटून ते तेथे उपस्थित असलेल्या आमदारसाहेबांच्या कानी लागले. मग आमदारसाहेबांना आपल्या वेळेचे महत्त्व पटून त्यांनी लगेच नवरदेवाकडील कारभाऱ्यास बोलावून काहीतरी सुनावले. मग मात्र ते कारभारी स्वत:च स्टेजकडे जाऊन माईक हातात घेत एकदम म्हणाले, "आता अधिक वेळ न लावता वधूवरांच्या मामांनी एका मिनिटाच्या आत वधूवरांना घेऊन स्टेजवर यावे. हं. चला आटपा लवकर." मग पुन्हा पुन्हा तीच सूचना वरचेवर करून नवरी-नवरदेवास स्टेजवर येण्यास भागच

पाडले आणि "आटपा आटपा" म्हणत स्वत:च भटजी बनून 'शुभ मंगल साऽवधान' म्हणत मंगलाष्टकांसही सुरुवात केली.

आणि ते शब्द कानी पडताच भास्कररावांच्या तोंडून अभावितपणे शब्द बाहेर पडले, "चला झाले एकदाचे शुभ मंगल! बाकी पुढचे पुढे."

- ० -

प्रकरण ९

देवकीबाईंच्या निधनाची बातमी ऐकून भास्कररावांना चांगलाच धक्का बसला. क्षणभर त्यांचा त्या गोष्टीवर भरवसाच बसला नाही. म्हणून अविश्वासाने त्यांनी बातमी सांगणाऱ्या मुलास पुन्हा एकदा विचारले, "आमची देवकीआक्का?"

"हो. आपलीच देवकुआजी. दुपारी दोन वाजता अन्त्यविधी आहे."

"आरे परंतु–" परंतु पुढचे त्यांना काही बोलवलेच नाही आणि डोळ्यांत डबडबलेले पाणी लपविण्यासाठी ते चटकन उठून हॉलला लागूनच असलेल्या किचनमध्ये गेले. त्यांची ती अवस्था पाहून कविताबाईही एकदम घाबऱ्याघुबऱ्या झाल्या आणि भास्कररावांजवळ येत म्हणाल्या, "आगबाई, असं झालं तरी काय, एवढा डोळ्यांत पूर आणाय?"

"––" परंतु भास्कररावांचा ऊर दु:खावेगाने एवढा भरून गेला होता, की त्यांच्या तोंडून शब्द फुटणे शक्यच नव्हते आणि यदाकदाचित त्यांनी बोलण्याचा प्रयत्न केलाच असता तर शब्दांऐवजी त्यांच्या तोंडून एकदम हंबरडाच फुटला असता. म्हणून त्यांनी बोलणे टाळले आणि फक्त डोक्यानेच 'काही नाही' म्हणत हाताने हॉलमध्ये चहा नेण्याची खूण केली आणि डायनिंग टेबलच्या आधाराने तेथील खुर्चीवर बसून नि:शब्दपणे अश्रूंना वाट मोकळी करून देऊ लागले. त्यांची कधी नव्हे ती हालत झालेली पाहून कविताबाईंनी ताडले की काहीतरी भयंकर दुर्घटना झाली असावी. अशा वेळी अधिक काही बोलणे म्हणजे त्यांच्या दु:खाचा एकदम स्फोट होऊन ते धाय

मोकलून रडूच लागतील. म्हणून अधिक काही न बोलता त्या चहाचा ट्रे घेऊन हॉलमध्ये गेल्या. पाहुण्यांचा चहा घेणे होईपर्यंत तेथेच उभ्या ठाकल्या आणि चहा घेणे संपताच कप ट्रेमध्ये ठेवत त्यांनी काय झाले याबद्दल विचारणा केली.

"काही विपरीत घडले का?"

"होय हो काकू, आपल्या देवकुआजी गुजरल्या."

"अग्गबाई! कधी आणि कशा?" कविताबाईंची अवस्थाही भास्कररावां-प्रमाणेच झाली होती.

"ते काही माहीत नाही, परंतु आज दुपारी दोन वाजता अंतविधी आहे." उठत उठत दुसरा गावकरी मुलगा म्हणाला.

मग ते दोघे बाहेर पडले आणि कविताबाई स्वत:शीच 'अशा एकाएकीच कशा काय गेल्या असतील बाईसाब' पुटपुटत किचनकडे गेल्या.

स्त्रिया आणि कुमारिकांच्या मृत्यूच्या संदर्भात नैसर्गिक मृत्यू किती? आत्महत्या किती? निर्घृण खून किती? आणि त्यामागील खरी कारणं कोणती? याची सखोल चिकित्सा समाजधुरिणांनी तातडीने करायला हवी. कारण एकदा कारणे कळाली की मग त्यावर उपाययोजना करता येतील. परंतु हे विधानही तसे फसवेच म्हणावे लागेल. कारण यामागील बरीच कारणं आणि कोर्टकलमांची आपणास माहितीही आहे.

देवकीबाईंच्या आकस्मिक निधनाची बातमी ऐकून भास्करराव एवढे सुन्न झाले, की त्यांची अवस्था एखाद्या पॅरालिसिसच्या रुग्णासारखीच झाली होती. त्यामुळे कविताबाई एखादी आई जशी आपल्या सानुल्यास एखादी गोष्ट अतिशय प्रेमाने आणि पुन्हा पुन्हा सांगून समजावून त्याची समज काढते आणि त्यास भरविते, आंघोळ करावयास लावते, कपडे घालावयास लावते, अगदी तसेच भास्कररावांस "किती वेळ शोकच करीत बसाल? पुरे ना आता. उठा बरं. उठा. आंघोळ करा. निघावं लागेल न आपणास?" म्हणाल्या. 'उठा उठा'चा धोशा लावून त्यांना दांडेगावला जाण्यासाठी तयार केले. अर्थात डॉक्टरसाहेबांनाही शक्यतो लवकरात लवकर दांडेगावास जाण्याची इच्छा होतीच. परंतु इच्छेस शरीराने साथ द्यावयास हवी ना? परंतु तरीही त्यांनी स्वत:स सावरले. कॉलेजमध्येही रजेविषयी कल्पना दिली आणि गाडी चालविण्यासाठी नेहमीच्या एका चालकास बोलावून घेतले. कारण अशा वेळी स्वत: गाडी चालविणे ते टाळीत. त्यांची मुलगी राणी तर मागच्यावर्षीपासून उच्च शिक्षणासाठी अमेरिकेस गेली होती.

त्यामुळे पती-पत्नी दोघेच निघाले.

वाटेस लागल्यानंतर पुन्हा एकदा देवकीबाईंच्या विचारांनी भास्कररावांच्या मनाचा ताबा घेतला. अगदी लग्न लागून आक्का सासरी निघाली तरी छोटा भास्कर करवलीस मागे टाकून आक्कासोबत त्यांच्या सासरलाही निघाला आणि मग... मग नवरा नामे पुरुषातील कुरूप शंकेने आणखी एक रामायण घडविले आणि आक्कांचा वनवास जो सुरू झाला तो आजपर्यंत. भास्करराव पुन्हा वर्तमानात आले.

ड्रायव्हर गाडी चालवत होता. वळण आले की वळवत होता. हवे तेथे ब्रेक लावीत होता आणि मोकळा रस्ता दिसताच गाडीची गती वाढवत होता. कविताबाईही कदाचित भास्कररावांप्रमाणेच देवकीबाईंच्या, नव्हे, एकूण वारीनामे वतलातील जळतनाचाच विचार करीत असाव्यात. कारण त्याही शेजारीच विचारमग्न असलेल्या पतीशी चकार शब्दानेही बोलत नव्हत्या.

तरीही 'आक्का अशी अचानक कशी काय गेली?' हा एकच प्रश्न भास्कररावांना वारंवार पुराणी मारीत होता. आक्का नैसर्गिकपणे मरण पावली की तिने आत्महत्या केली म्हणावी? की आईसारखा खून वगैरे तर केला नसेल कोणी? आणि ह्या विचारासरशी ते स्वत:वरच केवढ्यांदा तरी खेकसले! "हे! हा काय मूर्खासारखा प्रश्न? आक्कास कोण कशासाठी मारील?"

"का मारणार नाही? आईस कसे मारले?"

"---"

"शिवाय आक्काजवळही भरपूर दागदागिने होतेच की! आणि जमीनही होतीच. किंवा कदाचित भोगासाठी–"

"ओऽ! शिट! शिट! जीभ झडत का नाही माझी!" भास्करराव केवढ्यांदा तरी स्वत:शीच पुटपुटले आणि आपल्या पतीचे हे वागणे पाहून कविताबाईंनी घाबरून त्यांना विचारले,

"काय झालं हो?"

"काही नाही. आता आणखी काय व्हायचं बाकी राहिलंय?"

"म्हणजे?"

आणि त्याच वेळी त्यांची गाडी वेगाने वळण घेत गावात शिरली. गाडी वाड्यासमोर थांबताच वाड्यात पुन्हा रडारड सुरू झाली. एकीनंतर एक बहीण भावजय आणि इतर स्त्रियांही स्त्रीजीवनाच्या नरकयातना व्यक्त करीत, त्यामधून आता देवकीबाई सुटल्याची रडत रडत जणू अप्रत्यक्ष कबुली देत शोक व्यक्त

करू लागल्या. त्याच वेळी कोणाच्या ध्यानीमनी नसताना देवकीबाईंचे पतिराज रा. रा. श्री. रामराव पाटील दिवंगत पत्नीस पहिली आणि शेवटची साडी घेऊन वाड्यात शिरले. त्यांना पाहताच स्त्रिया तर त्यांच्या पोटात धगधगत असलेला ज्वालामुखीच तोंडावाटे बाहेर फेकू लागल्या–

"मुनीच्याच मनात मळ आन् सतीचाच केला छळ की रेऽ देवाऽऽ"

"नावाला नवरा आन् जिवाला भवराच व्हता की गऽ माऽय!"

शेवटी रामराव पाटलांच्या हस्ते अग्नी देण्यात आला.

रामराव पाटील देवकीबाईंच्या मृत शरीरास अग्नी देतेवेळी तेथे उपस्थित प्रत्येक कळत्या व्यक्तीच्या डोळ्यांत ते दृश्य पाहून नक्की एकच विचार आला असेल तो हाच, की कधी कोणाच्या जीवनात कोणता प्रसंग येऊन त्यास कोणते वळण लागेल ते मात्र एकट्या नियती म्हणतात त्या एकमेव शक्तीसच माहीत असेल नाही का? कारण देवकीबाईंचं जगणं म्हणजे एक अकल्पित आणि जगावेगळंच जगणं म्हणावं लागेल– अगदी स्वप्नातच लागले लग्नासारखे. रामराव पाटलांसोबत गाठ पडावी काय? कोण्या एका माहेरच्या माणसाकडे पाहून स्मित केले म्हणून अंगावरची हळद निघाली नाही आणि मधुचंद्राच्या पहिल्या रात्रीपूर्वीच सालावरच्या गड्याकरवी त्यांना कायमचे माहेरी पाठविले जाते काय! अगदी सीतेला तरी एवढा वनवास सहन करावा लागला नाही एवढी मोठी शिक्षा! असे कोणते पाप देवकीबाईंनी केले होते? आणि एवढा मनात मळ असणारे रामराव पाटील तरी किती निर्मळ असतील? असे प्रश्नच प्रश्न अंत्यविधीस आलेल्या प्रत्येक व्यक्तीच्या मनात नक्कीच येत असतील. परंतु आता कशाचा काय फायदा? सरण तर केव्हाच भडकले होते. त्याच्या फुलंग्याही उडू लागल्यामुळे कारभारी "सरका, सरका. मागे व्हा." जवळच्या माणसांना मागे सरकण्यासाठी सावधान करू लागले. चला–

"बरे झाले
मरण आले
नाही तर
किती केली होळी
जिवाची - जिवंत माणसांनी!'

एवढ्यात 'आईऽ! आईऽ!' असे ओरडत वाकडेतिकडे पाय फेकत, लंगडत, पडत पडत, उठत, झोकांड्या देत 'पीके' शंभर टक्के (पिदाडी)च्या अवतारात प्रगटले. परंतु पीके तिथे येताच देवकीबाईंच्या चितेकडे येण्याऐवजी ते

सरळ 'आईऽ! आईऽ!' म्हणून ओरडत मोठ्या आईच्या समाधीकडे धावू लागले. परंतु एकदम मध्येच थांबत- 'नको नको, मेलोऽ! मेलो रेऽ! वाचवा! वाचवा रेऽ!' सारखे असंबद्ध शब्द उच्चारत कोणीकडेही पळू लागले. भास्कररावांना त्यांचे हे असे वागणे अतिशय विचित्र आणि एकदम विसंगत वाटत होते. म्हणून त्यांनी जवळच्याच एका पुतण्यास विचारले,

"संदीप, हे मालक असे–"

"यांचं हे रोजचंच आहे काका–"

"म्हणजे?"

"म्हणजे सकाळी अगदी अंथरुणामधून उठल्यापासूनच हे असंच सुरू करतात ते रात्री-बेरात्री आणि रात्र-रात्रही."

"एवढं?"

"आहो, नुस्तं पिणंच नाही तर पिऊन धिंगाणा घालणं, कोठय पडणं. उकंडा, नाली कळणं की शेण चिखल. कोठ चाललो, कोणाच्या घरात चाललो तेही न कळणं. त्यामुळे दोन-तीन वेळा बाया-पोरींनी आणि मांगवाड्यातील आणि बुद्धवाड्यातील लोकांनी बेदम बडिवलं–

"एवढंच नाही, तर्र झाल्यामुळे कोठय गल्ली-बोळात मांग वाड्यात, बुद्ध वाड्यात एकटेच आट्यापाट्या आणि कबड्डी खेळतात आणि कधी संभाजीच्या दारावर तर कधी भारताच्या दारावर रात्रीबेरात्री लाथा मारतात आणि असे रोज 'आई आई, मेलो मेलो, नको नको, वाचवा वाचवा' म्हणत कोणीकडेही पळत राहतात."

"म्हणजे?"

"हो. वेडेच झालेत. आईस मारल्यामुळे– म्हणजे गावात सर्वजण असंच म्हणतात."

त्याच वेळी गावातील दोन-तीन कारभारी म्हणाले, "चला आता. चला. दोघं-चौघं कवटी फुटोस्तोर थांबा आन् बाकीचे चला." आणि पायात जोडे घालीत निघाले. भास्कररावांच्या मनात मात्र उगीचच 'न जाणो हे साहेब कदाचित ह्या वेडेपणात जीवाचे काही बरे वाईट करायचे' असा विचार येऊन ते पीकेकडेच पाहत अस्वस्थ होऊन थोडावेळ तेथेच उभे राहिले आणि भास्कररावांच्या डोक्यात काय विचार चाललेत ते बरोबर ओळखून एक आजोबा म्हणाले,

"चला, साहेब. पिदाडी माणूस लई भित्रा असतो."

आतापर्यंत भास्करराव आणि त्यांचा भागेली वगळता अंत्यविधीस जमलेले

बहुतेक सर्व पुरुष बरेच पुढे गेले होते. स्त्रिया तर यापूर्वीच समोर पाठविल्या होत्या. राहिलेले चार-पाच जण आणखी बराच वेळ थांबणार होते, ते पाहून त्यांचा भागेली गंगाराम लामतुरे भास्कररावांजवळ येऊन म्हणाला, "मालक, इकडं या की जरा."

"काय म्हणतोस गंगाराम?"

"चला की जरा पुढे." म्हणत स्वत: पावलाची गती वाढवीत तेथील त्यांच्या आणि देवीदासरावांच्या सामाजिक धुऱ्यावर जाऊन उभा राहत हाताने धुरा दाखवत म्हणाला, "हे पाहा की देवीदासरावांन काय केलं ते?"

"काय झालं रे बाबा?"

"आहो, धुरा पाहा की धुरा! आन् ते पाहा ते लिंबाचं झाड. ते पहिल्यांन आपल्या हादीत व्हतं–"

"व्हो. मग?"

"मंग आता पाहा नं आपल्या हादीत असलेलं तेवढं मोठं झाड देवीदासरावानं सऽम्दा धुरा फोडून आपल्या हादीत घेतलं आन् सम्दा धुरा आपल्याकडून घातला. पाहा की तुमच्या नजरेनं."

भास्कररावांना गंगारामच्या बोलण्यातील सत्यता स्पष्टपणे दिसून येत होती म्हणून त्यांनाही राहवले नाही आणि मग ते झपझप पावले टाकीत तेथपर्यंत गेले आणि गंगारामला म्हणाले–

"आरे, मग तू काहीच म्हणाला नाहीस?"

"मन्ल्याशिवाय कसा राहील मालक? आन् गेलसाली पेरणीतच सांगितलं व्हत तुम्हाला आश्यानं आसं मनुन. आन् त्याह्यला तीन-चार खेप मन्लो. पनिक तुम्ही काहीच न मन्ल्यामुळं त्याह्यनं आता आसं केलं!"

"परंतु–"

"आन् मी काही मनाय गेलो तर महीच माय-बाईल काढून मलाच धमकावत मनत 'खबरदार मादरचोदा, एकाचे दोन लावून सांगशील तर तंगडंच मोडील. आन् मालक काहीच मनीत नाहीत. एवढा इवक करायला तुला का मालक डेंगण काढून देयाला की काय?'"

"बरं बरं. राहू दे. पुन्हा पाहू" म्हणत आपण आलो कशासाठी आणि करतो काय असे वाटून 'कापले तरी आपलेच' म्हणून चालण्याची गती वाढवत ते गावाकडे निघाले.

वाड्यात अद्यापही रडारड चालूच होती. परंतु आताचे रडणे कोरडे

विनाअश्रूंचे होते. त्यात जिव्हाळा आणि प्रेम असले, तरी त्यामधील भावनावेग कमीकमीच होत होता. मग अंत्यविधीस आलेले आप्तेष्टही येत होते. हराळी चढवत होते. दिव्याकडे पाहत होते आणि माघारी वळून टेकल्यासारखे करून लगेच कपडे झटकून निघत होते. जे अधिक जवळचे होते ते घरच्या समोर दिसणाऱ्या व्यक्तीस भेटून जात होते. आणखी रक्ताचे-आतड्याचे 'सावडण्या'साठी थांबून दुसऱ्या दिवशी तेही आपापल्या कामास लागणार होते.

कोण कोणासाठी थांबणार?

आला तोच जाणार? हेच खरे.

मालमत्तेच्या मोहापायी होणाऱ्या वाटण्या आणि अशा वाटण्यांपासून उत्पन्न होणारे हेवेदावे, कट-कारस्थानं, भांडण-तंटे, मारामाऱ्या ह्यांमधून पराकोटीस पोहोचणारी खुन्नस, ईर्षा, बदल्याची भावना, ह्या कृत्यामधून सांडणारे रक्त, येणारे अपंगत्व आणि पडणारे खून मानवाच्या भौतिक प्रगतीबरोबर वाढत जाऊन पृथ्वीच्या अंतापर्यंत थांबणारच नाहीत, असे दिवसेंदिवस वाढत जाणाऱ्या भाऊबंदकीमुळे वाटते.

हे जीव जरी सामान्य असले, तरी त्यांनी केलेले क्रौर्य मात्र मती गुंग करणारेच आहे. ह्यास कारण घडले त्यांच्या शेतातील सामाजिक विहीर. आणि गावागावांतील शहरा-महानगरांमधील घराघरांतील वाटण्याच्या अशा विहिरी, आंबे, घराच्या भिंती, शेता-शिवारांतील बांध वगैरे म्हणजे कायम भांडण-तंट्यासाठी मुद्दाम जाणीवपूर्वक आरक्षित केलेली ठिकाणंच. वरवर पाहता अशा वाटण्या वेगळचारानिमित्त निमंत्रित केलेले पंचपरमेश्वर; परंतु वास्तविक शकुनी-मामांची भूमिका बजावणारे. पंच समान न्यायाच्या बुरख्याआड वरील मालमत्ता सामायिक ठेवतात. दगडोजीराव पाटलांच्या मुलांच्या वाटण्याच्या वेळीही असेच महाभारत जाणीवपूर्वक रचण्यात आले होते. म्हणून कधी अंबादास, देवीदास या चुलत भावात, कधी पुंडलिक-पीके व संभाजीराव या चुलत्या-पुतण्यात तर कधी अंबादासराव-संभाजीराव या सख्ख्या भावांत नेहमी भांडण-तंटे होऊन ते एकमेकांच्या जिवावर उठल्यामुळे कोणी आर्थिक मदतीसाठी शेठ-सावकारांचे उंबरठे झिजवायचे तर कोणी स्वतःच्या पोटच्या पोरांच्या आयुष्याची भाकर असलेली जमीनच फुंकून पोलिस-वकिलांची धन करायचे. परवाही ह्याचीच पुनरावृत्ती झाली. ती दुर्घटना अशी–

सायंकाळची सहा-साडेसहाची वेळ. दोनच दिवसांवर दिवाळी येऊन ठेपलेली. शिवारात नुकताच कोणी टाकळा, हरभरा पेरलेला तर कोणी गहू,

करडी. त्यामुळे ज्याची-त्याची आपापल्या पिकास पाणी देण्यासाठी धावपळ चाललेली. अशीच धावपळ नव्हे– चढाओढ संभाजीराव आणि पुंडलिकराव उर्फ पीकेत सुरू झाली. ह्या चढाओढीचे कारण म्हणजे त्यांची भरपूर पाणी असलेली आणि तीन वर्षांपूर्वी सामायिक असलेली विहीर नंतर संभाजीरावांनी ह्या विहिरीच्या पाण्यात समान हिस्सा असलेल्या देवीदासरावास आणि पीकेसाहेबास पाण्याच्या वापरावरून नेहमी 'तू-तू, मैं-मैं' होऊन भांडण तंटे होऊ नयेत म्हणून चांगले तीस-तीस हजार रुपये देऊन पीकेसाहेबांचा आणि देविदासरावांचा हिस्सा विकत घेऊन पन्नास रुपयांच्या बाँड पेपरवर पंचासमक्ष कबुलीजबाबही लिहून घेतला होता. त्यावर दोन साक्षीदार आणि पंचांच्या स्वाक्षऱ्याही घेतल्या होत्या. परंतु तरीही मागील वर्षापासून पीके बळजबरीच त्या शिवारात घाईगडबडीने गहू-हरबरा पेरून पिकास पाणीही देऊ लागले. शिवाय पिऊन तर्र असल्यामुळे नेहमी स्वत:च्याच आई-भावजयीचा उद्धारही करू लागले. एवढेच नव्हे तर अनेकदा संभाजीराव आणि संभाजीरावांच्या गड्याच्या अनुपस्थितीत ते स्वत: संभाजीरावांनी राखून ठेवलेल्या बांधात आणि फुला-फळात आलेल्या पिकात त्यांचे स्वत:चे बैल सोडून देऊ लागले. साहजिकच चुलत्याच्या ह्या त्रासास कंटाळून चुलत्या-पुतण्यात भांडण पेटू लागले. संभाजीने पंचांना सांगूनही पीके त्याच्या पिदाडीपणामुळे म्हणा किंवा व्यसनाआड आपला आडमुठेपणा जिरेल म्हणून म्हणा, आपली बळजबरी काही सोडीत नव्हते. परवा तर ह्या वागण्याचा अतिरेकच झाला. पीके भर दुपारीच तर्र होऊन विहिरीच्या वावरात आले. विहिरीच्या आजूबाजूचा सर्व परिसर शिवार पिकाने चांगलाच शेवाळला होता. विशेषत: संभाजीरावांचा सर्व पाच-सहा बॅग हिरवाळंच गहू वाऱ्यावर मस्त लहरू लागला होता. परंतु पीकेंचा गहू संभाजीरावांपेक्षा अबक असून घाईगडबडीत पाणी न देताच पेरल्यामुळे दबकत दबकतच निघत होता. ते पाहून 'पीकेच्या पोटात मत्सराचा वायगोळाच उठला. पोटातील बयेने त्यास आणखीच हवा भरली. त्यामुळे एकदम संभाजीरावांच्या गव्हात शिरून त्यांनी दोन-तीन खळे रान तुडवून नास केले. नंतर जवळच असलेल्या पाईप लाईनच्या बेंडाजवळ असलेले फावडे घेऊन तेथील बेंडही फोडले आणि संभाजीरावांची मोटर चालू करून स्वत:च्या गव्हास पाणी देऊ लागले. सुदैवाने त्याच वेळी संभाजीराव बाईक घेऊन विहिरीवर आले. विहिरीवर उभे राहून गव्हावर नजर टाकताच त्यांना दोन-तीन खळे गहू सुकलेला दिसला. त्याच वेळी त्यांची नजर गव्हास पाणी देणाऱ्या चुलत्याकडे गेली आणि त्यांना पाहताच संभाजीरावांच्या मनात शंकेची पाल चुकचुकली. त्यामुळे वेळ मुळीच न

दवडता ते सुकलेल्या गव्हाकडे गेले. तेथे पोहोचताच गहू तुडवलेला त्यांना स्पष्टपणे दिसून आला. शिवाय गव्हास पाणी देत असलेले पीके संभाजीरावांकडे पाहतच गव्हास पाणी देऊ लागले. पुन्हा त्यांना शंकेने घेरले. म्हणून पुन्हा इकडेतिकडे जाऊन पिकाची पाहणी केली तेव्हा त्यांना पाईप लाईनचे बेंडही फोडल्याचे दिसून आले. ते पाहताच मात्र त्यांचे पित्तच खवळले. एका क्षणात त्यांना पीकेंनी त्यांच्याविरुद्ध केलेली सर्व दुष्कृत्ये आठवली– चुलतीने कुभांड रचून फोडलेले डोके, रंभाचे खोटे विनयभंग प्रकरण– त्यामुळे भोगावी लागलेली पोलीसकस्टडी, निवडणुकीतील पराभव इत्यादींमुळे संभाजीरावांचा क्रोध एवढा भडकला, की पीकेसाहेबांच्या मागील सर्व कृष्णकारस्थानांचा वचपाच काढण्याचा त्यांनी दृढ निश्चय केला. अगोदर मोटर बंद करून तेथेच पडलेले लोखंडी फावडे उचलून ते पीकेकडे वेगाने गेले आणि पीकेस बचावाची मुळीच संधी न देता हातातील फावड्यानेच झोडपणे सुरू केले. दोन-तीन फावड्यांतच ओरडतभेकत पीके क्षणात जमिनीवर पडून अक्षरश: कोंबड्यासारखे हातपाय हालवत आणि आचके देत गप्पगार झाले! पीके गप्पगार झाले तरी संभाजीरावांचा क्रोध मात्र मुळीच कमी झाला नाही. उलट त्यांच्या डोळ्यांत रक्त चढून त्यांनी गप्पगार पडलेल्या चुलत्याच्या हातांवर-कोपरावर फावड्याचे अतिशय त्वेषाने वारावर वार करून प्रथम उजव्या हाताचे कोपरापासून दोन तुकडेच केले! संभाजीराव अशा रीतीने पीकेंचा हात तोडतेवेळी फक्त सुरुवातीच्या एक-दोन वारांवरच पीकेंच्या तोंडून 'मेलोऽ! मेलोऽ'चा अस्पष्ट ध्वनी ऐकू आला. नंतर मात्र त्यांच्या तोंडून कसलाच शब्द बाहेर पडला नाही. संभाजीरावांनी मात्र फावड्याचे अतिशय निर्दयीपणे प्रहार करून दुसरा हातही कोपरापासून वेगळा केला! आणि त्याच पद्धतीने दोन्ही पायही गुडघ्यांपासून तोडून वेगळे केले! तेव्हा कोठे त्यांचा क्रोध किंचितसा कमी झाल्यासारखा वाटला. परंतु पुन्हा लगेच आणखी काहीतरी आठवून त्यांनी पीकेंच्या ढुंगणावर अतिशय त्वेषाने लाथ मारली अणि पट्कन त्यांच्यावर थुंकले! तेव्हा कोठे दम दाटत आणि धपापत एक दीर्घ मोकळा श्वास घेतला आणि हातातील फावडे फेकून दिले! कितीतरी वेळ त्यांचा दम निघत नव्हता. थोड्या वेळानंतर त्यांनी सभोवताली नजर टाकली. दिवस केव्हाच मावळून अंधार दाटू लागला. मग एकाएकीच भयभीत होऊन लगेच गाडीकडे पळत ती सुरू करून वाऱ्यावर आरूढ होत ते क्षणात दिसेनासे झाले.

-०-

प्रकरण १०

स्टेशनवरून घरी येतेवेळी डॉ. भास्करराव खूपच चिंतातुर दिसत होते. त्यास कारणही तसेच होते. यापूर्वी कधीच न घडलेली गोष्ट आज प्रथमच घडत होती. ती म्हणजे मुंबईहून परभणीस निघते वेळी त्यांनी घरी कविताबाईस फोन वरून परभणीस येत असल्याबद्दलची कल्पना दिली होती. डॉक्टरसाहेब ह्यावेळी जपान येथील विद्यापीठात निबंध वाचण्यासाठी गेले होते. भारतामधून तीनच प्राध्यापकांना ह्या विद्यापीठाने निमंत्रित केले होते. गुजरात विद्यापीठाचे डॉ. भारद्वाज, चेन्नईचे डॉ. वरदाचार्यलू आणि पुण्याच्या फर्ग्युसन कॉलेजचे डॉ. स. रा. गाडगीळ. आणि आता भारतात परभणीस आल्यानंतर दोन-तीन वेळा ट्राय केला तरी फक्त रिंगच येत होती परंतु कोणीच फोन उचलत नव्हते. अर्थात घरी फक्त कविताबाईच होत्या. मुलगी राणी तर अमेरिकेतच होती. त्यामुळे आज प्रथमच कविताबाई डॉक्टरसाहेबांना घराबाहेर आठ-दहा तास दिसत होत्या. ह्यामुळे डॉक्टरसाहेबांची चिंता अधिकच वाढली होती. साहजिकच एका विलक्षण घालमेलीतच त्यांनी शेजारील प्रा. कर्णिकांकडे ह्याबाबत चौकशी केली. परंतु त्यांनी डॉ. साहेबांकडे बंगल्याची चावी देत– 'त्यांनी काहीच सांगितले नाही. फक्त 'ही चावी त्यांना द्या' एवढेच सांगितले' असे म्हणत चावी डॉक्टर-साहेबांच्या स्वाधीन केली. मग प्रा. कर्णिकांकडून चावी घेऊन भास्कररावांनी अगोदर गेटचे कुलूप उघडले. गेट उघडताच राजाने बराच वेळ भास्कररावांच्या पायास स्वत:चे अंग घासून लाडिक लाडिक आवाज करून त्यांचे प्रेमाने स्वागत केले. मग भास्कररावांनीही त्यास जवळ घेऊन प्रेमाने थोपटत त्याच्या नेहमीच्या ठिकाणी साखळीबंद

केले. नंतर हॉलच्या दाराचे कुलूप काढले. हॉलमध्ये प्रवेश करताच त्यांना समोरील काचेच्या टेबलावर एका पेपरवेटखाली ठेवलेला कागद दिसला. धडधडत्या काळजाने त्यांनी तो कागद उचलला. त्यात लिहिले होते–

'गावाकडे जात आहे. तुमच्या मावशीच्या नातीचे आकस्मिक निधन झाले आहे. गाडी नेत आहे. सायंकाळपर्यंत परत येईन.' बस्स. खाली ना नाव ना स्वाक्षरी. चिठ्ठी वाचून पूर्ण होताच भास्कररावांच्या काळजाची धडधड आणखी वाढली 'आकस्मिक निधन?' 'म्हणजे?' असे स्वत:शीच पुटपुटत चिंतामग्न होत आणि विचार करीत करीतच सोबतचे लगेज बाजूस सरकवत हे नजीकच्या सोफ्यावरच रेलले. जपान ते मुंबई आणि मुंबई ते परभणी अशा रात्रंदिवसाच्या प्रवासामुळे नाही म्हटले तरी त्यांना थकवाही जाणवत होता. तो थकवा आणि कधी नव्हे तो परतीचा एकटीचा प्रवास, त्यातच गावाकडील ही दुर्घटना, नक्की काय झाले असेल? निधन नैसर्गिक असेल की आणखी काही? लग्नास आलेली मुलगी-आणि असे दुर्दैवी निधन! मिटल्या डोळ्यांनीच विचार करीत करीतच शिणलेल्या शरीराने त्यांच्या डोळ्यांवर झोपेची कांडी फिरविली.

डॉ. भास्करराव जाधव छ. शिवाजी महाराज महाविद्यालयाचे उप-प्राचार्य. वास्तविक तेच महाविद्यालयाचे प्राचार्यच नव्हे, तर डॉ. बाबासाहेब आंबेडकर मराठवाडा विद्यापीठाचे कुलगुरूही व्हायचे. त्यासाठी लागणारी योग्यता, अनुभव आणि कर्तृत्व सर्व असूनही स्वत: होऊनच त्यांनी ह्या दोन्ही पदांस नकार दिला होता. कारण स्पष्टच होते. ह्या दोन्ही पदांसाठी संस्थेच्या पदाधिकाऱ्यांची आणि कुलगुरूपदासाठी राजकीय पुढाऱ्यांची नेहमीची लाजीरवाणी 'हांजी हांजी' त्यांना मुळीच पसंद नव्हती. अर्थात कोठेही हेच अन्यथा....

डॉ. भास्करराव घरी आले त्या वेळी सायंकाळचे सहा वाजले असतील आणि आता रात्रीचे साडेसात वाजले होते. परंतु उन्हाळ्याचे दिवस असल्यामुळे बंगल्यात मिट्ट काळोख नसला, तरी अस्पष्टपणे दिसण्याएवढा अंधूक प्रकाश होता. हॉलचे दारही उघडेच होते. नगरपालिकेचे स्ट्रीट लाईट्स केव्हाच लागले होते. शेजारील सर्व बंगल्यामधीलही लाईट्स लागून टी. व्ही. चालू झाले होते. तरीही डॉ. भास्कररावांच्या घरात अद्यापही अंधार दिसत असल्याचे पाहून शेजारी राहणारे त्यांच्याच महाविद्यालयातील राज्यशास्त्राचे प्रा. शेळकेंना राहवले नाही. गेट उघडून हॉलमध्ये येताच शेळकेसरांनी हॉलमधील लाईट्स लावले. ट्यूबसोबत टी. व्ही. ही सुरू झाला. घाईमध्ये असल्यामुळेच कविताबाईंनी बहुतेक बोर्डवरूनच टी. व्ही. बंद केला असावा. परंतु टी. व्ही. सुरू होताच त्यांच्या आवाजामुळे

भास्करराव झोपेमधून दचकून उठले. समोर शेळकेसरांना पाहताच त्यांच्या तोंडून शब्द बाहेर पडले– ''सर, आपण? या, या.''

''बरा झाला प्रवासदौरा?'' सरांनी आस्थेवाईकपणे चौकशी केली.

''झकास. मस्त. परंतु कविताने आपणास काही कल्पना---''

''छे हो. खूपच घाईत दिसल्या मॅडम. चावीही ड्रायव्हरकडेच दिली वाटते कर्णिकांकडे.''

''अच्छा. परंतु प्लीज आपण बसा निवांत. मी आलोच फ्रेश होऊन. मग बोलू निवांत.''

''अवश्य.''

मग भास्करराव फ्रेश होण्यासाठी बाथरूमकडे गेले आणि त्याच वेळी कविताबाईंची गाडी बाहेर थांबल्याचा आवाज आला. पाठोपाठच कविताबाई द्रोपदाबाईसह गाडीमधून उतरल्या. गाडीमधून उतरताच 'बळीवंश' आणि बाहेरील बाग त्या भिरभिरत्या नजरेने न्याहाळू लागल्या. विशेषत: बागेत शिस्तीत: वाढलेली आंबा, नारळ, बदाम, चिकू, डाळींब, पेरू, इत्यादींसारखी फळझाडे, सदैव सलामी देण्यासाठी सावधान स्थितीतच उभी ठाकलेली सूचिपर्णासारखी सरळ उंच वाढलेली अशोकाची झाडे, त्यांच्या बाजूस अत्यंत आकर्षकपणे मांडणी केलेले अनेकविध आकार-प्रकाराची रंगीबेरंगी फुले, फुलझाडे-मध्यभागी पसरलेली हिरवीगार लॉन इत्यादी अत्यंत नवलाईने आणि काहीशा असूयेने पाहत असताना राजानेच त्यांना 'जलो मगर दीप जैसे' चा सल्ला देऊन भुंकून भुंकून खबरदार केले. त्यामुळे द्रोपदाबाई एकदम दचकल्या. एवढ्या की चालता चालता पडणारच. परंतु कविताबाईंनी आधार दिला म्हणून बरे, नाहीतर त्या चांगल्या तोंडावरच पडल्या असत्या.

राजाचा आक्रस्ताळेपणा पाहून भास्कररावांनी हॉलबाहेर येत त्यास 'राजा गप्प गप्प' म्हणत शांत करण्याचा प्रयत्न केला. परंतु निष्पाप राजाने द्रोपदाबाईच्या डोळ्यांतील भाव अचूकपणे ओळखीत गुरकावणे चालूच ठेवले. ते पाहून भास्करराव राजाजवळ जाऊन 'ऐक, ऐक' करून त्यास थोपटत थोपटत शांत केले. भास्करराव राजास शांत करीत असतानाच प्रा. शेळकेसरही बाहेर निघाले. ते पाहून भास्करराव त्यांना थांबवत म्हणाले-

''अहो सर, आपण का निघालात? कॉफी घेऊनच जा की, तुमच्यामुळे आम्हालाही मिळेल छानसी कॉफी–'

''एरवी मिळतच नाही वाटते?'' सरांचा मिस्कीलपणा ओळखून कविताबाई

म्हणाल्या.

"ती तुमच्या मर्जीने!" भास्कररावांनी पत्नीस आणखी डिवचले. त्यावर कविताबाई लटक्या रागाने म्हणाल्या- "पुरे, पुरे. सरांना का माहीत नाही? बसा. सर, यांनाही तुमच्याशिवाय कॉफी गोड लागणार नाही. परंतु काही घाई नाही ना?"

"नाही, नाही. मुळीच नाही. सावकाश होऊ द्या." पुन्हा हॉलकडे वळत शेळकेसर म्हणाले.

मग दोघे मित्र हॉलमध्ये बसले आणि दोघी जावा आतील बाथरूमकडे जाता जाता द्रोपदाबाई कविताबाईस म्हणाल्या- "आगं कविता, आश्याच आंगानं चहा-कॉफी करणार की काय?"

"मग? त्यात काय?" काहीच न समजून कविताबाईंनी गोंधळून विचारले.

"तसं नाही गं, पनिक आपण सरन लावून आलो आन तू आंगय धुतलं नाही–"

"काही होत नाही बाई, वाटल्यास तुम्ही आंघोळ करा."

"आगं व्हत नाही कसं? आन् त्यातच आन्सीचं आसं आर्धवट मरन– न जाणे तिचं भूतबित–"

"बाई बाई! अहो, तसं काही होत नसते– परंतु तुम्हाला भीती वाटत असेल तर तुम्ही आंघोळ करा!"

"मी आंघूळ करूनच आले ग. मला दमच पडत नाही आंघूळ केल्या शिवाय."

"मग हात-पाय वगैरे धुवा. ही पहा बाथरूम" बाथरूमकडे हात करीत आणि त्यांचे आंघुळपुराण मध्येच कापत कविताबाईंनी द्रोपदाबाईंस बाथरूमकडे पाठविले आणि स्वत: किचनकडे वळाल्या. किचनमध्ये जाऊन दोन्ही मित्रांना कॉफी बनवली आणि दोघी जावांसाठी मुद्दाम चहा बनवला. वास्तविक त्याही कॉफीच घेणार होत्या. परंतु जाऊबाई कॉफी घेतात की न घेतात कोणी सांगावे? शिवाय तिघांसाठी करून त्यांच्यासाठी चहा बनवला तर म्हणणार. "मला का कॉफी कडू लागली असती?" आणि घेतलीच तर कदाचित म्हणाल्या असत्या "आसली कसली माय कॉफी? चवच नाही न, धवय नाही!" – "जावेचे मीठच आळणी" दुसरे काय. कविताबाई मनातल्या मनात एकीकडे असा विचार करीत असतानाच दुसरीकडे त्यांचे लक्ष बाथरूमकडेही लागले होते. कारण न जाणो तेथील शॉम्पूची बॉटल 'बॉडी लोशनच' समजून तोंडास अंगास लावतील!

अर्थात त्यांना असे वाटण्याचे कारण, मागे एकदा त्यांनी बेसीनजवळील हॅड-वॉश चेहऱ्यासाठीचे क्रीम समजून तेच तोंडास लावून चेहरा धूत असताना पाहिले होते. मगात कॉफी ओतत असताना त्यांना हा प्रसंग आठवताच आताही हसू फुटले आणि हसू दाबत दाबतच त्यांनी कॉफीचे मग उचलले.

कॉफी संपताच शेळकेसरांनी भास्कररावांचा निरोप घेतला. सर हॉलमधून बाहेर पडतात न पडतात तोच द्रोपदाबाई हॉलमध्ये घुसल्या. त्या जणू शेळकेसरांच्या जाण्याची वाटच बघत होत्या. "कोनत्या गावाला गेलते की?" मनातील भीती पोटात ठेवून जनातील रीत ओठावर आणत द्रोपदाबाईंनी मूळ उद्देशास सुरुवात करण्यासाठी गुऱ्हाळ लावणे सुरू केले.

"गावाला नाही देशाला"

"देशाला? देशाला मंजे?'

"देशाला म्हणजे लांबच्या गावाला. परंतु आपण अशा अचानक?" देश, दौरा, दौऱ्याचे कारण. त्याचा उद्देशवगैरे विषयी सांगणे-समजाविणे दोघांच्याही दृष्टीने फारसे महत्त्वाचे नव्हते. त्यापेक्षा द्रोपदाबाई अशा अचानक का आल्या, हे त्यांना समजून घ्यायचे होते आणि अनायासे भास्कररावांनीच आपणास अनुकूल विषय काढल्याचे पाहून त्या एकदम आनंदित झाल्या आणि त्यांनी उत्साहाने सुरुवात केली, "हो की साहेब मुद्यामच आलो. बऱ्याच दिवसांपासून येवाव येवाव मनीत व्हतो पनिक कामामुळे जमतच नव्हतं. पनिक पुन्हा इचार केला कामाच काय? माय-काम काम ते चालूच हाय. मरल तव्हाच सरल. पनिक आंधी काहीच करून तुम्हाला भेटावंच. आज त्यातच हे आसं झालं आन् कविताच आली. म्हनून मन्लो– चला, आता तरी भेटावं–"

"छान! बरं झालं." भास्कररावांनी मनोमन ओळखले आपल्या वहिनीसाहेबांना गाडी दिसल्यामुळेच रिकामपण झाले आणि कामही सुचले. म्हणतात ना– 'घोडं पाहून पाय दुखं– वैद्य पाहून पोट दुखं.'

"बरं, अनुसया बीमार वगैरे होती की काय?"

"मस्नाची आली बीमार!" द्रोपदाबाईंच्या तोंडावाटे एकदम मळकी बाहेर पडली. परंतु लगेच त्यांचे नाते लक्षात येऊन त्यांनी पटकन सारवासारव करण्याचा प्रयत्न केला. "नाही मंजे बीमार काही नव्हती. दुसरंच रामायण घडलं–"

"रामायण? म्हणजे?" डॉक्टर भास्कररावांनी डॉक्टरेट संपादन केली असली तरी अशी अस्सल ग्रामीण भाषा कळणे त्यांच्या आवाक्याबाहेरचेच होते.

"कशाचं रामायण?" हॉलमध्ये येत कविताबाईंनी चौकशी केली.

"अनुसयाच्या मृत्यूचं-ती अशी अचानक कसी काय गेली, म्हणून विचारीत होतो." भास्कररावांनी पुन्हा तोच प्रश्न पत्नीसही विचारला.

"काही, नाही हो-'पोरगी चुकली-जिवाला मुकली' म्हणतात तसं झालं. थोडासा पाय वाकडा पडला अन् पोरीनं सरळ औषध घेतलं–"

"थोडूस काहाचं माऽय, चांगला पाचवा महिना व्हता मनं. आपन एक ---"

"बरं बरं. पुढे?" द्रोपदाबाईंचे चऱ्हाट गुंडाळत भास्कररावांनी विचारले.

"पुढे काय? आपलेच दात आन् आपलेच व्हट–"

"आहो वहिनीसाहेब, मला सरळ अन् थोडक्यात सांगाल का? अगं तू तरी सांग की–?" आपला वैताग पत्नीवर काढीत भास्करराव म्हणाले,

"अहो, भावाच्या भीतीनं पोरीनं औषध घेतलं अन् स्वतःस संपवलं. मग घरच्यांनी जगाच्या लाजंकाजं पोरगी धनुर्वातानं गेली म्हणून सांगत प्रेताची जाळभाज करण्यासाठी अग्निसंस्कारांची तयारीही केली. परंतु मध्येच कोण्यातरी दुष्टाने"

"दुसऱ्या-तिसऱ्या कोण नाही साहेब, त्या आगलाव्या आनंद्यानंच हे कारस्थान केलं आन् बरोबर मागचा सगळा वचपा काढून घेतला." कविताबाईंचे बोलणे मध्येच तोडत द्रोपदाबाईंनी त्यांची ब्रेकिंग न्यूज सांगितली.

"वचपा? कशाचा वचपा? आणि कोणावर कसा काढला?" ग्रामीण भाषा आणि गावरानी छक्केपंजे फारसे अवगत नसल्यामुळे डॉक्टरसाहेबांनी गोंधळून विचारले.

"आत्ता ग माय! तुम्हाला माहीत नाही काय की. आहो, याच आनंद्याच्या बहिणीचं पोट आलं तव्हा याच्याच बापानं आपल्या पोटच्या पोरीचा राततच काटा काढला आन् मडं भितीला बसिवलं तव्हा आपल्याच लहान्या मालकानं पोलिसाला कळिवलं. मनून त्याचाच खुन्नस काढीत–"

"परंतु ते कृष्णकृत्य तर त्या– परकास पाटलानंच केलतं. आसच की पनिक त्याकडून आपल्याच मालकानं ते काम केलं मनून त्या आगलाव्याचे आन् त्याच्या बापाचे कान भरले–"

'छे, शिट! शिट!! हे-हे गावरानी वळू केव्हा काय करतील अन् कोणास कसं बरबाद करतील याचा काही भरोसा नाही?' अत्यंत व्यथित होत डोके दोन तीन वेळा लख लख हालवित एकदम उठून ते टेरेसच्या पायऱ्याकडे निघाले.

भास्करराव गच्चीवर गेले आणि द्रोपदाबाईंचा चेहरा एकदम पालीसारखा

पिवळा चुटूक पडला. 'पोट पाडी आन्सामाया ---- आडवी आलीच!' असेच काही तरी मनातल्या मनात त्या पुटपुटल्या असणार. कारण ज्या कारणासाठी त्या आल्या ते व्यक्त करण्यापूर्वीच भास्करराव मध्येच उठून गच्चीवर निघून गेले. मग नाविललाजास्तव त्याही कविताबाईंसी गुलगुल करण्यासाठी किचनकडे वळल्या.

वरील दुर्घटणेमुळे भास्करराव एवढे व्यथित झाले होते की गच्चीवर जातेवेळी त्यांच्या पायास केवढ्यांदा तरी ठेच लागली ठेच एवढी जोरात लागली की त्यांचा जीवन जणू निघून गेला. थोडावेळ शांत राहून ते सावरले.

'एवढी कसी बदललीत मानस! काय मिळत असेल त्यांना असे करून? आनंद? कदाचित मिळतही असेल आनंद परंतु, हा तर आसुरी आनंद एका निष्पाप जीवाचा काटा काढून एखाद्याच्या खुनाची सुपारी देवून-प्रसंगी पुण्यवान आणि नीतीमान व्यक्तिचाही काटा काढून-किंवा महाभयंकर बॉम्बस्फोट घडवून आनंदच मिळत असेल? आणि कधी कधी तर हेच नरभक्षक असले निचकृत्य करून चारधामही करावयास निघून जातात! म्हणजे? चारधाम केले देवधर्म केला–पुजा अर्चा केली भागवत सप्ताह सगळे केलं. एवढं करुनही दुष्कृत्य करण्याची खुमखुमी सरली नाही.

भास्कररावांच्या विचारांची 'मनमाड' एक्सप्रेस थांबता थांबत नव्हती–कश्यामुळे वागत असतील हे असे? कोणाला कश्याची भितीच राहिली नाही–सरळ अश्या कृत्यांरा–'प्रेमात आणि निवडणूकांत काही ही चालते न पांघरून ही घालतात हा बेशरमपणाचा कळच म्हणावा लागेल की नाही?

'अऽहं!' एक दीर्घ सुस्कारा टाकून भास्करराव गच्चीवर चकरा मारता मारताच क्षणभर जागचे जागीच थांबले वरील प्रमाणे नॉनस्टॉप विचारांमुळे त्यांना एक प्रकारचा मानसीक थकबाही आला असावा. म्हणून ते गच्चीवर जेथे उभे होते तेथेच क्षणभर थांबले.

तेवढ्यात – 'अहो, अहो ऐकल का?' म्हणत कविता बाई एकदम घाबऱ्या घुबऱ्या होत वर आल्या आणि भास्कररावांना म्हणाल्या– 'अहो, मी केव्हाची तुम्हाला आवाज देतेय. परंतु तुम्ही तर आपल्याच गुंगीत असता आणि तुम्हाला माझी शप्पत कॉलेजंला जातांना पायी जात जावू नका!

'परंतु मध्येच अचाणक ही शपथ? आणि पायी जावू नका म्हणजे? कारण?' गोंधळून भास्कररावांनी विचारले.

'कारण वगैरे काही नाही. परंतु तुम्ही या पुढे पायी जात जावू नका एवढे

मात्र लक्षात ठेवा.' अगदी लहान मुलांना बोट दाखवून धाक दाखववा त्याप्रमाणे कविता बाईंनी भास्कररावांना दम भरला.

'बरं मॅडम, आपली आज्ञा शिरसावध म्हणत भास्करराव मोकळेपणे खुदखुदू लागले.

'आता असं लहानमुलासारख हसायला काय झालं? गोंधळून कविताबाईंनी पतीराजास हसण्याचे कारण विचारले.

'अगं, हसू नको तर काय करू? आणि लहान मुलाप्रमाणे म्हणतेस तर आपण मला लहान मुलगा समजूनच तबी देताय न जणू काही मी रस्त्याने जाता, जाता एखाद्या वहानाखाली जावून–'

'गप्प बसा! असं अभद्र काही बोलू नका आणि लवकर खाली या. जाऊबाई केव्हाच्या जांभाळ्या धायल्यात.'

'मग तुम्ही दोघी जेवून घ्या. मला खरेच भुक नाही.'

'म्हणजे मी तुमच्या अगोदर जेवू?'

'मग त्यात काय झालं?'

'आले का पुन्हा पहिल्याच पानावर! पतीस पुन्हा लाडिकपणे आवरीत कविताबाई म्हणाल्या.'

'बरं, चला' म्हणत भास्कराव पुन्हा स्वत:शीच पुटपुटले, 'एकदा का आपण पत्नीच्या हातात पोट, न्हाव्याच्या हातात डोके, डॉक्टरच्या हातात नाडी, वकिलाच्या हातात केस दिली की मग काही खरे नाही! आणि असे पुटपुटतच ते पुन्हा पूर्वीच्याच विचार चक्रात गुरफटले–, 'मग ते खाऊ घालोत उपासी ठेवतो, शेंडी कापोत की दाढी, फासीवर चढवोत की अकारण सिझरींग करून पोट कापोत! आपण फक्त उगी रहायचे.

विचारचक्रात गढलेले भास्करराव स्वत:शीच पुटपुटले, 'एवढे असे काय बदलते आपले गाव!' अकस्मितपणे त्यांच्या तोंडू उद्‌गार निघाले, 'पूर्वी तर असे नव्हते. मग आत्ताच येवढे कसे काय बदलते सर्व?' असा विचार डोक्यात डोकावताच त्यांना त्यांच्या बालपणीच्या दोन तीन घटणा अंधूकश्या आठवल्या त्यातील पहिली म्हणजे सावकाराच्या वाड्यावरील दरोडा–

हिवाळ्याचे दिवस. रात्री आठ साडे-आठची वेळ. गावातील बहुतेक सर्वांची जेवणे झाली असतील. बाजा-बाजांवर अंथरुणे पडून बाळ-गोपाळ निद्राधीनही झाले असतील. पुरुषमंडळींनी मात्र नुकतेच अंग टाकले असेल. एकूण काय, तर एखाद्या दुसऱ्या घरात एखाद्या दुसऱ्या स्त्रियांच्या काखणांची

किणकिण सोडली तर बाकी सारा गाव अंधारात गुडुप झाला होता. थोडक्यात, संपूर्ण गावात निबिड अंधार आणि नीरव शांतता. आणि अशा नीरव शांततेच्या वेळी एकदमच आकस्मिक आणि अकल्पितपणे– 'धाड-धाड, धुडमऽ' सारख्या कानठळ्या बसविणाऱ्या आवाजामुळे बेसावध असलेल्या गावाची एकदम घाबरगुंडीच वळाली. जो तो प्रथम, स्वत:च 'काहीचे आवाज! काय झालं?' म्हणत म्हणतच वैरी न चिंती ते मन चिंती म्हणतात, तसे पुटपुटला– 'दद- दरोडा तर नाही!'

आणि पाहता पाहता गावात एकच हाहाकार माजला. दरोडेखोरांनी बरोब्बर दगडोराव पाटील गावात नाहीत ते पाहून गावातील सावकाराच्या घरावर दरोडा टाकला होता. त्यामुळे– 'बॉम्ब! बॉम्ब,' 'डाका-दरोडा!' म्हणत जो तो ओरडत होता. त्यापाठोपाठच– 'कोठं? कोणाच्या घरावर?' इत्यादींसारखे आवाजही घराघरांमधून आजूबाजूचा कानोसा घेतघेत दारं-खिडक्या उघडून अंगणात उतरत-एकमेकास विचारपूस करीत होते. परंतु काही घरांना बाहेरून दरोडेखोरांनीच कड्या लावल्यामुळे घरातील गडीमाणसांना बाहेर निघता येत नव्हते. त्यामुळे त्यांना कोठे काय होतेय याची काहीच कल्पना येत नव्हती. परंतु गावठी सुतळी बॉम्बच्या भयंकर आवाजामुळे तो दरोडाच असावा. आवाज एवढे मोठ्याने होत होते, की स्त्रीया आणि लहान मुलं तर एकमेकांना कवटाळू कवटाळू मोठमोठ्याने रडूच लागली. तरीही त्याही परिस्थितीत काही हिम्मतबाज तरुण काठ्या, कुऱ्हाडी, सांग, भाले इत्यादींबरोबरच कंदील, गोफण, गुल्हेर इत्यादींसारखी शस्त्रं जी घरात होती, ती उचलून जिवाची पर्वा न करता आवाजाच्या दिशेने धावू लागले. त्यातील काहींनी ज्या घरांच्या कड्या बाहेरून लावल्या होत्या त्या काढल्या आणि पाहता पाहता दोन-अडीचशे तरुण चावडीवर जमा झाले. त्यात प्रामुख्याने धनाजी पाटलाचा इसोरा, हरी पाटलाचा नरहरी, धोंडजी पाटलांचा पहिलवान पोऱ्या मारोती, मरीबा कोतवाल, नागू तेली, नगूनाकाचा संभा, रावजी धनगराचा लक्ष्मण इत्यादी तरुणांचा उत्साह ओसंडून वाहत होता- 'आरे, पाहता काय? बोला हरहर–' 'महाऽ देव' एकमुखाने जमावाने मारोती पहिलवानास साथ दिली.

'थांबा थांबा, आसी घाई करू नका. आंधी पंचवीस-तीस, जणांच्या पाच सहा टोळ्या करा. मग एक टोळी सावकाराच्या वरलाकडचा लहान दरवाजा तोडून मधात धुसा, दुसरी टोळी – हं, कोणी तेथल्या लिंबावर चढून धांद लावून सावकराच्या माडीत शिरा– त्यातले काहीजण सावकाराच्या वाड्याची घरं उघडा, आन् बाकीच्या सगळ्यानं एक व्हवून एकदम चोरट्यांवर तुटून पडा.' असे काईदवारपणे नियोजन करून त्यांनी दरोडेखोरांच्या मुसक्या आवळण्यासाठी 'हर

हर महाऽदेव' ची गर्जना करीत सावकाराच्या वाड्याकडे धाव घेतली. त्याच वेळी सावकाराचा अत्यंत निष्ठावान गडी-नामदेव धावत पळत चावडीकडे येत– 'मी-मी वाड्यामागचं सावकाराचं लहान दार-लहान दार काढलं रे'– म्हणत तेथेच कोसळला. बहुतेक तो खूपच रक्तबंबाळ झाला असावा. कारण त्याने वाड्यातल्या वाड्यातच दरोडेखोरांसाठी काठी खेळत खेळत दाराची कडी काढतेवेळी दोन-तीन दरोडेखोरांनी त्याच्या डोक्यात, अंगावर काठ्याचे सपासप वार केले. एकाने सुराही चालविला होता. मध्येच दरोडेखोर बॉम्बचा एकसारखा वर्षाव आजूबाजूच्या घरांच्या भिंतीवर आणि पत्र्यांवर करून गावकऱ्यांना घाबरविण्याचा डाव खेळत होते. कारण समोरच्यास घाबरून सोडणे हेच चोर, दरोडेखोर आणि लुटारूंचे प्रमुख शस्त्र असते. परंतु ना गावकऱ्यांनी आपले धैर्य सोडले ना नामदेवने. उलट, काठी खेळत खेळतच–कधी दरोडेखोरांना जायबंदी करीत तर कधी स्वत:वर पडलेले प्रहार आणि सुरा-चाकूचे वार खात खातच दाराची कडी काढून तो चपळाईने चावडीकडे धावला आणि चावडीवर येताच अती रक्तस्त्रावामुळे ग्लानी येऊन जमिनीवर धाडकन कोसळला! मग तेथे असलेले सर्वचजण सावकाराच्या वाड्यामागच्या लहान्या दाराकडे धावले. तोपर्यंत गावात आणि गावाबाहेरही जिकडेतिकडे हाहाकार माजला होता. घराघरांतील पुरुष घरामधील व्यक्तींना, 'दाराला डांबऱ्या घाला, घाबरू नका' म्हणून सावकाराच्या वाड्याकडे धावत होता. त्यामुळे घरातील स्त्रियांची भीतीमुळे बोबडी वळत होती. भयंकर भीतीमुळे अनेकांची शरीरं चळचळ कापत होती. आम्हीही खूपच घाबरलो होतो. माझ्या एका मेव्हण्याने तर भयंकर भीतीमुळे अंथरुणातच लघवी केली होती! परंतु घराबाहेर पडलेले पुरुष मात्र, एकमेकांना- 'आलो रेऽ', 'चिरडा भडव्यायला', 'आरे तिकडं धावा तिकडं' 'आपल्याच मान्सावर काठ्या घालसाल रेऽ' इत्यादी प्रकारच्या सूचना देऊन हाणामारी करीत होते. तो आवाज आणि आरडा-ओरडा ऐकून आणि गावावर दरोडा पडल्याचे समजताच जागलीवरील जागलकरीही काठ्या-कुऱ्हाडी आणि गुल्हेर-गोफणी घेऊन गावाकडे धावले. मग तर भयंकरच हाणामारी झाली. दरोडेखोरांनी गावकऱ्यांचे कंदील-बत्त्या केव्हाच फोडून टाकल्या होत्या. त्यामुळे अत्यंत अंधूक प्रकाशात केवळ अंगलट ओळखूनच गावकरी आणि दरोडेखोर एकमेकांवर काठ्याकुऱ्हाडी, गुल्हेर-गोफण आणि कधी भरतीला सांग-सुराही खुपसत होते. दोघेही पुरते इरेस पेटून उठल्यामुळे एकच हलकल्लोळ माजला होता. दोन-तीन तास तरी ही जीवनमरण्याची लढाई सुरू असेल. ह्या हाणामारीत गावातील चार-पाच तरुण चांगलेच घायाळ होऊन जायबंदी झाले

होते. ते पाहून इतरांनी त्यांना ओळखून वाड्याबाहेर काढले तर चोरांचेही चारपाच जण घायाळ होऊन पडले होते. मग मात्र दरोडेखोरांनी मुळीच वेळ न दवडता परिस्थिती बदलल्याचे ओळखून पळच काढला. परंतु पळते वेळी ते घायाळ झालेल्या आपल्या जखमी सोबत्यांना उचलून नेऊ लागताच गावकऱ्यांनी त्यांच्यावर पुन्हा हल्ला चढवला. तरीही जिवाची बाजी लावून सर्वांग रक्ताने माखले तरी दरोडेखोर स्वत:चा बचाव करीत वाऱ्यावर स्वार होऊन जीव वाचवण्यात सफल झाले– नव्हे. पूर्वी गावकऱ्यांना घाबरवून सोडणाऱ्या दरोडेखोरांनी गावकऱ्यांची एकी पाहताच चक्क धूम ठोकली!

'व्वा! याला म्हणावं गाव आणि यालाच म्हणावेत गावकरी!' नाहीतर आम्ही महानगरीय महामानव! आमच्या शेजारच्या घरात चोरी होओ की भर रस्त्यात आमच्या डोळ्यांसमोर एखाद्या कुमारिकेची इज्जत लुटली जावो– आम्ही आपले 'गाव जले हनुमान बाहर!' मरो कोणी वाचो! आपण आपले गांधीजींच्या तीन माकडांसारखे– आंधळे, मुके आणि बहिरे! आपण भले आपले काम भले. लष्कराच्या भाकरी फुकट का भाजा!

'छे! हे कोठे आणि आपले गावकरी कोठे!' आणि लगेच भास्कररावांना असाच दुसरा एक प्रसंग आठवला–

मध्यंतरी कविताबाई दोन वेळा बोलवण्यासाठी येऊन गेल्या; परंतु दोन्ही वेळा भास्करराव आपल्या गावकऱ्यांच्या गौरवशाली भूतकाळात एवढे हरवून गेले होते, की कविताबाई येऊन गेल्या हेही त्यांना समजले की नाही, ते त्यांचे त्यानांच माहीत. परंतु एवढे मात्र खरे की लगेच ते दुसऱ्या एका प्रसंगात हरवून गेले–

तो प्रसंग म्हणजे मांगवाड्यातील घरास लागलेली आग. त्याही प्रसंगी सारा गाव असाच एकदिलाने झटला होता. तो प्रसंगही असाच आणीबाणीचा.

आखाडाचे दिवस– अमावसेची रात्र नुकतीच निजानिज झालेली आणि अशा वेळी कोणाच्या ध्यानीमनी नसताना–'आग! आग लागली रेऽ, आग!' 'मांगोड्याला आग लागली रेऽ' म्हणत गावकरी मांगवाड्याकडे, कोणी–'मुगाजीच्या घराला आग लागली रेऽ पळा' म्हणत मांगवाड्याकडे पळत होता. परंतु ते तसे रिक्तहस्तेच पळत सुटलेले पाहून मालक-दगडोजीराव पाटील पाण्याने भरलेले दोन हंडे घेतले आणि– 'आरे, नुसतेच पळत सुटू नका' म्हणत मुगाजीच्या घराकडे धावू लागले. ते पाहून रिकाम्या हाताने पळणाऱ्या तरुणांनी त्यांच्या हातातील हंडे घेतले व म्हणाले–

"मालक, आम्ही हाव की! तुम्ही फक्त सांगा.' मग संपूर्ण, मराठवाडाच मांगवाड्यात उलथला. त्यामुळे मुगाजीच्या घरासमोरच नव्हे तर संपूर्ण मांगवाड्यात पाय ठेवण्यासाठी जागाही शिल्लक राहिली नव्हती. प्रत्येकाच्या हातात आणि डोक्यावर घागर किंवा भांडे होते. तर इसोरा आणि कामाजीसारख्या काही अनुभवी जाणकारांच्या हातात काठ्या-कुऱ्हाडीही होत्या. त्यांच डोकं असं, की न जाणो वाऱ्यामुळे आग आटपत नसेल तर आगीच्या जवळीत झोपड्याचा व्हरका-वासाटे काठी-कुऱ्हाडीने विस्कटून– प्रसंगी तोडून– आग शेजारील घरांना लागू नाही हा उद्देश. अशा रीतीने जो तो संपूर्ण तयारीनिशी येऊन आगीच्या ज्वालांची आणि वाऱ्याची पर्वा न करता जिवाचे रान करून आग विझविण्याचा आटोकाट प्रयत्न करीत होता. ह्या वेळेपर्यंत मुगाजी आणि त्याच्या मुलांनी दीड-दोन खंड्या शेळ्यांच्या गळ्याचे दावे कापून त्या मोकळ्या केल्या होत्या. धोंडूआजी आणि तिची सून एकीकडे ऊर बडवून घेत, 'मेले रेऽ मुग्यारे लेकरं! धावा रेऽ बाप्पा!' म्हणत मोठ्याने रडू लागली आणि दुसरीकडे लहान मुलांना कडी-खांद्यावर घेऊन रस्त्याकडे धावत होती. सबंध गाव गोळा झालेला पाहून मुगाजी मात्र फक्त 'मालक! मालक!' करून मदतीबद्दल कृतज्ञता व्यक्त करीत पुन्हा पुन्हा हात जोडत गहिवरत होता. इतर तरुण घरात जो काही थोडा-फार माल-टाल आणि कपडे-लत्ते होते ते बाहेर काढीत होते. काहीजण दोन-तीन ठिकाणच्या आडांवर जाऊन पाणी शेंदून देत होते. काही ठिकाणी स्त्रिया पाणी शेंदून देत होत्या. आणि पुरुष ते घागरी-हंडे आगीच्या ठिकाणी आणून देत होते. काहीजण हांडे-घागरी खालून वर मुगाजीच्या पडक्या भिंतीवर उभ्या असलेल्या गावकऱ्यांकडे देत होते. मग ते त्यांच्या सोईनुसार आगीवर भिरकवत होते. काहीजण झोपडीच्या दुसऱ्या बाजूवर हंडेघागरी रित्या करीत होते. कामाजी सारखे काही तरुण मुगाजीच्या झोपड्याचा व्हरका आणि वासाटे विस्कटून तोडून टाकीत होते. दगडोजीराव पाटील आणि काही वृद्ध आजोबा महत्त्वपूर्ण सूचना देत होते– "संबाळून पाणी फेका रेऽ राजे हो! नाहीत घागरीबरोबर, तुम्हीच जांसाल बाराच्या भावात!" "वरलाकूत पाणि फेका वरलाकूत! तिकडं वाऱ्याचा कल हाय रे!" मग प्रत्येक गावाचा प्रमुख– पोलीस पाटील आणि नव्वदीतील काही तरुण पाहून गावातील तरुणांत स्वाभाविकपणेच प्रचंड उत्साह संचारला आणि पूर्वीपेक्षाही अधिक गतीने सर्वजण धावपळ करू लागले आणि दोन-तीन तासांच्या अथक परिश्रमांनंतर माणसांनी पंचमहाभूतातील दोन भुतांवर– अग्नी आणि वाऱ्यावर विजय मिळविला होता. कदाचित निसर्गही मुद्दामच मानवाची

परीक्षा घेण्याकरिताच जणू अशा आपत्ती अधून मधून आणत असावा. आणि दांडेगावकरांनीही आपल्या अलौकिक ऐक्याचे आणि सहकार्याचे पुन्हा एकदा अनोखे दर्शन घडवून शंभरपैकी एकशे एक गुण संपादन केले.

भास्करराव गच्चीवर फेऱ्या मारणे थांबवून जेवणासाठी किचनमध्ये आले खरे; परंतु त्यांची भूक मात्र केव्हाच मरून गेली होती.

बेडवर अंग टाकून झोप यावी म्हणून भास्कररावांनी निरनिराळे प्रयोग करून पाहिले परंतु ती बया काही त्यांना मुळीच दाद देत नव्हती. अहो, तिला ये म्हटले की यायला ती काय आपली लग्नाची पत्नी थोडीच आहे? ती तर जणू काही आपली परीक्षा घेण्यासाठी अवतरलेली मनस्वी मूडीस्ट प्रेयसी असते. आणि एकदा का ती रुष्ट झाली की मग कितीही आर्जव विनंत्या करा– ती गायब होईल की नाही याची मुळीच शाश्वती नसते. परंतु तिच्या मनात आले की आपल्या ध्यानीमनी नसता एखाद्या आल्हाददायक झुळकेसम अचानक अवतीर्ण होऊन खूपच लाडिकपणे आपल्या पापण्यांचे पाप्यांवर पापे घेऊन एवढे मदहोश बनवेल की आपण तिच्या बाहुपाशात शिरून हव्याहव्याशा स्वप्नात गुंगून तिच्याशी हवे ते चाळे करू. परंतु आपण असे बेभान होतो न होतो तोच ती केव्हा अदृश्य होऊन आपला हिरमोड करील, याचे काहीच सांगता येणार नाही. मग पुन्हा तिच्या मिनतवाऱ्या-आर्जवं आणि विनंत्या. आणि तिचे मात्र दोन्ही हातांचे अंगठे नाचविणे आणि वाकुल्या दाखविणे चालू! जणूकाही एखाद्या नयन-मनोहर रंगीबिरंगी रिबीन नृत्यात मध्येच वीज कडकडावी तसे! त्यामुळे मग आपण पुन्हा नैराश्याच्या खाईत! आणि हे कमी होते की काय म्हणून समोर दैत्याप्रमाणे अक्राळविक्राळ रूप धारण केलेले पृथ्वीवरील रौरव! महाभयंकर वास्तव! ते विघ्नसंतोषी नराधम-पाय खेचणारे खेकडे आणि अस्तनीतील सर्पराज! मधात घोळून मातीत घालणारे प्रकाश पाटलांसारखे राजकारणी– आगलाव्या आनंदासारखे काडी लावून माड्या जाळणारे पाप्याचे पितर! ही काय माणसं म्हणावीत? आणि वर ही अशी हट्टी झोप! मग केविलवाणे अंग बदलणे– असहाय्य उसासे सोडणे आणि पुन्हा पांघरुणात दडणे इत्यादी अन् वगैरे. जीव हैराण मन कासावीस, केविलवाणी तळमळ आणि रोमारोमांत वरचेवर दाटणारी अस्वस्थता! बये, आता तरी ये की! प्लीज, ये ना! त्यातच 'हा डोळ्यांसमोर पुन्हा कधीच दिसू नये' असे वाटणारा प्रसंग–संपत्तीसाठी स्वत:च्याच जन्मदात्रीचा गळा घोटणारा–जणूकाही त्याचीच पुरेपूर शिक्षा मिळून हातपाय तुटल्यामुळे ढुंगणाने सरपटणारा किडा–रागाच्या भरात चुलत्याचाच कोंबड्यासारखा हातपाय

तोडून फरार झालेला पुतण्या आणि आपल्या उभ्या पिकात गुरं घालणारा– पाच इंची पाणी लागलेला बोअर वाळू दगडं टाकून बुजणारा, दोन दोन वडीलचुलते समोर बसलेले असताना गावातील भावकी आणि सग्यासोयऱ्यांत बेमुर्वतपणे स्वत:च आहेर घेऊन आपणास खाली पहावयास लावणारा– हाच देवीदास! आणि बाकीची वेळ येताच आपल्या पाया पडणारी त्याची आई! जिने आत्तापर्यंत आपणास क:पदार्थ मानले ती आपली वडील वहिनी द्रोपदाबाई– किती नाटकी असतात माणसं! परंतु– ठीक आहे. चला झाले ते झाले. 'चुकले तरी आपलेच आणि कापले तरी आपलेच. आणि कोणी कसेही वागो' आपण का म्हणून चुकायचे? मग आपल्यात आणि त्यांच्यात फरक तो काय?– आणि पुन्हा एक दीर्घ उसासा सोडीत डॉ. भास्कररावांनी देवीदाससाठी लवकरात लवकर मुलगी पाहण्याचा दृढ निश्चय केला. मग मात्र शिणलेले शरीर आणि भरकटलेले मन दोन्ही शांत झाले आणि त्याच वेळी त्यांच्यावर रुष्ट झालेली प्रेयसी मनोमन प्रसन्न झाली आणि दुसऱ्याच क्षणी भास्करराव तिच्या बाहुपाशात शिरले.

– ० –

❀ प्रकरण ११

रात्री अकरा-साडेअकराची वेळ. डॉ. भास्करराव लोकमतसाठी आपला साप्ताहिक लेख पूर्ण करण्यात मग्न होते. परंतु मध्येच त्यांचा राजा अधून मधून एकसारख भुंकून त्यांच्या लिखाणात व्यत्यय आणीत होता. परंतु आता मात्र तो सारखा बंगल्याच्या चोहो बाजूंनी पळत मोठमोठ्याने भुंकत होता. मग मात्र भास्कररावांच्या मनात शंकेची पाल चुकचुकली— 'चोर वगैरे तर नसतील!' म्हणून अगोदर त्यांनी बसल्या जागेवरूनच कानोसा घेतला आणि कोणीतरी बंगल्याबाहेर असल्याशिवाय राजा एवढा गोंधळ घालणार नाही, अशी त्यांची मनोमन खात्री झाली आणि एकदम त्यांना खूपच असुरक्षित वाटू लागते.

'हे! आजकाल सामान्य माणसाच्या जगण्याचे काही खरे नाही! केव्हा काय होईल आणि काय नाही, याचा काही भरवसा राहिला नाही. रात्र तर चोरांचीच परंतु अगदी भर दिवसासुद्धा घर फोडून साफ करतील आणि यदाकदाचित घरी कोणी बायका-पोरं किंवा सेवानिवृत्त म्हातारे असले तर प्रसंगी अत्यंत क्रूरपणे त्यांना भोसकून—स्त्री असेल तर तिच्या गळ्यातील कानातील दागिने ओरबाडून घेतील. असे करतेवेळी तिचा गळा चिरला काय, कान तुटला काय— किंवा नाक कापले काय, याचे त्यांना मुळीच सोयरसुतक नसते.

बरे, प्रश्न फक्त घरातल्या चोरीचाच असता, तर जे काही जवळ असेल-नसेल ते बँकेत ठेवून जीव निश्चिंत तरी झाला असता. आणि बहुतेक सर्व सधन श्रीमंत आपली सर्व संपत्ती देशी आणि

विदेशीही बँकांत ठेवतात. परंतु तरीही सामान्य जनांचे जे काही थोडेफार किडूकमिडूक असते, त्यासाठी हे यमदूत रक्ताचे पाट सांडून भर दिवसा घर साफ करतात. केवळ संपत्तीच नव्हे तर घरी एखादी स्त्री असली आणि त्यांच्यातील वासना पेटून उठली तर हे नराधम तिची इज्जतही लुटण्यास मुळीच मागे-पुढे पाहणार नाहीत. आणि जर का तिने प्रतिकार केला तर तिच्यावर बळजबरी– सामूहिक बलात्कार करून आपली वासनाही शमवितील! आणि केवळ घरातील चार भिंतीआडच नव्हे तर खुले आम हमरस्त्यावर-भर चौकात अगदी पोलीस स्टेशनला लागूनच फिल्म स्टाईल केव्हा मुडदा पाडतील, दुकाना-दुकानांत शिरून खंडणी वसूल करतील याचा काहीच भरवसा नाही. त्यामुळे मोठ्यांचे तर हे असे झाले. परंतु शाळा-कॉलेजात जाणारी मुलं-मुली विशेषत: तरुणी यांच्या काळजीने तर त्यांच्या पालकांचा जीव ते घरी सुखरूप येईपर्यंत मुळीच थाऱ्यावर नसतो. कारण 'मुलास किडनॅप तर करणार नाहीत?' 'मुलीची इज्जत------' इत्यादींसारख्या काळीज कुरतडणाऱ्या शंकाकुशंकांनी पालकांना सदैव घेरलेले असते. परंतु राजकीय नेत्यांना आणि पोलीस खात्यास मात्र हे नित्याचेच वाटून 'रोजचं मडं त्याला कोण रडं!' समजून वर 'सव्वाशे कोटीच्या देशात दररोज कुठं ना कुठं तरी अशा घटना घडणारच!' म्हणून चालायचेच म्हणत त्याच नराधमाकडून निवडणुकीसाठी थैल्या स्वीकारणार हप्ते वसूल करणार– आणि वर सर्व सामान्य जनतेस मात्र 'देशासाठी सर्वांनी त्याग करायला शिकले पाहिजे' इत्यादी आणि वगैरे! 'अरे कसायांनो!' असे पुटपुटत आणि मुद्दाम मोठ्याने खाकरत आणि अकस्मात कोणी अंगावर आले तर किंवा घरात घुसले तर काय करायचे, याचा विचार करून हॉलमध्ये येत भास्कररावांनी अगोदर बाहेरचा लाईट लावून खूपच सावधगिरी बाळगत दार एकदम उघडले. आत्तापर्यंत कविताबाईंनाही ह्या आवाजामुळे जाग येऊन त्याही पोर्चमध्ये आल्या होत्या. दार उघडताच राजा पुन्हा अधिकच चवताळून गेटच्या भिंतीवर पाय टाकू टाकू भुंकत होता. ते पाहून भास्कररावांनी मनोमन अंदाज केला, की कोणीतरी भिंतीच्या बाहेर नक्की असले पाहिजे. नाहीतर राजा असा भिंतीवर पाय देऊन भुंकला नसता. म्हणून ते आणखी धैर्य करून गेटकडे जात मोठ्या आवाजात म्हणाले-

"कोण आहे रे तिकडे?"

आणि त्याच वेळी भिंतीचा आडोसा सोडून गेटसमोरून आवाज आला- "मी-मी आहे काका. संभाजी–" खोकत खोकत संभाजीने आपला

परिचय दिला. "संभाजी? आँ? सं-संभाजी!" भास्कररावांचा क्षणभर स्वत:च्या डोळ्यांवर विश्वासच बसला नाही. परंतु खरेच गेटबाहेर त्यांचा पुतण्या संभाजीच उभा होता.

'अरेऽ कर्मा!' डॉक्टरसाहेबांच्या तोंडावाटे शब्द बाहेर सांडले आणि दुसऱ्याच क्षणी स्वत:स सावरीत आणि राजाचा पट्टा डाव्या हाताने घट्ट पकडत त्यांनी गेटचे कुलूप काढले. परंतु संभाजी आत येताच राजाचे गुरगुरणे अधिकच वाढले. मग भास्कररावांनी हातातील कुलूप संभाजीजवळ देऊन ते परत मेनगेटच्या दारास लावण्याची खूण करून उजव्या हाताने राजाचा पट्टा घट्ट पकडला. ह्या सर्व क्रिया घडत असते वेळीच डॉक्टरसाहेबांच्या मनश्चश्रूंसमोर सहा-सात वर्षांपूर्वी घडलेला प्रसंग साक्षात झाला.

"संभाजी!" चटकन ओळख न पटल्यामुळे थोड्या अविश्वासाने कविताबाईंच्या तोंडावाटे शब्द बाहेर पडले. परंतु दुसऱ्याच क्षणी त्यांचे डोळे एकदम डबडबून आले आणि "आरे, काय हे!" म्हणत त्यांनी डोळ्यांस पदरच लावला. मग तिघेही खूपच भावनाविवश झाले. राजानेही ते ओळखले असावे. कारण आता तो त्यास पुन्हा पुन्हा हुंगून–'कुईऽ कुईऽ सारखा विचित्र आवाज करून आपले अंग घासू लागला. कदाचित तोही मालकांप्रमाणे भावनाविवश झाला असावा. कारण पूर्वीच्या तरण्याबांड, रुबाबदार आणि राजबिंड्या रूपाचा संभाजी कसा होता आणि आता कसा बनला? डोक्यावर केसांच शिप्तर, पिवळसर लाल रंगाच्या गुबगुबीत चेहऱ्याचं तांबूस काळ्या रंगात रूपांतर झालेलं, लालसर पिवळ्या गालावरील हिरवट दाढीच्या ठिकाणी बोट-बोट जाड काळ्या केसांचं जंगल माजलेलं, खूपच खोल गेलेले निस्तेज डोळे आणि कधी काळी अंगात घातलेल्या बहुतेक शुभ्रधवल किंवा पिवळसर रेशमी बुशशर्टचं रूपांतर काळ्या पँटसारखंच झालं होतं. थोडक्यात, त्याच्याकडे पाहताच कीव आणि किळस, घृणा आणि तिरस्काराबरोबरच तेवढीच सहानुभूतीही निर्माण व्हावी असं बुजगावणंच वाटत होतं.

हे बुजगावणं म्हणजे जणूकाही चिरंतन गृहकलहाचं, भाऊबंदकीच्या द्वेषाचं आणि स्वार्थांध माणसाच्या मतलबी अतिरेकाचं बोलकं सजीव शिल्पच म्हणावं लागेल.

मग संभाजी नामे हे बुजगावणे हॉलमध्ये येताच भास्कररावांनी लगबगीने हॉलचे दार आतून लावून घेतले आणि सरळ किचनमध्येच प्रवेश केला.

"बैस," डायनिंग टेबलसमोरील एका खुर्चीकडे हात दाखवीत आणि

स्वत:ही त्याच खुर्चीशेजारील दुसऱ्या खुर्चीवर बसत भास्करराव म्हणाले. मग कविताबाईंनीही पतिराजाच्या मनातील भाव ओळखून संभाजीसाठी चटकन फराळाचे साहित्य आणून ठेवले. परंतु समोर ठेवलेल्या फराळाच्या साहित्यावर भूक लागली असूनही तुटून पडण्याऐवजी संभाजी थोडा वेळ त्या साहित्याकडे पाहत खोकतच राहिला. ते पाहून थोड्या आश्चर्यानेच कविताबाईंनी भास्कररावांकडे पाहिले.

"कर फराळ कर. घाबरू नकोस." संभाजीस धीर देत भास्करराव म्हणाले.

तेव्हा कोठे संभाजीने समोरील प्लेट ओढली आणि खोकत खोकत अधून-मधून छातीवर हात ठेवत तो फराळ करू लागला. बहुतेक त्यास मलेरिया झाला असावा आणि मागील दोन-तीन दिवसांच्या उपासमारमुळे तो एवढा व्याकूळ झाला होता, की त्यास धडपणे खाववतही नव्हते.

"कुठे होतास की एवढे दिवस?" कविताबाईस राहवले नाही. त्यांना तो आतापर्यंत कोठे होता आणि काय करीत होता, हे जाणून घेण्याची खूपच उत्सुकता लागून राहिली होती.

'---------' कविताबाई काय म्हणाल्या ते संभाजीने ऐकलेच नसावे– नव्हे, तो स्वत:च्याच विचारात एवढा गढून गेला होता, की त्यांचे शब्द त्याच्या कानात शिरलेच नसावेत. मग भास्कररावांनी पत्नीकडे पाहून 'बोलू नकोस, थोडा वेळ थांब' अशी डोळ्यांनीच सूचना केली. त्यामुळे किचनमध्ये थोडावेळ विचित्र अशी शांतता पसरली होती.

"काका, मला पैसे पाहिजेत." प्लेटमध्येच हात धूत संभाजी एकदम म्हणाला.

"ठीक आहे. पुढे?"

"काही नाही?"

"गावी जाणार?"

"नाही नाही!" धास्तावून संभाजी म्हणाला. त्याच्या मनात भीती अद्यापही ठासून राहिली होती आणि ते स्वाभाविकही होतेच. कारण चारचाकी चौरंगावर पडलेले त्याचे पिदाडी चुलते पीके, प्रकाश पाटील, जिलकरी बंडू, आगलाव्या आनंदा आणि 'मशाल'कार वाघमारे यांची चांडाळचौकडी शिकारी कुत्र्याप्रमाणे त्याच्या मागावरच होती. म्हणून तर तो मागील सहा वर्षांपासून एकसारखा मुंबईहून पुणे, पुण्याहून नासिक-नगर करीत करीत फिर फिर फिरत होता आणि

महिना-पंधरा दिवसांपेक्षा अधिक दिवस कधीच एका ठिकाणी थांबत नव्हता. त्यामुळे जवळचे सोने-नाणे केव्हाच संपून गेले होते आणि आता त्याच्यावर कधी कोठे वेटरचे काम तर कोठे गवंड्याच्या हाताखाली रेती, विटा द्याव्या लागत होत्या. परंतु मागील दोन-अडीच महिन्यांपासून फिरण्यामुळे खाण्यापिण्याच्या अनियमितपणामुळे आणि वरील चांडाळचौकडीच्या आणि पोलिसांच्या भीतीमुळे त्यांच्याशी लपंडावाचा खेळ खेळण्यात त्याची प्रकृती एवढी खालावली होती, की त्यास बहुधा टी. बी. झाला असावा आणि म्हणूनच तो अधूनमधून खोकत असावा.

"मग इथेच रहा. पोलीस स्टेशनमध्ये जाऊन गुन्हा कबूल कर. वाटल्यास मी स्वत: येतो तुझ्या सोबत आणि तुला जमानत देऊन लगेच सोडवून आणतो. हेच, तुझ्यासाठी आणि तुझ्या कुटुंबीयांसाठीही चांगलं." संभाजी आणि त्याच्या कुटुंबाच्या भविष्याचा विचार करीत भास्करराव म्हणाले.

"नका नका काका, तुमच्या पाया पडतो. आपले साहेब, माझा जीव घेतल्याशिवाय राहणारच नाहीत." भास्कररावांचे दोन्ही पाय धरीत थर-थर कापत संभाजी म्हणाला आणि दोन्ही हात छातीवर दाबत खोकू लागला.

मग भास्करराव खुर्चीवरून लगबगीने उठले आणि त्याला कवेत घेत भावनाविवश होत म्हणाले–

"अरे मी आहे ना! तू का काळजी करतोस एवढी? मी आणतो तुला सोडवून. तेव्हा काळजी करू नकोस, उद्या अगोदर आपण डॉक्टरकडे-- ---"

"नका नका काका. डॉक्टर नको अन् काहीच नको. मला पैसेच द्या आणि मी आत्ताच निघतो."

"अरे, असं काय करतोस? निदान एवढी रात्र तरी रहा. निवांत झोप तरी दोन तास." आग्रह करीत कविताबाई म्हणाल्या.

"नको काकू. मी राहिलो नाही का कधी? परंतु आता नकोच. बस्स, माझी एकच विनंती." डोळ्यांत उतरलेले पाणी पुसत संभाजी म्हणाला. "अरे, असं काय करतोस? रडू नको. झाले ते झाले. आम्ही आहोत न सांभाळायला. चल आराम कर थोडा वेळ."

"आता कशाचा आला आराम काका? ते हरामी माझ्या मागावरच आहेत म्हणा. म्हणून म्हणतो मला पैसेच द्या आणि माझ्या मुला-बाळापुढचे..." त्यास बोलवलेच नाही. म्हणून मुसमुसत खुर्चीवरून उठत आणि डोळ्यांस लागलेल्या

धारा पुसत संभाजी दाराकडे निघाला. आता मात्र भास्कररावांचा नाइलाजच झाला. त्यामुळे ते नाइलाजाने बेडरूमकडे गेले आणि कपाटामधून दहा हजार रुपयांचे एक बंडल आणून संभाजीस देत म्हणाले,

"आता जमल्यास एक काम कर. औरंगाबादला गेल्यास तेथे रांजणगावला माझ्या मित्राचा एक मुलगा डॉक्टर आहे. डॉ. विशाल भगत नावाचा. त्याच्याकडे जा आणि त्यांना हे कार्ड देऊन मी उपचारासाठी पाठवलं म्हणून सांग. परंतु सर्व खरं सांग. ते देतील तुला औषध वगैरे. आणि होईल तेवढी मदतही करतील."

"ठीक आहे" म्हणत त्याने भास्कररावांनी दिलेले पैसे घेतले.

संभाजी गेला आणि संभाजीबरोबरच भास्कररावांची झोपही उडाली. संभाजी गेला त्या वेळी रात्रीचे अडीच तरी वाजले असतील आणि आता बरोबर साडेचार-म्हणजे उजाडलेच होते. तसे झोप यावी म्हणून डॉक्टरसाहेबांनी अनेक प्रयत्न करून पाहिले. कूस बदलून पाहिली, उताणे होऊन पाहिले, पुस्तक वाचून पाहिले, कुलदेवतेची मूर्ती स्मरून पाहिली, इतिहासातही शिरून पाहिले. परंतु छे! संभाजी, पीके आणि गावोगावच्या प्रकाश पाटील आणि त्यांच्या चांडाळ चौकडीरूपी भाऊबंदकीच्या आक्टोपसी करांनी कवेत घेतलेल्या हतबल जीवांचा विचार डोक्यात सारखा घोळत राहिल्यामुळे झोप उडणार नाही, तरच नवल!

'हे! केवढे हे वैर!' हेच उद्गार भास्कररावांच्या मुखावाटे वारंवार पडत होते.

'माझ्या मुलाबाळांकडे लक्ष द्या' संभाजीच्या ह्या भावव्याकूळ उद्गारामुळे त्यांच्या भवितव्यामुळे, तसेच त्यांच्या दुसऱ्या भावाच्या-'पीके' साहेबांच्या मुलांचा, कविताबाईंच्या गंजेडी आणि मटकेबहाद्दर भावांच्या मुलांच्या भविष्याचा अति विचार केल्यामुळेच त्यांची झोप उडाली होती.

परंतु कितीही झाले तरी 'कापले तरी आपलेच ना!' म्हणून तर आतडे असे तुटते. जीव तळमळतो आणि पीके साहेबांच्या मुलांकडे पाहिले की तर मन एकदम विषण्णच होते. वडील 'असे' आणि पीके साहेब 'असे' म्हणून वहिनी- साहेबांवरच कुटुंबाची सर्व भिस्त. बरे, चुलते सांगतील सावरतीलही; परंतु वहिनीसाहेबांच्या अहंकारी, अभिमानी आणि तोडून बोलण्याच्या फटकळपणामुळे चुलते, पुतणे आणि जावाही 'तुमचे तुम्ही आमचे आम्ही' धर्तीने वागत. त्यामुळे भास्कररावांच्या किंवा इतर भावांच्या मुलांच्या मनात असूनही ते काही करू शकत नव्हते. त्यामुळे करतील त्या राजसबाईच. आणि ज्या कुटुंबातील वडील

'असे' असतात, त्या कुटुंबातील स्त्रिया आपल्या मुलांचे अनाठायी लाड पुरविताना दिसतात. त्यामुळे मग मुलांचे शिक्षण आणि शेतीकडे दुर्लक्ष होऊन ती अनेकदा दुर्गुणांकडेच कललेली दिसतात. म्हणून तर पुंडलिकरावांचा बाळ्या काय आणि कविताबाईंचा भाचा काय, त्यांच्यावर कोणाचा वचक नसल्यामुळे, आईचे शिस्तीकडे दुर्लक्ष झाल्यामुळे शाळा-कॉलेजला दांड्या काय मारतात, तंबाखूच्या पुड्यावर पुड्या घशात काय रिचवितात आणि प्रसंगी मद्यपान करून आईवडिलांस प्रत्युत्तर देणे, अरे तुरे बोलणे– हो स्वत:च्या आई-वडिलांसच अशा शिव्या घालतात, की ऐकणाराच शरमून खाली मान घालून जावा! एवढी दुरास्था झालेली दिसते अशा कुटुंबाची.

शिक्षणाची आणि शिस्तीची ही गत, तर शेत-शिवाराकडेही दुर्लक्षच नव्हे, तर यांच्या उदासीनतेमुळे, धरसोड वृत्तीमुळे आणि अनाठायी कोडकौतुक करण्यामुळे हेकटपणा आणि हट्टीपणा इत्यादींमुळे अनेकदा अनेक ठिकाणी यांच्या जमिनी चक्क पडित पडून राहतात. त्यामुळे यांची आर्थिक परिस्थितीही भयंकर बिकट झालेली दिसून येते. परिणामी धनाची चणचण-उणीव आणि अत्यावश्यक गोष्टींचा अभाव. त्यामुळे मग नको त्याची नको तेवढी खुशामत-हात पसरेपणा, लाचारी-लबाडी आणि लबाडीमुळे पत आणि प्रतिष्ठा संपुष्टात येऊन चारित्र्यहननही! आणि एकदा चारित्र्य संपलं तर मग शिल्लक राहतेच काय? शून्यच ना! आणि हेच शून्य डॉ. भास्कररावांसारख्या शीलवंत मनास भयंकर विषण्ण करीत होते.

'कशामुळे होत असावे हे सर्व?' भास्करराव स्वत:च प्रश्न विचारून उत्तरही स्वत:च शोधण्याचा प्रयत्न करू लागले– 'स्वार्थच असावा ह्या सर्वांच्या मुळाशी. कारण एकदा का माणसाच्या मनात सत्ता, संपत्ती, संतती आणि स्त्रीच्या मोहाने मूळ धरले रे धरले, की लगेच त्या मुळास त्याच्या अल्प बुद्धीमुळे मत्सर, हव्यास, द्वेष, क्रोध, अहंकार आणि अविवेकासारख्या अनेक दुर्गुणांचे फुटवे फुटून माणसाचे दैत्यात रूपांतर झाल्यामुळे प्रगती आणि विकासाची वाटच लागते!'

'हेच! अगदी हेच!' हे उदगार भास्काररावांनी एवढ्या मोठ्या आवाजात उच्चारले, की त्यामुळे शेजारीच झोपलेल्या कविताबाई एकदम दचकून उठल्या आणि भांबावून आजूबाजूस पाहू लागल्या– आणि बाजूलाच उभ्या असलेल्या पतिराजांकडे पाहून त्यांना हायसे वाटले. परंतु दुसऱ्याच क्षणी अतिशय चिंतातुर होत त्यांनी भास्कररावांस विचारले, "शेवटी झोपलाच नाही वाटते रात्रभर?"

'______'

संभाजी गेला अन् त्याच दिवशी सकाळीच पीकेसाहेबांचा बाळू आला. डॉक्टरसाहेब नुकतेच कोठे चहा-बिस्किटे घेवून कॉलेजला गेले होते. त्यामुळे कविताबाई एकट्याच घरी होत्या. सकाळी सकाळी बाळूस पाहून त्यांना काहीसे आश्चर्यच वाटले.

"बाबाला दवाखान्यात आणलं. रात्री दोन वाजता."

"काय झाले?"

"खूप ताप आहे. दहाबारा दिवसांपासून नुसते बडबडायलेत– आई आई करून. काका नाहीत?"

"म्हणजे?"

"म्हणजे आईनंच धरलं म्हणतात बाबाला."

"आरे, काय बोलतोस बाळू? असं काही नसते!"

"आसंच आहे काकू. बाबांनी आईस खूप त्रास दिला म्हणतात. म्हणून तर आई स्वप्नात येऊन ते 'मेलो! मेलोऽ! आईऽ आईऽ! नको नको' करून रात्रभर झोपत नाहीत आणि आम्हालाही झोपू देत नाहीत. तीन-तीनदा चौरंगावरून ओरडत खाली पडतात. काका नाहीत का?"

"ते आत्ताच कॉलेजला गेले. परंतु चौरंगावरून म्हणजे?" कविताबाईंना बाळूच्या बोलण्याचा अर्थ न कळाल्यामुळे त्यांनी विचारले.

"अहो, त्या संब्याने हातपाय तोडल्यामुळे बाबांना गाड्यासारखा चार चाकाचा चौरंगच करावा लागला ना. त्यामुळे त्या चौरंगावरच त्यांचं खाणं-पिणं आणि झोपणंही, त्यावरच!"

"काय?" कविताबाईंच्या डोळ्यांत ऐकूनच अश्रू तरळून आले. बाळू मात्र निर्विकारपणे अद्यापही उभाच होता.

"देवा, परमेश्वरा! काय ही वेळ आणलीस रेऽ बाबा! बरं तू बैस थोडा वेळ- नाहीतर अंघोळ करून घेतोस का? पाणी तापलेले आहे. तोपर्यंत मी डबा बनवते."

"आंघोळ वगैरे काही नको काकू आणि डबाही राहू द्या. दहा हजार रुपये पाहिजेत. अगोदर दहा हजार रूपये जमा करा म्हणतात डॉक्टर. त्याशिवाय ते विलाजच करणार नाहीत."

"काय? हे काय डॉक्टर म्हणावेत, की-हैवान!" संतापून कविताबाई म्हणाल्या. परंतु लगेच दुसऱ्याच क्षणी त्यांना बाळू खरे बोलत आहे की खोटे

याविषयीही शंका आली. परंतु तसे न दाखविता त्या एवढेच म्हणाल्या–

"फोनही लागत नाही त्यांचा."

"खरंच ते कॉलेजला गेले की फोन बंदच करून ठेवतात. बरं, बैस. चहा तरी ठेवते आणि बघते पैसेही." एवढे म्हणून त्या किचनमध्ये गेल्या. गॅसवर चहा ठेवून मग बेडमध्ये जाऊन कपाटामधून पर्स काढून तीत असलेले हजार-बाराशे होते ते घेतले आणि पुन्हा किचनमध्ये येऊन चहा बनवला आणि गॅस बंद करून चहा कपात गाळून हॉलमध्ये घेऊन आल्या आणि चहाचा कप बाळूस देत म्हणाल्या, "घे. आणि आता सविस्तर सांग मालकास नेमकं काय झालं ते."

"हो" म्हणून बाळूने घाईने चहा संपवला आणि सांगू लागला–

"बाबास आईचं भूत लागलं काकू. चार-पाय दिवसांपूर्वी लोह्याचा वैद्य आणला होता. त्यानेही खूप प्रयत्न केला भूत काढण्याचा– परंतु बाबा नुसते 'नको नको, मेलो मेलो, आणि आई आई करून ओरडतात."

"आरे, त्या वैद्याचा मार सहन होत नसेल–"

"परंतु मला नेऊ नको, मला माफ कर, मीच मारलं तुला, असं काही बरळतात. जागे असताना आणि झोपेतही. बहुतेक त्यांच्या स्वप्नात आईच येत असावी आणि तीच त्यांना बोलावत असावी. म्हणून तर ते झोपेत असं बरळत असावेत. मागच्या तीन-चार वर्षांपासून हे असंच चालू आहे. परंतु आता मात्र अतीच झालं म्हणून तर आणले दवाखान्यात आणि डॉक्टर तर म्हणतात अगोदर दहा हजार रुपये भरा" मोठ्या आशेने कविताबाईंकडे पाहत बाळू म्हणाला.

"बरं बरं, तू असं कर, तूर्त हे पैसे असू दे. मी लगेच पैशाची काहीतरी व्यवस्था करते आणि तुझ्या पाठीमागेच येते आणि यांनाही बोलवायला कोणास तरी पाठविते. तेव्हा काळजी करू नकोस. तू हो पुढे मी आलेच पैसे घेऊन. सदिच्छा हॉस्पिटल म्हणाला ना, बस स्टँडजवळचं?"

"हो. परंतु तुम्ही जमेल तेवढं लवकर या" म्हणत आणि आपले दोन-एक हजाराचे कमिशन गेले म्हणून हिरमुसला होत तो उठला आणि हॉलबाहेर पडला.

अशोक ऊर्फ बाळू गेला आणि कविताबाईंची नजर भिंतीवरील घड्याळाकडे गेली. घड्याळात सकाळचे दहा वाजून गेल्याचे दिसताच त्या एकदम धास्तावूनच गेल्या, कारण अद्याप त्यांचे स्नानही झाले नव्हते की स्वयंपाक. त्या उठल्या

आणि स्नानासाठी गेल्या.

"देवा गजानना! ही काय माणसं म्हणावीत की काय!"

स्नान पूर्ण होताच घाईतच त्यांनी कपडे वगैरे केले आणि शेजारच्या सराफबाईंकडे गेल्या. सुदैवाने सराफबाईंचा मुलगा घरीच होता. त्यास उद्देशून त्या म्हणाल्या, 'अजित, बरं झालं तू घरी आहेस ते. माझं एक काम करशील?"

"हे काय काकू? मी तुम्हाला कधीतरी नाही म्हटलं का?"

"तसं नव्हे रे बाबा. एरवी काहीही असो, परंतु आताचे काम मात्र थोडे अर्जंट आणि महत्त्वाचे आहे. यांचे भाऊ अत्यंत सीरियस आहेत आणि त्यांना सदिच्छा हॉस्पिटलमध्ये ॲडमिट केलं आहे. तेव्हा प्लीज तू यांना बोलावून आणतोस का?'

"बिलकूल. हा निघालोच. सरांचे बंधुराजच सीरियस आहेत ना? ठीक आहे. त्यांना आत्ताच निरोप देतो. तुम्ही निश्चिंत रहा," म्हणत तो बाईकवर बसलाही.

"अरे, अरे-एक मिनिट, अजित. परंतु त्यांना म्हणावे घराकडेच या अगोदर."

"ओके ओके! घराकडेच या म्हणून सांगतो सरांना." म्हणत अजित वाऱ्यावर स्वार होत निघालाही.

कविताबाईंची ती धावपळ पाहून देवघरात असलेल्या सराफमॅडम देवघरामधून हॉलमध्ये येत म्हणाल्या, "काय चाल्लंय काय कविताबाई? खूपच धांदल उडालेली दिसते या की. आत तर या. अहो, कामं तर आपल्या जन्माची सोबतीच. म्हणून म्हणते या. बसा थोडा वेळ..." समस्त स्त्रीजातीच्या हालअपेष्टांचे वास्तव वर्णन करत सराफमॅडमनी टिप्पणी केली.

"नाही नाही मॅडम, आत्ता नाही. पुन्हा केव्हा तरी सविस्तरपणे सांगेन आमच्या महाभारताविषयी.'

त्यावर सराफमॅडम पूर्वीच्याच मार्मिकपणे उत्तरल्या, "मॅडम, घर तुमचे काय आणि आमचे काय, एकच आणि घरोघरी मातीच्याच चुली. कारण माणसं ती माणसंच. मग ती खेड्यापाड्यांत राहणारी असोत की महानगरांत वास्तव्य करणारी. माणसाचा स्वभाव आणि गुणावगुण, त्याचे षड्रिपू थोडेच बदलणार आहेत?" सराफमॅडममधील तत्त्वज्ञ साहित्यिक बोलून गेला.

"खरे आहे तुमचे मॅडम. अगदी शंभर टक्के. परंतु यांचे बंधुराज रात्री दोन वाजता हॉस्पिटलमध्ये ॲडमिट झाले असून मला त्यांना आत्ता डबा करून

द्यायचाय. तेव्हा प्लीज मी निघते. वाटल्यास रात्री येईन निवांतपणे. अच्छा!'' म्हणत कविताबाई घराकडे परतल्या.

घरी येताच अगोदर त्यांनी गॅसवर वळवटासाठी आधण ठेवले. गॅस मोठा केला. वळवटाच्या मोठ्या डब्यामधून सूपभर वळवट घेऊन ते अत्यंत काळजीपूर्वक पाखडून घेतले. 'न जाणो एखाद् दुसरा किडा वळवटात निघालाच तर– देऊन देऊन देलं काय? तर किड्याच वळवटा' म्हणून जाऊबाई चारचौघांत, काढल्याशिवाय राहणार नाहीत. असे स्वत:ला बजावत त्यांनी उकळी आलेल्या पाण्यात ते वळवट सोडले, गॅस बारीक केला आणि लगेच बंद केला. 'हे तेवढे दूध, तूप आणि साखर घातली की झाली झटपट स्वादिस्ट मॅगी तयार! आपणासही होईल आणि त्यांच्यासाठीही; सोबत ज्यूस वगैरे नेले की बस्स–' एवढ्यात- 'डिंग डाँग, डिंग डाँगऽ' असा आवाज करीत दारावरील बेल वाजली.

'हेच असतील,' असे मनाशी म्हणत कविताबाई लगबगीने दाराकडे धावल्या आणि दार उघडले. बाहेर द्रोपदाबाई आणि त्यांचे चिरंजीव– देवीदास उभे होते!

''तुम्ही?'' त्या वेळी त्या मायलेकरास पाहून नाही म्हटले तरी कविताबाईंच्या कपाळावर स्वाभाविकपणेच आठ्यांचे जाळेच पसरले. कारण नको त्या वेळी नको ती माणसं दारात यमदूतासारखी दत्त म्हणून उभी ठाकली, की असे होणार नाही तर काय होईल! परंतु मनातले मनातच ठेवीत कविताबाई म्हणाल्या, ''दवाखान्यात गेला नाही?'' थोडेसे खोचकपणेच कविताबाईंनी विचारले.

''नाही गं तुला घेऊनच जावाव मन्लो.'' द्रोपदाबाई पॉलिसीने म्हणाल्या.

'म्हणजे रिक्षाचे पैसेही वाचतील आणि 'गाडीमधून आल्या'चे दिसेल आणि त्याहीपेक्षा आपला अंत:स्थ हेतूही साध्य होईल. म्हणजे जगाला तर दिसेल ह्या दिरास भेटावयास आल्या. परंतु आता 'मह्या देवीदासचं पहा' म्हणून यांच डोकं मात्र नक्की खातील!' कविताबाईंच्या डोक्यात तत्काळ प्रकाश पडला. 'माणूस माणसांमुळे असाही शहाणा होतो.' यास कविताबाई तरी कशा अपवाद राहतील?

एवढ्यात दारावरील बेल पुन्हा एकदा वाजली... 'डिंग, डाँगऽ'

त्या वेळी सर्वजण हॉलमध्येच होते. बेल वाजली म्हणून कविताबाई लगबगीने दाराकडे गेल्या आणि दार उघडले. बाहेर भास्कररावच उभे होते.

''काय झालं कविता असं आकस्मिकपणे बोलावून घ्यायला?'' उभ्या-

उभ्याच त्यांनी पत्नीस विचारले. परंतु दुसऱ्याच क्षणी त्यांची नजर देवीदास आणि द्रोपदाबाईंवर पडली आणि त्या दोघांना घरी पाहून त्यांनाही ते दोघे मालकांबरोबरच– पुंडलिकरावांबरोबरच आले असावेत असे वाटले. म्हणून भास्कररावांनीही त्यांना विचारले. "तुम्हीही आले मालकांबरोबर?"

"नाही काका. काकांना रात्रीच आणले. आम्ही आत्ताच आलो गावाकडून."

"बरं, निघायचं मग दवाखान्याकडे?"

"अहो, चार घास खाऊन तर घ्या. सकाळीही उपाशीच गेले. शिवाय रात्रीची अर्धवट झोप. मी लगेच मांडते ताट," म्हणत कविताबाई भास्कररावांच्या अनुमतीची वाटही न पाहता किचनकडे गेल्या. ते पाहून भास्कररावही किचनकडेच जात म्हणाले–

"आता राहू द्या जेवण. अगोदर दवाखान्यातच जाऊन येऊ."

"नाही हो. असं कसं? जेवून घ्या की थोडंसं? काहीच खाल्लं नाही मन पहाटंपासून," द्रोपदाबाईंनी उगीचच काळजी दाखविली. परंतु तोपर्यंत कविताबाईंनी एका प्लेटमध्ये वळवटाचा थोडासा भात आणला. त्यावर थोडे, तूप, साखर आणि दूधही ओतले आणि डायनिंग टेबलावर नेऊन, ठेवत द्रोपदाबाईंना उद्देशून म्हणाल्या, "तुम्हालाही मांडू का ताट?" कविताबाईंची मोठी पंचाईत झाली होती– कारण त्यांनी भात त्यांच्यापुरता आणि डब्यापुरताच केला होता. परंतु मध्येच हे दोघं माय-लेकर आले, म्हणून त्यांना वरील प्रश्न विचारावा लागला. अन्यथा त्यांना न विचारता सर्वांसाठी एकदाच एकत्र ताटं मांडली असती. कविताबाईंच्या ह्या प्रश्नावर द्रोपदाबाई गप्प बसल्यामुळे मग भास्कररावरच म्हणाले.

"अगं, मांड की सर्वांना ताट. तेही खातील चार चार घास."

मग कविताबाईंनी अगोदर पातेल्यातील अर्धा भात एका मोठ्या डब्यात घातला. त्यावर तूप, साखर आणि दूध ओतले. डब्याला झाकण लावले आणि नंतर त्या मायलेकरासाठी आणि स्वत:साठी पातेल्यामधील उर्वरित भात वाढला. किचनमध्ये आलेल्या द्रोपदाबाई हे सर्व पहात होत्या. आणि कविताबाईंनी डब्यात अलग काढून ठेवलेला भात पाहून त्यांना राहवले नाही. परंतु वरकरणी तसे न दाखविता म्हणाल्या–

"काय करायली कविता?"

"काय करणार? डबा न्यायला लागेल की त्यांच्यासाठी? तुम्ही आणला का?" चालून आलेली संधी हातची जाऊ न देता कविताबाईंनी मुद्दामच विचारले.

“नाही ग बाई. किती घाई झाली मंतुस, काही पुसू नको. मनुन आलो घाई घाई.”

“बरं बरं. घ्या चार चार घास जेवून तुम्हीही. देवीदासऽ, ये जेवून घे.” म्हणत स्वत:चे ताट उचलून बेडरूममध्ये गेल्या. कारण अद्याप त्यांनी स्वत:चे केससुद्धा विंचरले नव्हते. परंतु त्यांचे केस विंचरणे होण्यापूर्वीच भास्कररावांनी ताटात वाढलेला वळवटाचा भात भराभर गिळून पाणी पीत पत्नीस आवाज दिला–

“झालं का कविता? आटप चटकन.”

“हो हो झाले. ‘आपले झाले-जग न्हाले!’ आत येता का जरा?” म्हणून त्यांनी भास्कररावांना आत बोलावले आणि ते येताच त्यांना दवाखान्यातील डॉक्टरांच्या ॲडव्हान्स बिल भरण्याविषयी कल्पना दिली. त्यावर भास्करराव म्हणाले, “होय हो राणीसाहेब, तरतूद करूनच आलो. तेव्हा तुम्हीच आता तुमचं नटणं थांबवा आणि चला चटकन.”

“होऽ ‘पत्नीचं नटणं पतीला पटणं’ परंतु स्त्रियाचं नटणंच करते पुरुषांच लाटणं. खर की नाही? चला व्हा पुढे आणि गाडीचं पेट्रोल-पाणी पहा तोवर झालेच मी तयार.” साडीस पिन लावत कविताबाई म्हणाल्या आणि ड्रेसिंग टेबलजवळील खुर्चीत ठेवलेले ताट उचलून त्याच खुर्चीत बसत ताटामधील भात संपवू लागल्या. त्याच वेळी “काय करायली कविता? झालं की नाही?” म्हणत द्रोपदाबाई बेडरूममध्ये आल्या आणि येतात न येतात तोच ड्रेसिंग टेबलकडे जाऊन तेथील आकर्षक पॅकिंगमध्ये असलेले परफ्यूम न्याहाळू लागल्या. परंतु त्या काही करण्यापूर्वीच कविताबाई त्यांना म्हणाल्या–

“काय करता ताईसाहेब?”

“पावडर. पावडर लावाव मन्लो.”

“मग ते खाली ठेवा आणि ते गुलाबी रंगाचे पॅकेट घ्या. लावा आणि चला चटकन” ताटामधील भात संपवीत कविताबाई म्हणाल्या आणि लगेच बेसीनमध्ये हात धुऊन पुन्हा बेडरूममध्ये आल्या. परंतु अद्याप द्रोपदाबाईंचे पावडर लावणे संपलेच नव्हते. परंतु आता त्यांना काहीच म्हणण्याची गरज नव्हती. कारण आता स्वत: भास्कररावांनीच हॉलमधून “चला, झालं की नाही, झालं की नाही,”चा धोशा सुरू केला. मग मात्र द्रोपदाबाई पावडर लावून एकदा शेवटचे आरशात न्याहाळून घेत लगबगीने बेडरूममधून बाहेर पडत म्हणाल्या, “चाल बाईं, त्या मायलेकरायला त्या पिदाडीची कदर नाही. मातर आपल्या

साहेबालाच भावाला भेटायची लई घाई झालीय!''

कविताबाईंनी ते ऐकून न ऐकल्यासारखे केले आणि कविताबाई गाडीत बसल्या. भास्कररावांनी गाडी सुरू केली.

पुंडलिकरावांना भेटून भास्कररावांना जवळपास दोन वर्षे झाली असतील म्हणून आणि आता ते गंभीर अवस्थेत असल्यामुळेही त्यांना भेटण्यास ते खूपच बेचैन झाले होते. कितीही झाले तरी Blood is thicker than water हेच खरे. तरीही भावनेवर आणि वेगावर नियंत्रण ठेवीतच त्यांनी 'सदिच्छा'च्या बाजूस गाडी लावली. गाडीचे दार लावले आणि दवाखान्यात प्रवेश केला. त्यांच्या पाठोपाठ कविताबाई, द्रोपदाबाई आणि देवीदासही दवाखान्यात आले. अशोक त्यांचीच वाट पाहत होता. तो दिसताच भास्कररावांनी चौकशी केली–

''काय म्हणते मालकांची तब्येत आता?''

''काचात ठेवलं!'' आय. सी. यु.मध्ये ठेवलेल्या विभागात त्यांना नेत बाळू म्हणाला.

कॉटवर टिपऱ्यांच्या बाहुलीगत पांघरुणात मृतवत् पडलेल्या पीकेंच्या शरीराकडे त्यांची नजर गेलीच नव्हती. परंतु लगेच कॉटजवळील लोखंडी सळईस अडकविलेल्या सलाईनच्या बॉटलकडे पाहूनच त्यांना एकदम गलबलूनच आले आणि एवढे मोठे सतरा देशाचा दौरा करून आलेले डॉक्टर, परंतु आपल्या बंधुराजास 'अशा' अवस्थेत पाहताच त्यांच्या डोळ्यांतील मेघालयामधून श्रावणसरी टपटपू लागल्या.

''आता बरी आहे का तब्येत?'' डोळ्यांवाटे ओसंडणारे पाणी रुमालाने पुशीत पीकेच्या निपचित पडलेल्या चेहऱ्याकडे पाहत भास्कररावांनी राजस बाईंस विचारले.

''कालपासून बेशुद्धच हायेत.'' कसनुसा चेहरा करत त्यांनी उत्तर दिले.

''डॉक्टर काय म्हणाले?''

''पैसे भरा मन्ले.''

''बरं, मी बघतो पैशाच आणि डॉक्टरनांही बोलतो. तुम्ही चिंता करू नका.'' म्हणत भास्करराव पैसे भरण्याकरिता कॅश काउंटरकडे गेले. पैसे भरले आणि डॉक्टरांना भेटण्यासाठी त्यांच्या केबिनसमोर बसले. केबिनमधील बेलचा आवाज ऐकताच कॅश काउंटरवरील मुलानेच भास्कररावांना आत नेले. डॉक्टरांना पाहताच डॉ. लहाने खुर्चीमधून उठून त्यांच्याशी हस्तांदोलन करीत आदबीने म्हणाले,

"या सर, या बसा, पुंडलिकराव आपले सख्ख्ये बंधू की–" स्वाभाविक शंकेने डॉ. लहानेंनी विचारले.

"होय. माझे सख्ख्ये वडीलबंधू."

"माफ करा सर, परंतु मग आपण एवढी दिरंगाई कशी काय केली? अहो, मी तर यांना ॲडमिटच करून घेत नव्हतो, परंतु यांनी आपला परिचय दिला म्हणून ॲडमिट करून घेतले."

"म्हणजे? एनीथींग सीरियस डॉक्टर?" धास्तावून भास्कररावांनी विचारले.

"ऑफ कोर्स सर, Everything is serious. होय. माफ करा सर, मी स्पष्टपणेच सांगतो, आता ही केस हाताबाहेर गेली आहे. फारतर महिना-पंधरा दिवस..."

"आपण असं कसं बोलता डॉक्टर?" थोड्या रागानेच भास्करराव म्हणाले.

"सॉरी सर, परंतु मी स्पष्टपणे बोलणारा माणूस आहे. रुग्णांना मिस-गाईड करून कटप्रॅक्टिस करून स्वतःच्या हॉस्पिटलचे टॉवर करणारा मी नव्हे. आणि दुसरे, एक यांना हैदराबाद, मुंबई वगैरे ठिकाणी नेण्यातही काही फायदा होईल, असेही मला मुळीच वाटत नाही. बाकी आपली इच्छा."

डॉक्टर लहानेसाहेबांनी एवढे निर्वाणीचे तेवढ्याच प्रामाणिकपणे सांगितल्यामुळे तर भास्कररावांचे हातपायच गळाले. तरीही काहीतरी आशेचा किरण निघतो का पहावा म्हणून ते म्हणाले, "मग पुढे–?"

"पुढेऽ" थोडासा विचार करून डॉक्टर बोलू लागले, "यांना आज रात्री आठ ते दहाच्या दरम्यान शुद्ध येईल. आपण उद्याच्या दिवस आणखी थोडेफार उपचार करून आणि परवा आपण यांना गावी नेलेले चांगले. सॉरी सर, परंतु उपचारास खरंच खूपच विलंब झाला हो." आपुलकीने डॉक्टर म्हणाले.

"सॉरी डॉक्टर! परंतु Thank you for your clearcut guidance. I really appreciate it. Thank you!" खुर्चीमधून उठत डॉ. लहाने साहेबांशी हस्तांदोलन करीत भास्करराव म्हणाले. कटप्रॅक्टिसच्या जमान्यात डॉ. लहाने-साहेबांचा सडेतोड आणि स्वच्छ सल्ला ऐकून ते जेवढे भारावले होते, तेवढेच किंबहुना त्यापेक्षा अधिकच स्वतःच्या बंधुराजांच्या भविष्याविषयी चिंतित झाले होते. त्याच चिंतेत ते डॉक्टरांच्या केबिनमधून बाहेर पडले.

बाहेर बाळूसोबत पीकेचे सासरे आणि भास्कररावांचेही मामा– तानाजीराव, त्यांची पत्नी आणि देवीदास उभे होते. कविताबाई आणि द्रोपदाबाई राजसबाईसोबत पीकेजवळ थांबल्या होत्या.

"काय मन्ले डॉक्टर, साहेब?" वृद्ध तानाजीरावांनी काळजीयुक्त स्वरात चौकशी केली. "सायंकाळपर्यंत शुद्धीवर येतील म्हणाले, परंतु तुम्ही कशाला आलात धडपडत?" त्यांना केबिनसमोरील रिकाम्या खुर्चीकडे नेत भास्करराव म्हणाले.

"कसं राहवल साहेब? या मायलेकरायचं काही खरं नाही. आपलेच दात आन् आपलेच व्हट. काय सांगावं तुम्हाला? आहो, मला तर वाटलं दवाखान्यातच आणतात की नाही. पनिक तुम्हाला पाहून बरं वाटलं. कितीय झालं, कितीय काठ्या मारल्या तरी पाणी कसं भंगल? पनिक तुम्हाला पाहून जीव बिनघोर झाला." वृद्ध तानाजीरावांना भास्कररावांना दवाखान्यात पाहून चांगलाच आनंद झाला होता.

"असं काय बोलता मामा? बसा. काळजी करू नका. तुम्ही तुमचीच काळजी घ्या."

थोडा वेळ अशाच सुख-दु:खाच्या आणि पीक-पाण्याच्या गप्पा करून भास्कररावांनी त्यांना बंगल्यावर नेले. त्यांच्यासोबत द्रोपदाबाई आणि राजसबाईही निघाल्या. ते पाहून तानाजीराव लेकीस म्हणाले, "तू कोठ निघाली? थांब की पुंडलिकरावजवळ."

"हो की. मी कोठ येयाले." सारवासारव करीत राजसबाई म्हणाल्या आणि चरफडत मागे फिरल्या. देवीदासही बाळूबरोबर थांबला. परंतु जाता जाता– "काही लागलं सवरलं तर मला फोन करा. डॉक्टर आहेतच. काळजी करू नका," म्हणत भास्करराव गाडीकडे निघाले.

बंगल्यासमोर गाडी थांबवून त्यांनी गाडीचे दार उघडले. "हळू उतरा. दमानं–" म्हणत त्यांनीच गेटही उघडले.

"राणी नाही काय की घरी?" दारास कुलूप पाहून तानाजीरावांनी विचारणा केली.

"आहो, ते बाहेर कोठकिन शिकायला हाय की!" द्रोपदाबाईंनी मध्येच माहिती पुरविली.

"आरे व्होऽ. बरोबर हाय. आता हेतुच राहिनं झाली, पोरी."

"कसी राहील हेतु आता? शंभरी व्हत आसल?"

"शंभरी काही नाही, पनिक नव्वद उबार झाले आसतील."

'भूऽभू!' राजाने आजोबांस पाहून जणू रामरामच केला. कारण त्यानंतर मात्र तो उगाच इकडून तिकडे चकरा मारीत उगीचच गोंडा हलवू लागला. कारण

तानाजीराव दरवर्षी एकदा तरी या भाच्यास भेटावयास येत असत. त्यांच्या ह्या भेटींमधून हेच ध्वनित व्हायचे, की काम पडल्यानंतर कामानिमित्त कोणीही येतात जातात; परंतु गरज नसतानाही जो जिवाच्या तळमळीने सुखदुःख जाणून घेण्याच्या उद्देशाने येतो ते महत्त्वाचे असतं. 'कामाला उपटतील अन् गरजेला निसटतील' हे तर स्वार्थाच लक्षण.

"आंधी चहा कर माय चांगला" सोफ्यावर टेकत तानाजीरावांनी कविताबाईस हक्काने प्रेमळ हुकूम सोडला.

"अगोदर चहा करू, की अगोदर पोहे करून नंतर चहा करू? सकाळी घाईत जेवण वगैरे झालं की नाही?" तेवढ्याच आपुलकीने कविताबाईंनी चौकशी केली.

"नको नको बाप्पा पोहे बिहे. जेवण करूनच आलो आम्ही. त्याह्यलाय डबा डूबा काही करू नको. काय काय आणलं की मायनं लेकीसाठी दवाखान्यातय?"

"तुमची कोन्ही नव्हंच काही की? खाण तसी माती दुसरं काय!" मामी साहेबांनीही त्यांची तक्रार नोंदवली.

"आये, तसं झालं आसतं तहे वेळ काहाला आली आसती?"

"काय झालं मामा? सर्व ठीक होईल. तुम्ही का चिंता करता." भास्करराव त्यांना दिलासा देत म्हणाले.

"आता आणिक काय व्हयाचं राह्यल साहेब?"

"अहो, हे 'साहेब साहेब' काय लावलं मामा तुम्ही केव्हाचं! अगोदर बंद करा बरं हे सर्व!" तक्रारीच्या सुरात भास्करराव पुन्हा म्हणाले.

"तसं नाही साहेब. आहो, आपणच आपल्या मानसाचा मोठेपणा ठेवणार नाही तर लोकं ठेवतील का? आन् खरं सांगतो साहेब..."

"पुन्हा तेच!" तानाजीरावांना तोडीत पुन्हा भास्करराव म्हणाले.

"बरं बाप्पा, पनिक खरं सांगतो, बापू दाजीकडं पाहूनच राजीला तुमच्या घरी देलं. आन् तुमच्याकडं पाहून आमचे ऊर अभिमानाने भरून येतत. पनिक आमच्या जावायाकडे आन् पोटच्या पोरीकडं पाहून आपलीच मानसं आपल्याच मानसाची माती कसी करतात ते पाहून आपण हेच पाह्याला जीते राहिलो की काय, असं वाटते पहा!"

"एवढं वाईट वाटून घेऊ नका मामासाहेब अहो. हे का आजचं आणि आपल्यापुरतं थोडंच मर्यादित आहे? अहो, हे तर रामायण-महाभारतापासून ते शिवछत्रपतीपर्यंत आणि पेशव्यापासून ते संताजी-धनाजी आणि..."

"अहोऽ साहेब, आपलं लेक्चर थांबबा. चहा घ्या अगोदर आणि बाबांना पडू द्या थोडा वेळ!"

"पाह्यलं साहेब? जीव लावाय रक्तच लागते आसं थोडंच हाय? आहो, मानुस ते मानुसच."

"खरं बोललात. घ्या, चहा घ्या." भास्कररावांनी मामासाहेबांच्या हातात कपबशी देत त्यांना दुजोरा दिला.

खरंच, अडाणी वाटणाऱ्या मामासाहेबांनी किती नेमक्या शब्दांत ऐतिहासिक आणि धार्मिक काळापासून ते आजतागायत मानसं आपल्याच माणसांची माती कशी करतात, हेच निदर्शनास आणून दिले!

-०-

🌺 प्रकरण १२

भारतीय सण हा डॉ. भास्कररावांसाठी अत्यंत आकर्षणाचा आणि संशोधनाचा विषय. कारण त्यांच्या मते भारतीय सण म्हणजे भारतीय संस्कृतीचा प्राणच आणि म्हणूनच भारत आणि भारतीय समजून घ्यायचे असतील, तर भारतीय सणही समजून घ्यायलाच हवेत. कारण भारतीय सणांत भारतीयांच्या श्रद्धा आणि भावना, रूढी आणि परंपरा, चालीरीती आणि रीतीरिवाज हे तर समाविष्ट झालेले आहेतच; परंतु ह्या सर्वांबरोबरच त्याचे तेवढेच चिवट आणि अतूट मत-मतांतरे आणि आचारविचारांबरोबरच त्यांचे खान-पान आणि राहणीमानही अगदी स्पष्टपणे दिसून येतात. तद्वतच त्यांची आवड-नावड, राग लोभ, प्रेम-घृणा इत्यादींसारख्या गुणावगुणांचे प्रगटीकरण होऊन त्यांचा स्वीकार-धिक्कारही तेवढाच ठळकपणे दिसून येतो. परंतु केवळ भास्कररावांसारख्या भारतीय विचारवंतांनाच नव्हे, तर अगदी पाश्चिमात्य विचारवंतांनाही भारतीय सणांचे आणि भारतीय संस्कृतीचे आकर्षणच नव्हे, तर प्रसंगी वेडही लागण्याचे कारण म्हणजे त्यांमधून प्रतिबिंबित होणारे तेवढेच उच्च दर्जाच्या नीतिमूल्यांचे दर्शन! अहो, Mother's Day, Father's Day, Valentine Day, राखी पौर्णिमासारखे दिवस-सण हे तर स्वाभाविकच; परंतु प्रत्यक्ष यमदूत ठरणारा काळसर्प– साप– त्याचीही पूजा करणारा भारत हा सबंध विश्वातील अनोखाच देश म्हणावा लागेल की नाही? म्हणून माणसाने माणसावर प्रेम करणे हा सद्गुण केव्हाही चांगलाच; परंतु प्रसंगी आपले प्राण घेणाऱ्यावरही आपण प्रेमच केले पाहिजे, ही शिकवणूक समजून घ्यायला भारतातच जन्मावे लागते. म्हणून तर

‘अति उच्च नीतिमूल्यांच्या ध्यासामुळे भारतावर स्वारी करणाऱ्या महमंद घोरीस बारा वेळा युद्धात हरवून, तीन वेळा युद्धात पकडून त्याने गयावया करताच जीवदान देणारा राजा पृथ्वीराज चव्हाण प्रत्यक्ष परमेश्वरापेक्षाही श्रेष्ठच. परंतु तेराव्या वेळी मात्र त्यास जीवदान देणाऱ्या पृथ्वीराजाचा युद्धात एकदाच पराभव होताच त्याचा शिरच्छेद करणारा कृतघ्न आणि नीच नराधम दैत्यच. परंतु अशाच प्रसंगांमधून आपल्या अतुल्य भारताचे आणि महान भारतीय संस्कृतीचे दर्शन घडते.

येथे भारतीय सनांची आणि संस्कृतीची प्रकर्षाने आठवण येण्याचे कारण येवढ्यासाठीच की काही तरुण दांडेगावर मंडळींनी डॉ. भास्कररावांना पोळ्याचे दिवसी ‘सुंदर आणि सुदृढ बैलजोडीची निवड आणि बक्षीस वितरणासाठी निमंत्रित केले होते. त्या साठीच ते दांडेगावकडे निघाले होते. शिवाय गावाकडे जाण्यासाठी दुसरे महत्त्वाचे कारण असे की त्यांचा पुतन्या देविदासचे अलिकडे पिण्याचे व्यसन खुपच वाढून तो पत्नीसही बरोबर वागवीत नसल्याचे त्यांचे साडू आणि देविदासच्या सासू-सासऱ्यांनी भास्कररावांजवळ खुपच तिखटपणे शिकयात केली होती. म्हणून ही जवळपास चाळीस वर्षांनंतर पुन्हा एकदा गावातील पोळ्याचा सण अनुभवणार होते. सहाजिकच गावाकडे जातेवेळी घर, गाव आणि पोळ्याच्या सणासंबंधीच्या आठवणी आणि प्रसंग आपसुकपणेच नजरे समोर साक्षात होत होते. .

पोळ्याच्या संदर्भात अशा प्रकारच्या आठवणी आणि विचारांची आवक-जावक चालू झाली. ती चालू असताना डॉ. भास्कररावांच्या विचारांची मालिका एकाएकी मध्येच थांबली. कारण आता त्यांची गाडी मेन रोड सोडून दांडेगावच्या ॲप्रोच रोडवर आली होती आणि मागच्या आठ-दहा वर्षांपासून भास्करराव पाहत होते की बरोबर अर्धा किलोमीटरही नसलेल्या ह्या रस्त्यावर म्हणे डांबरीकरण करण्यासाठी तीन वेळेस डबर आणि गिट्टी येऊन पडली होती. परंतु दुर्दैवाने तीनही वेळेस सत्तारूढ आमदाराने आणि विरोधी पक्षाच्या नेत्यांनी नारळ फोडून आणि फोटो काढूनही मला-तुलाच्या कमिशनबाजीमुळे ते डबर आणि गिट्टी तीनही वेळा गुत्तेदारांनी उचलून नेली होती. त्यामुळे भास्कररावांना गाडी चालविणे, धुरकऱ्यांना बैलगाडी हाकणे, ॲटोवाल्यांना ॲटो चालविणे दूरच, परंतु पायी चालणाऱ्यांना बरोबर चालताही येत नव्हते. शिवाय सकाळीच झालेल्या मुसळधार पावसामुळे आणि रस्त्यात असलेल्या खड्ड्यातील चिखल-पाण्यामुळे डॉक्टर साहेबांच्या राणीकलरच्या गाडीवर चिखलमिश्रित पाणी उडून शिमगाच झाला

होता. आणि त्याच वेळी डॉक्टरसाहेबांना 'इंडियात' असलेल्या भारताचा तीव्रतेने साक्षात्कार झाल्यावाचून राहिला नाही. मग कसेबसे खड्डे चुकवत भास्कररावांची इंडिका गावात शिरली.

गावात शिरताच हनुमान मंदिरासमोर असलेल्या निरनिराळ्या पक्षांचे, संस्थांचे आणि नेत्यांचे बॅनर्स आणि गगनचुंबी पोस्टर्सची स्पर्धा लागल्यामुळे मंदिराचे भले मोठे पटांगण नाहीसेच झाले होते. त्याचबरोबर त्या बॅनर्स शेजारीच असलेल्या पाण्याच्या उंच टाकीनेही त्यांचे लक्ष वेधून घेतले होते. परंतु अद्यापही ती कोरडीच दिसून आल्यामुळे त्यांच्या उत्साहावर नाही म्हटले तरी थोडेसे विरजण पडलेच. परंतु त्याच वेळी त्यांची गाडी दिसताच त्यांना बक्षीस वितरणासाठी निमंत्रित करणारा एक मुलगा पेंडॉलमधल्या गर्दीमधून धावत आला आणि थेट गाडीसमोरच उभा राहून दोन्ही हात जोडीत "या साहेब, या." म्हणत त्याने भास्कररावांची गाडीच अडविली. साहजिकच नाइलाजाने डॉक्टरसाहेबांना गाडी थांबवून बाहेर यावेच लागले. मग भास्करराव गाडीबाहेर आलेले दिसताच तेथे उपस्थित असलेले पाच-सहा इतर लहान-थोरही त्यांच्या जवळ आले. कोणी हात जोडले तर कोणी सरळ पायाही पडले. मग एकाचे पाहून दुसरा आणि दुसऱ्याचे पाहून तिसरा असे सारेच जण भास्कररावांच्या पाया पडण्यासाठी घाई करू लागले आणि त्याच वेळी आज म्हणजे पोळ्याच्या दिवशी आपल्या गावात सर्व लहान-थोर आपल्यापेक्षा वडील असलेल्या व्यक्तींच्या घरोघर जाऊन त्यांच्या पाया पडतात, याची भास्कररावांना आठवण झाली; परंतु लगेच त्यांनी त्या तरुणांना "आरे-आरे-थांबा. अगोदर बैलाचे लग्न तर लागू द्या." म्हणत थांबवले. तर तिकडे त्याच वेळी माईकमध्ये- 'हॅलो, हॅलो. प्रमुख पाहुणे भास्करराव पाटील- श्री. भास्करराव पाटील-डॉक्टर पाटीलसाहेब आले हायत- तरी आपले बैल लगन लावण्यासाठी मारोती मंदिराकडे-'

'हो हो- गावकऱ्यांनो,' त्याच्या हातामधून दुसऱ्याने बळेबळेच माईक हातात घेऊन सुरुवात केली-'लग्न वेळेवर लागेल. म्हणून आपल्या जोड्या आपण लवकरात लवकर आणाव्या. मा. प्रकाशरावजी पाटीलसाहेबांनी पहिले बक्षीस पाच हजार रुपये, दुसरे तीन हजार रुपये.'

'आन् ग्रामपंचायतही बक्षीस देऊन सत्कार करणार हाये-' दुसऱ्या एकाने बोलणाऱ्याच्या हातामधून त्वरेने माईक ओढून तोंड घातले आणि त्या उभयतांची माईकसाठीची ओढाताण पाहून उपस्थितांची मात्र पाहून करमणूक होत होती.

त्याच वेळी भास्कररावांच्या डोक्यात एकदम प्रकाश पडला, की आपणासही

आपल्या गड्यास आहेर करून कपडे द्यायचेत. म्हणून त्यांनी लगेच–'येतो मी, आलोच'' म्हणत ते गाडीत बसून गाडी सुरू करून वाड्याकडे निघाले. ॲप्रोच रोडप्रमाणेच गावातील रस्ताही बरोबर मध्यभागातून खोदण्यात आल्यामुळे गाडी चालविणे जिकिरीचे झाले होते. रस्त्याची ही अवस्था पाहून आता गावातील एवढ्या बैलजोड्या कशा फिरतील, हाच विचार डॉक्टरसाहेबांना बेचैन करीत होता. परंतु त्याच वेळी खोदून उरलेल्या रस्त्याच्या दोरीवरून गाडी चालविण्याची सर्कस त्यांना करावी लागत असल्यामुळे त्यांचे सर्व लक्ष समोरील दगड-धोंडे, खाच-खळगे आणि गाडीकडेच केंद्रित झाले होते आणि एवढे करूनही त्यांच्या बालपणी जसे दांडेगावच्या पांढरीने चिखल-पावसात घसरून पडल्यामुळे त्यांच्या कोपरा-ढोपरावर कायमच्या जखमा केल्या होत्या, तशाच जखमा त्याच पांढरीने पुन्हा एकदा त्यांच्या गाडीसही केल्या होत्या आणि अशाच जखमा पुन्हा पुन्हा पचवीत ते आणि त्यांची गाडी त्यांच्या पूर्वीच्या गोठ्यासमोर आणि आताच्या 'नवीन' नावाच्या बंगल्यासमोर उभी ठाकली. गाडी थांबताच तेथे बैलांना सजविण्यासाठी जमलेल्या गावकऱ्यांच्या नजरा त्यांच्याकडेच वळल्या. त्यांतील पांढऱ्याशुभ्र आबास्टाईल सफारीतील पंडितराव समोर येत डॉक्टरसाहेबांना म्हणाला, ''आरेरे ऽऽ! काकासाहेब, आमच्या सरपंचानं तुमच्या गाडीचा खुर्दाच केला काय की!''

परंतु मजेशीर बाब म्हणजे डॉक्टरसाहेबांना भलेही 'पंतांची मराठी' समजत असली तरी 'ह्या दांडेगावकराची मराठी' काहीशी अनाकलनीयच झाली. त्यामुळे काहीच अर्थबोध न झाल्यामुळे त्यांनी पंडितरावांनाच विचारले–

''सरपंचाने खुर्दा केला म्हणजे?''

''अहो, आपल्या गावचा नवीन झालेला सरपंच मंजे इमानदाराची आवलाद! ते आपल्या गावच्या 'पाणीमंत्र्यास पैसे उचलायला सहीच देईन झाला. मनुन तर रस्त्याचं हे 'आसं झालं.' खोदलेल्या रस्त्याकडे हात दाखवत पंडितरावांनी गावातील राजकारण भास्कररावांपुढे 'ओपन' केले.

''असंऽ'' आणि दुसऱ्याच क्षणी भास्करराव स्वत:शीच पुटपुटले– 'आरे, हा तर दुलाजीकाकाचा पंडित!' आणि ह्याच पंडितास परभणीस असलेली त्याची आत्या आपली मुलगी नाकारताना आपणास म्हणाली होती, 'जमीन-जुमला काय कामाचा काका? मनवाच हाय– 'शेतकऱ्यापरिस चपराशी बरा– सरकारी लक्ष्मी आणिल घरा!' तोच हा पंडित.

परंतु आत्तापर्यंत भास्करराव खरोखरच गावमय झाले होते. कोणी 'राम

राम' तर कोणी 'नमस्कार साहेब' म्हणून स्वागत करीत होता. दोघे-तिघे येऊन पायाही पडले होते. ते पाहून आणि समोरचे पोळामय आणि बैलमय वातावरण पाहून भास्कररावांचे मन आनंदाने काठोकाठ भरून आले होते. कारण जिकडे तिकडे बैलांना सजविण्याची जणू चढाओढच लागली होती. जो तो आपली जोडी जास्तीत जास्त कशी चांगली दिसेल, यासाठी धडपडत होता. मग लगेच कोणीतरी जाऊन त्यांच्या वाटेकऱ्यासही बोलावून आणले. त्याला पाहताच भास्कररावांना पुन्हा एकदा वाटेकऱ्यास आहेर करण्याची आठवण झाली आणि त्यांनी पुन्हा गाडीचे दार काढून आतील कपड्याची पिशवी काढून ती वाटेकऱ्यास देत म्हणाले, "चला, अशोकराव." परंतु या दरम्यान तिकडे हनुमान मंदिराकडे पूर्वीचे उत्साही कार्यकर्ते 'डॉक्टर भास्करराव जाधव साहेबांना' हनुमान मंदिराकडे येण्याची वारंवार विनंती करीत होते आणि तोच ती टेप ऐकून होते न होते तोच पाच-सहा जणांचे एक नव्हे, दोन ग्रुप "चला, साहेब, चला. सऽम्दे बैलं गोळा झाले. चला लवकर–"

"हा साहेब, आटपा लौकर. आंधी आपला सत्कार" "हं, हो. चला-बोला-डॉक्टर जाधवसाहेब कीऽ– 'ज ऽ य' ते ऐकून डॉक्टरसाहेब कपाळावर हात मारून घेत म्हणाले, "अरे, हे जय-विजय थांबवा, प्लीज. मी निघालोच. बस्स, फक्त दोन मिनिट' म्हणत 'नवीन' बंगल्यात प्रवेश करून उभ्या उभ्याच त्यांनी अशोकजवळून पूर्वीची कपड्याची पिशवी घेतली आणि तिच्यामधील हळदी-कुंकवाची पुडी आणि टॉवेल-टोपी काढून अशोकला कुंकू लावले. नंतर टॉवेल-टोपी, शर्ट-पॅन्ट यांनाही कुंकवाचे बोट लावले. तसेच त्याच्या पत्नीच्या साडीस हळदी कुंकू लावून अशोकच्या डोक्यावर टोपी घालून व टॉवेल पांघरून तो जोड-आहेर त्याच्या स्वाधीन केला. दोन्ही बैलांवरून अत्यंत प्रेमाने आणि कृतज्ञतेने हात फिरविला आणि "पूजेला येतो बरं" म्हणून घेण्यास आलेल्या तरुणांना "चला" म्हणत चिखलाने पॅन्ट भरू नये म्हणून तिला घाई घाई दोन-तीन फोल्ड मारले आणि हनुमान मंदिराकडे निघाले.

हनुमान मंदिरास जणू यात्रेचेच स्वरूप आले होते. कारण मागील सात-आठ वर्षांपासून दांडेगावचा पोळा पंचक्रोशीत चांगलाच गाजत होता. कारण नवीन पिढीच्या तरुणांनी नाही म्हटले तरी आधुनिक शेती करून स्वत:चे आणि गावचे उत्पन्न प्रचंड प्रमाणात वाढविले होते. एके काळी जमीनदार असणारे धनबा-ग्यानबा पाटीलही अन्नधान्य, बी-बियाणे आणि पैश्या-आडक्यासाठी जवळच्या कुरुंदा-बसमतला जात असत. परंतु नवीन पिढीने नाइलाजाने का होईना,

शेतीशिवाय पर्यायच नाही म्हणून जिद्दीने आणि परिश्रमाने नवीन शेती तंत्राचा अवलंब करून- जिरायत शेती पाण्याखाली आणून मोटार, ट्रॅक्टर, हॉलर, ठिबक, तुषार इत्यादींच्या वापरामुळे उत्पन्न प्रचंड प्रमाणात वाढविले होते. मग उत्पन्न वाढल्यामुळे साहजिकच नवीन कल्पना, नवीन विचार, नवीन ऊर्जा-ऊर्मी निर्माण झाल्यामुळे काहीतरी नवीन करावे म्हणून कोणी ट्रॅव्हल गाडी, कोणी अॅटो, जीप, ट्रॅक्टर, हॉलर, टँकर एवढेच नव्हे तर काही धोरणींनी गळ्यात विविध रंगांची उपरणे, टोप्या घालून आमदार-खासदारांचे अनुकरण करीत त्यांचे बॅनर्स आणि पोस्टर्स लावत थेट शाळा- इंग्रजी माध्यमांच्या शाळा, आश्रम शाळा-कनिष्ठ महाविद्यालय सुरू करीत प्रकाश पाटलांनाही मागे टाकले होते. आणि मागील दोन-तीन वर्षांपासून काहीजण राष्ट्रीय नेत्यांच्या जयंत्या आणि पुण्यतिथीनिमित्त तसेच संतांच्या आणि आमदार-खासदाराच्याच नव्हे, तर अगदी स्वत:च्या वाढदिवसानिमित्तही मोठमोठे बॅनर्स आणि पोस्टर्स गावभर लावून कुठला न कुठला कार्यक्रम करून आपापले राजकीय घोडे स्वैर दामटू लागले होते. अर्थात ह्या सर्व बाबींची थोडीशी कल्पना भास्कररावांनाही होतीच. परंतु गावापासून दूर असणाऱ्या आणि सरळ स्वभावाच्या व्यक्तीस हा 'दूरचा डोंगर' साजराच दिसत होता. म्हणून तर गावचे तरुण आपणास बोलावतात तर उगीचच आढे-वेढे न घेता त्यांनी यायचे कबूल केले होते आणि त्याप्रमाणे ते प्रत्यक्ष हजरही झाले.

हनुमान मंदिराच्या चोहो बाजूंनी अद्यापही प्रचंड मोठे मैदान होते. तेथे मंदिराच्या समोर तीनएकशे बैलजोड्या सहज उभ्या राहू शकत होत्या आणि आणखीही काही बैलजोड्या येतच होत्या. बैलांना निरनिराळ्या प्रकारच्या गोंड्या-दोरांनी, रंगी-बेरंगी कासरे, म्होरके, घुंगर, घुंगरं-माळा आणि झुली बाशिंग घालून त्यांच्या बरोबर त्यांचे गडी-मालक आणि त्यांची मुलं-बाळही नवीन कपडे परिधान करून आली होती. शिवाय आता प्रमुख पाहुणे आल्यामुळे त्यांचा उत्साह आणि आवेश खूपच वाढला होता. एवढ्यात पुन्हा एकदा माईकमधून सूचना आली. 'हॅलो, हॅलो, आता लगेच अवघ्या दोन मिनिटांच्या आत डॉ. प्राध्यापक भास्करराव पाटलांचा सत्कार आपल्या तालुक्याचे नेते भावी आमदार माननीय प्रकाशरावजी पाटीलसाहेब करतील. म्हणून गावकऱ्यांनी आपले बैल लवकरात लवकर मारोती मंदिराकडे घेऊन यावे ही विनंती- हं. ऐऽ आनंदा, आन ते सत्काराचं ताट. या साहेब, या.' म्हणत त्या तरुणाने माईक प्रकाश पाटलांच्या स्वाधीन केला. हे ऐकताच डॉक्टरसाहेब मात्र खूपच अस्वस्थ झाले. असे

काहीतरी होईल याची यत्किंचितही कल्पना त्यांना नव्हती. प्रकाश पाटील आपला सत्कार करील, असे त्यांना स्वप्नातही वाटले नव्हते. परंतु आता त्यांचा नाइलाज होता. वेळ मारून नेणे आता भागच होते. एवढ्यात कडक स्टार्च केलेल्या पांढऱ्याशुभ्र कुर्ता-पायजम्यातील प्रकाश पाटलांनी माईक हातात घेऊन सुरुवात केली—

'आपल्या गावातील आदर्श व्यक्तिमत्त्व आणि भूमिपुत्र, सुप्रसिद्ध विचारवंत, माझी प्रेरणा व आदर्श, सत्कारमूर्ती आदरणीय डॉक्टर भास्कररावजी काका, गावचे प्रथम नागरिक मा. गंगाधरराव ढोणे, उपसरपंच सखाराम पाटील जाधव, युवक काँग्रेसचे जिल्हा उपाध्यक्ष सुरेश ढवळे, भा.ज. पा. ता. अध्यक्ष श्री आर. के. पाटील, तंटा मुक्तीचे...'

"आरे, सत्कार कर अगोदर सत्कार—"

कोणीतरी मध्येच ओरडला.

"हो, हो. शांत. डॉक्टर भास्कररावकाकांचा सत्कार करण्याची माझी योग्यता नाही. परंतु गावकऱ्यांची इच्छा असल्यामुळे हे भाग्य मला लाभल्यामुळे मी दोघांचाही अत्यंत आभारी आहे. म्हणून आपल्या वतीने मी त्यांचा 'दांडेगाव भूषण' हा पुरस्कार देऊन गौरव करतो. काकासाहेबांप्रमाणेच मीही मागील दहा-पंधरा वर्षांपासून समाजसेवा करतो आहे. उदाहरणार्थ, आपल्या गावातील विद्यार्थ्यांना गणवेष, शैक्षणिक साहित्याचे वाटप इत्यादी करीत आहे. शाळाही काढली आहे. परंतु एकटा मनुष्य काय काय करणार? म्हणून मी भास्करराव काकांना विनंती करतो की———'

"हंऽ मांग, भीक मांग!' समोरच्या गर्दीमधून कोणीतरी ओरडले.

"भास्कररावकाकांना विनंती करतो की..."

"भीक मांग भीक! परस्पऱ्या उजवला नाऱ्या—"

"ऐका, गावकऱ्यांनो ऐका. माझं ऐका तर खरं, अहो, मी माझ्या शाळेसाठी नाही— आपल्या गावच्या शाळेसाठी—"

"तेच. तुम्हीच. बस खाली."

"आधी सत्कार रेऽ सत्कार—'

"ठीक आहे. ठीक आहे. काकासाहेबांच्या कार्याचा सत्कार करूत.'

मग मात्र त्यांनी अधिक वेळ न दवडता कॅमेरेवाल्याकडे सूचक नजरेने पहात भास्कररावांचा फेटा बांधून शाल-श्रीफळ आणि 'दांडेगाव भूषण' चे स्मृतिचिन्ह देऊन सत्कार केला आणि त्यांच्या पायाही पडले.

"बोला-भास्करराव पाटलांचाऽ"

"विजय असो!" उपस्थित जमावाने उत्स्फूर्तपणे साद दिली.

परंतु भास्कररावांनी मध्येच हात उंचावून त्यांचा जयघोष न करण्याची विनंती केली. भास्कररावांच्या सत्कारानंतर प्रकाश पाटलांनी गावातील इतर सात-आठ दांडेगावकरांचाही तसेच स्मृतिचिन्ह वगैरे देऊन सत्कार केला. सत्कारास उत्तर देताना भास्कररावांनी सर्व गावकऱ्यांचे आभार मानून गावच्या एका त्रुटीकडे लक्ष वेधत म्हणाले, "तरुण मित्रांनो आपल्या गावात आता पूर्वीप्रमाणे मुला-मुलीचे लग्न लावण्यासाठी हनुमान मंदिराच्या प्रांगणाशिवाय मोकळी जागाच शिल्लक राहिली नाही. म्हणून गावकऱ्यांनी जर ह्या प्रांगणात मंगल कार्यालय बांधले, तर मात्र मी स्वत: वधू-वरांसाठी माझ्या आई-वडिलांच्या नावे दोन रूम माझ्या खर्चाने बांधून देईन, असे अभिवचन देतो." यावर जमलेल्या जनसमुदायाने एवढ्या आनंदाने आणि उत्स्फूर्तपणे भास्कररावांचा जयघोष करीत टाळ्यांचा कडकडाट केला, की त्यामुळे जमलेले बैलही थोडा वेळ कावरे-बावरे झाले.

तेवढ्यात जमलेल्या गर्दीमधून नव्वद वर्षांचे नाना पाटील "भास्करा!" म्हणत धडपडत पुढे आले आणि त्यांना गच्च कवटाळत म्हणाले, "लई बेस, लई बेस रे पोरा! लई बेस!" परंतु बैल बिथरल्याचे पाहून घाईघाईने म्हणाले– "पनिक आता आटपा रे बाप्पा लवकर! काढा नंबरं, नाहीतं हे बैले आन् वरचा बाप कव्हा काय करतील, याचा काही नेम नाही बरं!"

भास्कररावांनी मात्र कोणाच्याच बोलण्याकडे मुळीच लक्ष न देता बैल जोड्यांचे सूक्ष्म निरीक्षण करणे चालूच ठेवले. त्यांना चांगल्या वाटलेल्या जोड्यांचे धीटपणे कधी त्यांच्या झुली वर करून तर कधी बैलांचे कान, शेपटी इत्यादी हातात धरून सहा-सात जोड्यांना गुण दान केले आणि नंतर प्रकाश पाटलांना म्हणाले, "प्रकाशराव, झाले माझे काम. आता लावा बैलांचे लगन. तोपर्यंत मी गुणांची बेरीज करून क्रमांक काढतो." त्यानंतर लगेच बैलजोड्यांच्या निरीक्षणाची कॉमेंटरी करणाऱ्या तरुणांनी तत्काळ गावकऱ्यांना सूचना केली– "हॅलो, हॅलो. सर्व गावकऱ्यांना सूचित करण्यात येते, की आता लगेच मंगलाष्टकांना सुरुवात होईल. म्हणून पुन्हा एकदा सर्वांना सूचित करण्यात येते, की त्यांनी आपल्या बैलजोड्यांची तोंडं उत्तरेकडे करावीत. ह्या वर्षी तांबड्या रंगाच्या बैलजोडीची पूजा असल्यामुळे समोर असलेल्या तांबड्या जोडीची पूजा मा. प्रा. डॉ. भास्करराव जाधव पाटील यांच्या हस्ते होऊन लग्नविधीस सुरुवात होईल." ह्या वेळेपर्यंत भास्कररावांनी निकालपत्र पूर्ण केले होते. नंतर भास्कररावांनी समोरील तांबड्या

बैलजोडीची पूजा केली आणि मंगलाष्टकांना सुरुवात झाली. अगदी नवरी-नवरदेवाच्या लग्नाप्रमाणे ताल् सुरात पाच मंगलाष्टके म्हणून पूर्ण होताच– 'हर हर महादेव' झाले आणि भास्कररावांनी निकालही जाहीर केला. निकाल ऐकून काहीजणांना मात्र आश्चर्य वाटल्यावाचून राहिले नाही. विशेषत: प्रकाश पाटील आणि चौकडी आणि तंटामुक्तीच्या अध्यक्षांचाही अपेक्षाभंग झाला. कारण प्रकाश पाटलांची जोडी तिसरी आली होती, तर तंटामुक्ती अध्यक्षांच्या जोडीचे नावही पहिल्या तीनमध्ये नव्हते. अर्थात काहीजणांना वाटत होते, की प्रकाश पाटलांनी डॉक्टर साहेबांचा सत्कार केला म्हणून वहिवाटीप्रमाणे ते प्रकाश पाटलांची जोडी प्रथम काढतील. परंतु भास्कररावांनी अनेकांना धक्का देत रावसाहेब शिंदेंची जोडी प्रथम काढून ८०-८५% लोकांच्या मनात असलेल्या आणि सर्वार्थाने पात्र असलेल्या जोडीचा पहिला नंबर काढून सर्वांची मने जिंकली होती.

निकाल जाहीर होताच अगोदर रावसाहेब शिंदेंची जोडी, त्यामागे द्वितीय क्रमांकाची संजयराव जाधवांची आणि त्यामागे तृतीय क्रमांकाची प्रकाश पाटलांची जोडी एका मागोमाग एक अशा उभ्या करून त्यामागे सर्व गावाच्या जोड्या हनुमान प्रदक्षिणेसाठी सुसाट सुटल्या. मग मात्र जमलेल्या गावकऱ्यांप्रमाणे भास्कररावांनीही बैलांची पूजा करण्यासाठी वाड्याकडे परतण्याची घाई केली. परंतु बैलांच्या नैवेद्याची आठवण होताच त्यांचे मन खूपच खट्टू झाले. कारण किमान एक दिवस पोळ्याचे दिवशी तरी बैलांना नैवेद्य आणि गड्यास जेवण आपल्या घरचे पाहिजे होते! परंतु आता ह्या वेळी ते काय करू शकणार होते? त्यामुळे भास्कररावांनी दृढ निश्चय केला, की काहीही झाले तरी पुढच्या वर्षीपासून दरवर्षी आपण पोळ्यास किमान तीन दिवस तरी सुट्टी घेऊन दांडेगावला सपत्नीक येऊन पोळ्याचा सण साजरा करावयाचाच! ह्या विचाराने मात्र त्यांना थोडेसे बरे वाटले. त्याच आनंदात ते वाड्याकडे परतले. जाता जातातच वाटेत दिसणाऱ्या वडीलधाऱ्या व्यक्तींच्या पाया पडण्यासही ते विसरले नाहीत.

वाड्यात वाटेकरी अशोकच्या पत्नीने एका बाजेवर जू ठेवून त्यावर पांढरेशुभ्र धोतर पांघरले होते. त्याचबरोबर बैलपूजेसाठी एका चरवीत पाणी, तांब्या, एका ताटात पूजेचे सर्व साहित्य एवढेच नव्हे, तर सागाच्या पानाचे नैवेद्याचे द्रोणही मांडून सर्व तयारी केल्याचे पाहून भास्कररावांचे मन खूपच प्रफुल्लित झाले होते. ह्या आनंदात आणखी एक भर पडली ती संभाजीच्या सहा-सात वर्षांच्या मुलांच्या आगमनाची. येतायेताच मोठा राजेंद्र भास्कररावांना म्हणाला, "बाबा बाबा, तुम्हाला मम्मीनं जेवाय सांगितलं." तेव्हा भास्करराव

त्यांच्याजवळ गेले आणि दोघांनाही प्रेमानं गोंजारत म्हणाले, ‘‘हो का? छान!’’

‘‘नाही नाही बाबा, तुम्ही आधी आमच्या येथे जेवाय चला. मही आजी मन्ली की परभणीच्या बाबाला जेवायला घेऊन ये.’’ शेजारच्या गंगाआजीचा चार-पाच वर्षांचा नातू डॉक्टरसाहेबांचा हात ओढीत म्हणाला.

‘‘अरे अरे, मला एकच पोट आहे ना! मग एक पोट कोणाकोणाच खाणार?’’ असे म्हणता म्हणताच भास्कररावांच्या मनास वाटले, ‘बाळू किंवा देवीदास आपणास का भेटले नसतील?’ ह्या विचारामुळे भास्करराव खूपच दु:खी झाले. परंतु लगेच त्यांनी त्यांच्या वेड्या मनास समजावले, ‘वेड्या, आपल्या माणसांनी आपल्याशी असे वागायला हवे’ हे स्वाभाविकच; परंतु त्यांनी तसे वागलेच पाहिजे हा आग्रह म्हणजे स्वत:च स्वत:चे दु:ख ओढवून घेणे नव्हे काय? कारण आपण आपल्या माणसाकडून किंवा आणखी कोणाकडूनही अमक्याने आपल्याशी असे वागायला हवे होते असे जेवढ्या जास्त प्रमाणात आपण आपणास दु:खाच्या खाईत लोटत असतो.’

‘‘नाही नाही बाबा, तुम्ही आमच्याच वाड्यात चला.’’ राजेंद्रने पुन्हा भास्कररावांच्या हाताची साखळी ओढून त्यांच्या विचाराच्या गाडीस पुन्हा ब्रेक लावला.

‘‘हो बाबा,’’ मोठ्या भावाची री ओढत छोटा सुरेंद्र म्हणाला, ‘‘आणि बाबा, वाड्यात देवकाका दारू पिऊन धिंगाना करायलेत!’’

‘‘काय? दारू!’’ म्हणजे आपण ऐकलेल्या बातम्या खऱ्या आहेत तर! म्हणून तर देवीदास आपणास टाळीत नसेल? आणि बाळू? बाळूही मुद्दाम टाळीत असेल का? त्यानेतरी का बोलवू नये आपणास? पैसे मागतील म्हणून? पैसाच जोडतो अन् पैसाच तोडतो, नाही का? तरीही आता देवीदासच्या व्यसनामुळे त्यांना भीतीही वाटायला लागली. त्याच वेळी त्यांचा वाटेकरी बैल घेऊन वाड्यात शिरला. बैलजोडी पाहून भास्करराव पुन्हा उत्साहित झाले आणि त्याच उत्साहात ते मुलांना म्हणाले, ‘‘आता अगोदर आपण आपल्या बैलांचं लग्न लावूया. ठीक आहे?’’

‘‘हो!’’ सर्व मुलं आनंदात ओरडली.

वाड्यात बैल आणताच अशोकने बैल बाजेच्या दक्षिणेकडे नेऊन त्यांची तोंडे उत्तरेकडे केली. तेव्हा बैलांकडे पाहून समाधान व्यक्त करीत वाटेकऱ्यास म्हणाले, ‘‘बैलांची निगा मात्र छान ठेवली, अशोक.’’ मग त्यांनी अशोकच्या पत्नीच्या हातामधील तांब्याचा तांब्या घेऊन कृतज्ञतेने बैलांच्या पायांवर पाणी

ओतून त्यांचे पाय धुतले आणि हळद-कुंकू, गंध-अक्षदांनी मनोभावे पूजा केली. नंतर गड्यास आणि मुलांसही कुंकू लावले आणि कापूर लावत महादेवाची अर्धी-निर्धी आरतीही गायली आणि खिशामधून पैशाचे पाकीट काढून त्यातील एक शंभर रुपयाची नोट काढून ताटात ठेवीत आरतीचे ताट सर्वांपुढे धरले आणि सर्वांना प्रसाद दिला. परंतु दोन्ही बैल मात्र केव्हापासून नैवेद्य खाण्यासाठी खूपच आतुर झाले होते. कारण पुरण-पोळी, सार, भाजी आणि त्यावरील तुपाच्या सुगंधाने त्यांच्या जिभास पाणी सुटले होते. मग भास्कररावांनीही अशोकच्या पत्नीच्या हातामधील सागाच्या द्रोणामधील नैवेद्य घेऊन दोन्ही बैलांस भरविले आणि दोन्ही बैलांनी ते नैवेद्य अधाश्यासारखे खाल्ले! आणि दोन्ही बैल नैवेद्य खात असलेले पाहून ते अशोकला म्हणाले–

"आमच्या सत्त्याने मात्र पोळ्याचा नैवेद्य कधीच खाल्ला नाही."

"एक एक बैल खात नाही साहेब निवद. आपण धन्याला मनाजोगी सुगी दिली नाही म्हणून ते पोळ्याचा निवद खात नाही मनतत!"

"झालं की बाबा आता. चला जेवाय–" सुरेंद्र भास्कररावांचा हात धरीत म्हणाला.

"नाही नाही, आमच्या घरी चला." गंगाआजीचा नातू त्यांच्या दुसऱ्या हातास धरून त्यांना ओढू लागला. त्यावर भास्कररावांनी त्यास वर उचलून धरीत त्याचे नाव विचारले,

"पुंडलिक. पुंडलिक देवराव जाधव." छाती समोर करीत पुंडलिक म्हणाला.

'पुंडलिक' ते नाव उच्चारताच ते एकदम उदास झाले. एवढे की त्यांच्या उदास चेहऱ्यास हात लावीत पुंडलिक निष्पापपणे म्हणाला–

"काय झालं बाबा?"

"काही नाही. तुझं नाव छान आहे."

"पुंडलिककाका खूप वाईट होते, नाही का बाबा?" चेहरा पाडीत राजेंद्र म्हणाला.

"असं नाही बेटा, आज पोळा आहे नं, तेव्हा आज लहानांनी मोठ्यांना वंदन करायचे असते. हो की नाही?"

"होऽ!" सर्व मुलांनी एक सुरात होकार दर्शविला.

"चला तर मग आपणही आता वडिलांना वंदन करू या; मग जेवण. हो की नाही पुंडलिकराव?" पुंडलिकास खाली ठेवत भास्करराव म्हणाले.

"व्होऽ!" पुंडलिक लखलख मान हलवत म्हणाला.

"परंतु अगोदर तू आजीस जाऊन सांग मी थोड्या वेळात येतो म्हणून." आणि ते राजेंद्र आणि सुरेंद्रला घेऊन हात जोडण्यासाठी निघाले.

डॉ. भास्करराव पाया पडण्यासाठी निघाले, परंतु आतापर्यंत गावातील सर्व बैल हनुमान मंदिरास आणि महादेव मंदिरास प्रदक्षिणा घालून परत आले होते आणि आता सर्वच लहानथोर आपल्यापेक्षा वडील व्यक्तींच्या पाया पडण्यासाठी घरोघर हिंडत होते आणि असे करते वेळी रस्त्यातच अशी वडीलधारी व्यक्ती भेटली की रस्त्यातही आवर्जून पाया पडत होते. त्यामुळे साहजिकच जो तो भास्कररावांच्या पाया पडण्यासाठी धडपडत होता. अर्थात भास्कररावही ह्यांपैकीच एक होते. तसेच गावभर हिंडून सर्वांच्या पाया पडणे तर त्यांना शक्यच नव्हते म्हणून ते त्यांच्याच गल्लीतील वीस-पंचवीस घरी जाऊन वडीलधाऱ्या स्त्री-पुरुषांच्या चरणी लागले आणि एवढा मोठा माणूस आपल्या घरी येऊन आपल्या पाया पडतो हे पाहून अनेक स्त्री-पुरुषांना गहिवर येऊन ते संकोचून एकीकडे "आरे! आरे! हे काय करता? आम्हाला नरकात घालता की काय?" असे म्हणून नका नका म्हणत होते आणि दुसरीकडे संतोषाश्रू धोतरा-साडीने पुशीत होते. जणू हीच मौज अनुभवण्यासाठी भास्करराव पोळ्यासाठी दांडेगावला आले होते. गंगा आजीच्या पाया पडतेवेळी तर आजींनी कमालच केली. त्या भास्कररावांना कवटाळू कवटाळू गळा काढून रडूच लागल्या–

"नाही नाही आजी, लोक काहीही बोलतात." त्या भयंकर बातमीचा जणू विटाळच होत असल्याचे वाटून ती उच्चारणेही त्यांना मुळीच सहन झाले नाही.

"बरं येतो."

अश्रू ढाळीत ढाळीतच त्यांनी मान हलवली आणि वयाची शंभरी गाठल्यामुळे आता ती अधिकच लखलख हलू लागली.

वाड्यात प्रवेश करतेवेळी भास्कररावांचे मन खूपच विषण्ण झाले होते. कारण ह्या पंधरा-वीस वर्षांत वाड्याचा अंतर्बाह्य चेहरा विस्मयकारकरीत्या त्वरेने बदलला होता. त्यामुळे भास्कररावही त्यांच्या नकळत अंतर्मुख होऊन स्वतःच स्वतःशी संवाद साधू लागले–

"कुठं हरवलाय पूर्वीचा माझा वाडा? कुठे गेले त्याचे पूर्वीचे ते वैभव? ते प्रेम, तो जिव्हाळा, ती आपुलकी, ते एकमेकांना जीव लावणं? मेवा-मिठाई असो की बाबांनी बाहेर जाऊन बाजारामधून आणलेली सफरचंदं, आंबे, पेरूसारखी

अपूर्वाईची फळं असोत किंवा घरीच असलेले दही, दूध, लोणी, खरडणसारखे पदार्थ सर्वचजण कसे वाटून इरजून खायचो, घासातील घास एकमेकांस द्यायचो, घ्यायचो. एखादा भाऊ-बहीण अशा वेळी नसेल तर त्याच्यासाठी-तिच्यासाठी काढून ठेवायचो आणि कधीमधी थोडेसे कमीअधिक झाले तरी तेवढ्यापुरतेच पाय खोरून रडायचोही. कधी मुद्दाम हेतुपूर्वक 'मला कव्हाय कमीच देतूस!' म्हणून काकूस-आत्यास भावनिक ब्लॅकमेलही करायचो आणि ते ऐकून आत्या-काकूच्या डोळ्यांत टचकन पाणी आलेले पाहून शरमिंदेही व्हायचो! खरंच, त्या वेळी सबंध वाडाच कसा आनंदाने खळखळून लखलख हालायचा! आणि दुःख झालं तरी कसा धाय मोकलून ढसाढसा रडायचा! मग असा काय एकाएकीच आटला पूर्वीच्या प्रेमाचा पाट, आपुलकीचा झरा? कशी हरवली पूर्वीची ती सर्वांची समृद्धी? कोणाची दृष्ट लागली म्हणावी ह्या वाड्यास?''

''मूर्खा! कोण्या दुसऱ्याची कशास लागेल दृष्ट? तुम्हीच सर्वजण बनले आत्ममग्न आणि तूसुद्धा!''

''मी!'' भास्करराव केवढ्यांदा तरी दचकले. तेवढ्याच–

''परभणीचे बापू आले! परभणीचे बापू आले!'' मुलांचा गोंगाट ऐकून भास्करराव भानावर आले. भानावर आले तरी त्यांच्या नजरेने मात्र त्यांनाही न जुमानता वाड्यात झालेला बदल अनिच्छेने का होईना 'क्लिक' केलाच.

''चला बापू, चला जेवाय.'' संभाजीचा सुरेंद्र भास्कररावांचा हात धरून त्यांना त्यांच्या घराकडे ओढीत म्हणाला.

''अरे हो बाबा हो. परंतु अगोदर आपल्या काका-काकूच्या पाया पडतो. काय, तू पडला की नाही?'' ते ऐकताच सुरेंद्रने एकदम भास्कररावांचा हात सोडला आणि घराकडे धूम ठोकली.

वाड्यात आता भास्कररावांपेक्षा वडील कै. भीमराव पाटलांच्या पत्नी द्रोपदाबाई, अर्जुनराव आणि त्यांच्या पत्नी केवळाबाई आणि पुंडलिकरावांच्या पत्नी राजसबाईच होत्या. ह्या वास्तवाची जाणीव होताच भास्कररावांना पुन्हा एकदा भडभडून आले. त्याच विषण्ण मनाने त्यांनी द्रौपदाबाईंच्या घरात प्रवेश केला.

त्या स्वयंपाक आटोपून नुकत्याच बाहेरील दाराजवळ एका वाटीत सुपारीची खांड घेऊन बसल्या होत्या.

''एकट्याच दिसताय?'' वडील वहिनीच्या पाया पडत भास्कररावांनी चौकशी केली.

“व्हो.” काहीशा तुटकपणेच त्यांनी उत्तर दिले.

“सुनबाई, देवीदास कोणीच दिसत नाही.”

“व्हो. पोहरं पाया पडाय गेले आन् रूपा माहेरी.”

“बरंच झालं म्हणायचे एका अर्थाने. मी देवविषयीच बोलावं म्हणतो तुमच्याशी.” आपण जणूकाही अत्यंत कडवट काढाच पीत आहोत असेच काहीसे भास्कररावांना वाटत असावे, असे स्पष्टपणे त्यांच्या चेहऱ्यावरून दिसत होते.

“मंजे?” सावधपणे बसत द्रोपदाबाईंनी प्रश्न केला.

“म्हणजे असे की–” आपणास जे बोलावयाचे आहे ते कसे बोलावे आणि आपण जे बोलणार आहोत त्यावर त्या कोणती प्रतिक्रिया व्यक्त करतील याविषयीही त्यांच्या मनात भयंकर ढकलाढकली चालली होती.

“देवीदासच पिणं आजकाल बरंच वाढलं म्हणे.”

“कोन पिई ना झालं साहेब आज. सगळेच पियालेत.” निर्विकारपणे द्रोपदाबाई म्हणाल्या.

“परंतु तुम्हीच असं म्हणाल्या तर...”

“मव्ह राहू द्या. पनिक खुद्द तुम्ही त त्याला दारूच्या पार्ट्या देयाले मनं की!” भास्कररावांच्या ध्यानीमनी नसताना द्रोपदाबाईंनी भास्कररावांच्या काळजावर भयंकर तीक्ष्ण आणि तेवढाच जहरी शब्द बाण सोडला.

“काय!” जणू काही नऊ-दहा रिस्टर स्केलचा भूकंपच झाला की काय, असे वाटून त्यांच्या मुखावाटे एकदम प्रतिक्रिया उमटली.

त्यानंतर थोडा वेळ त्यांना आता आपण काय उत्तर द्यावे याचे भानच राहिले नाही. परंतु या वेळी आपण काहीच बोललो नाही, तर हे गावंढळ आता आपले आणि आपल्या प्रतिमेचे मात्रे-पोत्रे करून ते मातीत मिळविल्याशिवाय राहणार नाहीत, याची त्यांना तीव्रतेने जाणीव झाली आणि आपण जिवापाड जपलेला लाख मोलाचा हा दागिना तसाच निष्कलंक ठेवण्यासाठी तेवढ्याच तिखटपणे त्यांनी प्रत्युत्तर दिले–

“काय म्हणाल्या तुम्ही? तुम्ही काय बोलता आणि कोणासी बोलता याचा तरी विचार केला का? त्याच्याबरोबर तुमचंही डोकं फिरलं की काय?” भयंकर कापत आणि तसेच भयंकर डोळे आणि हातवारे करीत भास्कररावांनी आक्षेप घेतला.

“अतीच होतेय हे तुमचे. मी तुम्हास घरच्या घरी समजावण्यासाठी

आलोय तर– झक मारली मीच आणि त्याची सोयरीक केली! तेव्हा तर किती गयावया करीत होत्या आणि आता? आता याचे सासूसासरेही माझ्याच नावाने त्यांच्या लेकीचा मी केसानं गळा कापला म्हणून शिव्या शाप द्यायले अन् तुम्ही? छे! तुम्ही दोघांनी तर माझी आणि माझ्या चारित्र्याची चक्क ढोलकी बनवली!'' भास्करराव बोलते वेळी उभे कापत होते.

आयुष्यात प्रथमच अगदी प्रथमच त्यांनी अशा भाषेत आणि अशा तऱ्हेने कधी नव्हे ते मानमर्यादा सोडून विपरीत वर्तन केले होते. ह्याची त्यांनाही लगेच जाणीव झाली. परंतु ते आता मुद्दामच कठोर बनले होते. कारण त्यांना हे पुरेपूर ओळखून चुकले होते, की आपण ज्यांना कापले तरी आपलेच म्हणत होतो, ते पक्के ढोंगी, स्वार्थी आणि नंबर एकचे मतलबी आणि संधिसाधू निघाले होते. मग अशांना वेळीच त्यांची लायकी आणि पायरी दाखविली नाही, तर यांचे भस्मासुरात रूपांतर होऊन आपल्याच डोक्यावर ते यापुढेही असेच वेळोवेळी हात ठेवत राहतील. म्हणून पुन्हा त्यांना सावध करीत त्याच भाषेत आणि आविर्भावात ते द्रोपदाबाईस पुन्हा म्हणाले–

''ठीक आहे. आता याउपर तुम्ही आणि तुमचं ते लेकरू लावा काय दिवे लावायचे ते!'' असे म्हणून ते अतिशय त्वरेने बाजूच्या असलेल्या अर्जुनरावांच्या आणि त्यांच्या पत्नीच्या पाया पडून आले.

संभाजीची पत्नी त्यांच्या येण्याची वाटच पाहत होती. संभाजीच्या घरात पाय ठेवताच आणि त्यांची नजर दीपिकाच्या भोंड्या कपाळावर पडताच भास्कररावांचे मन अतीव वेदनेने पुन्हा कन्हारले. 'ओऽ गॉड! परिस्थितीच्या कोणत्या तव्यावर आपण असे उभे-आडवे फ्राय होत आहोत! Please, God save me and my family! Please save us!'

भास्कररावांनी घरात प्रवेश करताच दीपिका डोक्यावर पदर घेत पुढे आली आणि भास्कररावांच्या पाया पडली आणि नको नको म्हणताही भास्कररावांच्या दोन्ही डोळ्यांमधून टपटप दहाबारा थेंब गळालेच! परंतु लगेच त्यांनी स्वत:स सावरले आणि कसेबसे त्यांच्या तोंडून शब्द सांडले, ''सौभाग्यवती भव! बरं चाललंय ना सर्व?''

''हं!'' दीपिकाचीही अवस्था भास्कररावांप्रमाणेच झाली होती.

बोलत बोलतच दीपिकाने भास्कररावांसमोर जेवणाचे ताट आणून ठेवले. परंतु भास्कररावांची भूक मात्र केव्हाच मरून गेली होती– नव्हे, द्रोपदाबाईंनी आपल्या बेजबाबदार बोलण्याने केव्हाच मारून टाकली होती. त्यामुळे केवळ

दीपिकासाठी ताटात वाढलेले मुलांसोबत काहीतरी असंबद्ध बडबडत पोटात ढकलले आणि ताटास नमस्कार करून उठले. खिशातील रूमाल काढून हात पुशीत पुशीतच पैशाचे पाकीट काढून त्यामधून शंभर रुपयाची एक नोट मोठ्या राजेंद्रजवळ देत म्हणाले, ''जा, दोघांस दोन चॉकलेट घेऊन या आणि उरलेले पैसे आईकडे द्या. पळा.'' आणि मुलं आनंदाने घराबाहेर पडताच ते दीपिकास दबक्या आवाजात म्हणाले, ''संभाजी घरी येऊन गेला. बरा आहे. तू मुळीच काळजी करू नकोस. गावातील चांडाळचौकडी आणि पोलीस त्याला सळो की पळो करून सोडतील! परंतु तू उगीच काळजी करू नको. मुलांच्या शिक्षणाकडे मात्र लक्ष दे. मी निघतो.''

वाड्याबाहेर येताच भास्कररावांना एकदम जोशीगुरुजींची तीव्रतेने आठवण झाली. परंतु आतापर्यंत गावातील काही मतलबी माणसांचा स्वत:च स्वत:च्या सावल्या मोठ्या करणाऱ्या दीडफुटी राजकारण्यांच्या आणि घरच्याच काही ढोंगी, स्वार्थी आणि आपल्याच पायापुरते पाहणाऱ्या संधिसाधू आपल्यांचा त्यांना एवढा तिरस्कार वाटू लागला, की आता यापुढे दांडेगावात राहणे म्हणजे असाच चिखल चिवडणेच होईल, असे वाटून अत्यंत विमनस्क मनाने ते त्यांच्या 'कोठ्या'कडे निघाले आणि अशोकला बरे वाटावे म्हणूनच त्याच्याशी काहीतरी बोलले. शेतीविषयक हिशेब-टिशेबाच्या काही सूचना-नोंदी केल्या आणि लागलीच 'कोठ्या'बाहेर पडले. तोपर्यंत दांडेगावात रात्रीचा अंधार गडद झाला होता. मग त्या अंधारात चाचपडत चाचपडतच अशोकने बॅटरी आणण्यापूर्वीच त्यांनी गाडीचे दार काढून तिच्याच दिव्याच्या प्रकाशात गाडी सुरूही केली होती.

- ० -

❀ प्रकरण १३

सरळमार्गी, सत्यप्रिय आणि निष्ठावंत व्यक्तींचे जीवन म्हणजे जणूकाही कधीच न संपणाऱ्या अग्निपरीक्षांची महामालिकाच. किंबहुना स्वभावातच ते सरळमार्गी, सत्यप्रिय आणि निष्ठावंत असल्यामुळेच त्यांना वेळोवेळी आणि अवेळीसुद्धा भयंकर अग्निपरीक्षांना सामोरे जावे लागते. म्हणून तर म्हणायचे 'जया अंगी मोठेपण तया यातना कठीण.' अर्थात यातनांमुळेच महानता सिद्ध होते. सतीचे पावित्र्य आणि पुरुषाचा पुरुषार्थ सिद्ध होतो. ज्योत जळते म्हणून तर प्रकाश पडतो. भास्कररावांच्या बाबतीतही काहीसे असेच म्हणता येईल. विशेषत: प्राचार्य झाल्यापासून तर ह्या अग्निपरीक्षांमुळे त्यांचा जीवच गुदमरून जायची वेळ आली होती. म्हणूनच आपल्या मनास निश्चितच प्रश्न पडतो तो हा, की चांगल्या माणसांच्याच आयुष्यात अशा जीव गुदमरून टाकणाऱ्या दुर्घटना का घडाव्यात? आणि याचे उत्तरही पुन्हा तेच- स्वभावच! Character itself is destiny म्हणून व्यवहारवादी माणसांप्रमाणे - माणसाने फार चांगलेही कधीच वागू नये. अन्यथा तुकाराममहाराजांप्रमाणे चांगुलपणाच्या उसाचे टिपरे वाढता वाढता स्वत:साठी किंवा स्वत:च्या कुटुंबासाठी उसाची शिवटीही शिल्लक न राहता उलट मांगल्याच्या मुळाचे समूळ उच्चाटन करण्यासाठीच टपून बसलेल्या मंबाजीसारख्या दुष्ट दुरात्म्याच्या हातून काटेरी कुंपणाच्या दोटीने स्वत:चीच पाठ फोडून घेण्याची पाळी येण्याची शक्यताच अधिक असते. मग अल्पावधीतच विद्यार्थी, संस्था आणि समाजमनातही ड्यूटी आणि ब्यूटीचा आयकॉन बनलेल्या आदर्श प्राचार्य डॉ. भास्करराव जाधव तरी ह्या त्रिकालाबाधित सत्यास

कसे अपवाद ठरतील? आणि झालेही अगदी तसेच-

डॉ. भास्करराव जाधव शिवाजी महाविद्यालयाचे प्राचार्य झाल्यानंतरची घटना– सकाळी अकरा-साडेअकराची वेळ. प्राचार्यसाहेब नुकताच 'राऊंड' घेऊन आपल्या केबिनमध्ये टेबलावर पडलेली परिपत्रके वाचण्यात मग्न होते. त्याच वेळी त्यांचे एक सहकारी नव्यानेच 'डॉक्टर' बनलेले प्रा. शेषराव शिंदे त्यांच्या केबिनमध्ये प्रवेशले आणि प्रवेश करतात तोच त्यांनी भास्कररावांना प्रश्न केला- ''काय झालं सर माझ्या बिलाचं? आणखी मिळालं नाही मला.''

''Mr. Shinde! Do you have any civic sense and etiquettes!'' भास्कररावांमधील कठोर आणि शिस्तप्रिय प्राचार्य शिंदेंच्या उद्धट वागण्यामुळे एकदम भडकला आणि ''तुमचं बिल? तुम्हाला माहिती आहे, अशा वैयक्तिक कारणांसाठी मी सर्वांना वेळ ठरवून दिलेली आहे आणि-'' समोरील काचेखालील वेळापत्रकावर नजर टाकून ते पुन्हा म्हणाले, ''शिवाय आत्ता- ह्या वेळी तुमचा दुसऱ्या इयरवर पीरियड सुद्धा आहे.''

''नाही. मला पीरियड नाही.''

''असल्यास?''

''मला माझं बिल महत्त्वाचं आहे.'' आणखी धुमसत प्रा. शिंदे म्हणाले.

''बिलं शिकविण्यासाठी दिली जातात. तास बुडविण्यासाठी नव्हे!'' त्यांना त्यांच्या कर्तव्याची जाणीव करून देत प्राचार्यसाहेब म्हणाले. ''म्हणजे तुम्हाला लाच पाहिजे, नाही का? हे घ्या! घ्या! उचला!'' म्हणत प्रा. शिंदेंनी शंभर रुपयांच्या नोटांचे एक बंडल प्राचार्यसाहेबांच्या टेबलवर आदळले.

हा तमाशा पाहून प्राचार्य भास्करराव जाधव तर क्षणभर अवाकच झाले. कारण त्यांच्या ध्यानीमनी नसताना अगदी आकस्मिकपणे प्रा. शिंदे त्यांच्या केबिनमध्ये दारावरील सेवकास न जुमानता घुसतात काय, लाचेसाठी शंभर रुपयांचं बंडल प्राचार्यांच्या टेबलवर आदळतात काय! यामुळे मा. प्राचार्यसाहेब क्षणिक गोंधळून गेले. परंतु दुसऱ्याच क्षणी त्यांच्या आश्चर्यात आणखी भर पडली ती त्याच वेळी त्यांच्या केबिनमध्ये प्रा. शिंदेप्रमाणेच घुसलेल्या दुसऱ्या तीन अनोळखी व्यक्तींमुळे. त्यातील एकजण केबिनमध्ये येतो न येतो तोच प्राचार्य भास्कररावांना म्हणाला - 'चला, काढा ते पैसे. काढा-'

''What nonsense are you talking about? Who are you? And how dare you enter into my office without my permission?'' असे म्हणत म्हणतच त्यांनी डोअरबेलचे बटन दाबले. बेलचा आवाज ऐकताच

भयभीत झालेला सेवक सखाराम आत येताच प्राचार्यसाहेब त्याच्यावर गरजले-

"मूर्खा! तू यांना आत सोडलेच कसे?"

"साहेब, साहेब-"

"आम्हीच आलोत. तो अडवत असतानाही. अगोदर पैसे काढा, पैसे-"

"काढतो, पैसेही काढतो आणि --" बोलत बोलत त्यांनी तत्काळ थेट एस. पी. साहेबांनाच फोन लावला!

"हॅलो, मी प्राचार्य डॉ. भास्कर जाधव. सिंघल साहेब? जी. जी. सर कोणीतरी तीन चार व्यक्ती माझ्या केबिनमध्ये घुसून मला खंडणी मागत आहेत- जी जी in no moment please." आणि फोन खाली ठेवून खुर्चीत रेलून बसले.

झाला प्रकार असा होता–

प्रा. शेषराव शिंदे म्हणजे अतिशय महत्त्वाकांक्षी गृहस्थ. संस्थाचालक आमदार दुधगावकरांच्या साडनीचे चुलत भाचे असल्यामुळे आपणच जणूकाही कॉलेजचे सर्वेसर्वा आहोत असे वागणे. अर्थात आमदारसाहेब त्यांच्यापेक्षा डॉ. भास्कररावांनाच मानीत असल्यामुळे स्वत: त्यांनीच भास्कररावांना प्राचार्यपदाची धुरा सांभाळण्याचा आग्रह केल्यामुळे भास्कररावांनी ही जबाबदारी स्वीकारली होती. परंतु तरीही तेव्हापासूनच प्रा. शिंदेंनी येन केन करून काहीही झाले तरी आपण प्राचार्य व्हायचेच व्हायचे अशी मनाशी खूणगाठ बांधून त्यांनी मनोमन एक प्लॅन केला की मागच्या वर्षीपासून त्यांचे पूर्वीच्या आणि आत्ताच्या पगारातील फरकाचे बिल मिळाले नव्हते म्हणून त्यांना– भास्कररावांना– लाच देऊन, भ्रष्टाचार प्रकरणात अडकवून प्राचार्य डॉ. वसंत बिरादारांप्रमाणे गोवायचे आणि त्यांची बदनामी करून आमदारपत्नी आत्याबाईकरवी भास्कररावांकडील प्राचार्यपद काढून आपण स्वत: प्राचार्य व्हायचे. असा सविस्तर प्लॅन करून त्यांनी अॅन्टी करप्शन कार्यालयात जाऊन आमचे प्राचार्य मला बिल काढण्यासाठी दहा हजार रुपयांची लाच मागत आहेत म्हणून त्यांनी पैसे, वेळ वगैरे सर्व ठरवून त्यानुसार वरील कृत्य केले होते.

परंतु करायला गेले गणपती आणि बनावे माकड असेच काहीसे झाले होते. कारण प्राचार्य व्हायच्या विचाराने प्रा. शिंदे एवढे वेडे झाले होते, की त्या वेडेपणात आपण आणि अॅन्टीकरप्शनच्या अधिकाऱ्यांनी काय ठरविले होते तेच विसरून त्यांनी त्याच धुंदीत अविवेकाने वरीलप्रमाणे एकदम विसंगतच नव्हे तर त्यांच्याच अंगावर उलटेल असे कृत्य केले. त्यामुळे प्रा. शिंदेंनाच नव्हे तर प्राचार्यसाहेबांनी आपणासच खंडणीप्रकरणी अडकविण्यासाठी एस. पी. सिंघल

साहेबांनाच पाचारण केल्यामुळे अॅन्टी करप्शनच्या अधिकाऱ्यांचीही बोबडीच वळली. परंतु वरकरणी तसे न दाखविता त्यांतील एकजण धिटाईने म्हणाला, "प्राचार्यसाहेब, आपण हे काय करता? आम्ही का आपणास खंडणी-"

"तुम्ही कोण आहात ते तुम्हाला कळेलच. लगेच. you-"

आणि त्याच वेळी दस्तुर खुद्द पोलिस अधीक्षक सिंघलसाहेबच तेथे जातीने उपस्थित झाले. "हेच का ते खंडणीबहाद्दर, प्राचार्यसाहेब?" हातातील रूळ त्या तिघांकडे करीत सिंघल साहेब दरडावणीच्या सुरात म्हणाले. "होय साहेब. हे मिस्टर शिंदे, मला लाच देऊ पाहणारे आणि हे ते खंडणी-"

"नाही साहेब नाही. आम्ही अॅन्टी करप्शन ऑफिसचे." आपले ओळखपत्र दाखवीत एकदम ते तिघेही म्हणाले.

"म्हणजे? हा काय प्रकार आहे मिस्टर कदम?" सिंघलसाहेबांनी पूर्वीच्याच जरबेने विचारणा केली. "ही केबिन म्हणजे काय तुम्हाला एखादा अड्डा वाटतो की काय?"

"नाही साहेब, तसं नाही."

"मग? काय हो शिंदे? तुम्हीच देऊ केली होती ती लाच?"

"---" प्रा. शिंदेंचे तोंड केव्हाच शिवले जाऊन पायही लटपटू लागले. त्याच वेळी सिंघलसाहेबांनी प्रा. शिंदेकडे आणि टेबलवर पडलेल्या नोटांच्या बंडलकडे पाहत नजरेने आदेश देताच तीन पोलिसशिपाई पुढे आले. त्यांतील दोघांनी प्रा. शिंदेंना ताब्यात घेतले आणि तिसऱ्याने पुरावा म्हणून नोटांचे बंडल जप्त केले.

"आणि मिस्टर कदम, आपल्यासारख्यांना अशा ठिकाणी प्रवेश करण्यापूर्वी सतरांदा विचार करायला हवा, नाही का?" एवढे म्हणून सिंघल साहेबांनी कदमसाहेबांस जणूकाही 'प्राचार्यसाहेबांची माफी मागा आणि निघा.' अशाच नजरेने पाहिले. अर्थात कदमसाहेबांनाही आपली चूक कळालीच होती. म्हणून खजील होत ते म्हणाले- "Sorry sir, I am really very sorry." ह्या सर्व प्रकारामुळे आपणास मात्र खूपच मनस्ताप झाला आणि आपल्या कामातही आम्ही विनाकारण व्यत्ययही आणला." एवढे म्हणून दोन्ही हात जोडीत प्राचार्य भास्कररावांना पुढे काही बोलण्याची अथवा दुसरे काही करण्याची संधीही न देता सिंघलसाहेब प्राचार्यांच्या केबिनमधून बाहेरही पडले. मग अॅन्टी करप्शनवाले तरी कशाला थांबतील?

वरील प्रकरण होऊन बरोबर आठवडाही उलटला नाही तोच आणखी

एक असाच दुर्दैवी प्रकार घडला. सोमवारचा दिवस. दुपारचा दीड वाजला असेल. त्या वेळी प्रा. भास्करराव त्यांच्या केबिनमध्ये एकटेच काहीतरी वाचण्यात मग्न होते. तेव्हा डोअरमन सखाराम केबिनचे दार ढकलत अदबीने म्हणाला, "साहेब, मेकेवाड मॅडम आपणास भेटू इच्छितात. पाठवू?"

"ठीक आहे. पाठव."

श्रीमती मेकेवाड आत आल्या आणि केबिनचे दार पुन्हा लागले.

"बोला मेकेवाड."

"सर, माझ्या मुलास 'साईकृपा' हॉस्पिटलमध्ये ॲडमिट केलेय. पोटाचा भयंकर त्रास होतोय त्याला आणि डॉक्टर म्हणतात पोटाचं ऑपरेशन करावं लागेल."

"बरं मग?"

"सर, तुम्हाला तर आमची आर्थिक परिस्थिती माहीत आहे. मालक तसे-म्हणून आले-" मेकेवाड भास्कररावांच्या आणखी जवळ जात म्हणाल्या.

"बरं बर" त्यांना हाताने तेथेच थांबण्याची खूण करीत भास्करराव म्हणाले, "किती लागतील?"

"दहा एक हजार तरी द्या साहेब." दोन्ही हात जोडीत मेकेवाड म्हणाल्या.

"दहा हजार तर नसतील माझ्याकडे," पॅन्टच्या मागच्या खिशामधून पैशाचे पाकीट काढून त्यामधील नोटा मोजत ते म्हणाले, "दहा हजार तर नाहीत. तूर्त हे आठ हजार असू द्या." आणि प्राचार्यांनी दिलेल्या नोटा मेकेवाड हातात घेतात न घेतात तोच त्यांनी एकदम त्यांचे दोन्ही हात प्राचार्यांच्या टेबलवर आपटून हातामधील काकणं फोडून आणि डोक्याचे केस विस्कटून- "साहेब! साहेब! हे काय करता? सोडा! सोडा मला!" म्हणत पैशासकट दरवाजाकडे धाव घेतली.

श्रीमती मेकेवाड दाराकडे धावल्या आणि सखारामनेही ओरडण्याचा आवाज ऐकून दार उघडले. दार उघडताच श्रीमती मेकेवाडची अवस्था आणि अवतार पाहून त्यास साहजिकच काहीतरी विपरीत घडल्याची शंका आली. तर ध्यानीमनी नसलेला हा भयंकर प्रकार पाहून प्रथम भास्करराव खूपच गर्भगळीत झाले. एवढे की घडलेल्या भयंकर प्रकारामुळे त्यांचे सर्वांग घामाने डबडबून गेले होते. परंतु थोड्याच वेळात काहीतरी आठवून त्यांचे त्यांनाच हायसे वाटले आणि त्यांनी त्यांचेच मनोमन आभार मानले.

वरील कृष्णकृत्य हा प्रा. शिंदेंच्याच सडक्या महत्त्वाकांक्षेमधून बदल्याच्या

पोटी नियोजनपूर्वक घडवून आणलेला भयंकर कटाचा एक भाग होता. विनयभंगाच्या ह्या खोट्या नाटकासाठी प्रा. शिंदेंनी श्रीमती मेकेवाडना एक लाख रुपये नगदी कॅश दिले आणि आपण प्राचार्य झालो तर त्यांना सीनियर कॉलेज विभागात प्राध्यापक म्हणून नेमणूक करण्याचे अभिवचन दिले होते! म्हणून तर श्रीमती मेकेवाडनी हे नाटक केले होते आणि प्राचार्यांनी आपल्यावर अतिप्रसंग केल्याची केबिनमधून निघताच दवंडी पिटवली होती. एवढेच नव्हे, तर थेट पोलीस स्टेशनमध्ये जाऊन तसा एफ. आय. आर. नोंदवून घ्यावा म्हणून पोलीस इन्स्पेक्टर गायकवाडना विनंती केली होती. परंतु प्रा. शिंदेंचेच खोटे लाचप्रकरण सध्या सर्वत्र गाजत असल्यामुळे गायकवाडसाहेबांनी काही त्यावर विश्वास ठेवला नाही. उलट त्यांनाच आडवेतिडवे आणि पांचट प्रश्न विचारून त्यांचीच फजिती करून त्यांची बोळवण केली होती. मग जामिनावर सुटून आलेल्या प्रा. शिंदेंनी त्याच दिवशी विद्यार्थी संघटनेच्या अध्यक्षास भेटून 'कॉलेज बंद' करण्याची फूस दिली होती. परंतु सुदैवाने विद्यार्थी संघटनेचा अध्यक्ष विवेकी असल्यामुळे खरेखोटे पाहून मगच आम्ही निर्णय घेऊ, असे म्हणून त्याने प्रा. शिंदेंना वाटेस लावले होते. मग त्यांनी मागासवर्गीय कर्मचारी संघटनेच्या अध्यक्षास खाऊ-पिऊ घालून त्यांचा खिसाही गरम करून दुसऱ्याच दिवशी 'प्राचार्य हटाव' साठी मागासवर्गीय कर्मचारी संघटनेचा मोर्चा काढावयास लावले होते आणि हा सर्व प्रकार पाहून मग मात्र प्राचार्य भास्करराव जाधवांनी संस्थेचे अध्यक्ष, सचिव, महाविद्यालयातील उप-प्राचार्य, महाविद्यालयातील सर्व विभाग प्रमुख आणि विद्यार्थी संघटनेच्या प्रतिनिधींनाही लेखी पत्र देऊन त्याच दिवशी सायंकाळी चार वाजता तातडीची बैठक ठेवली. तत्पूर्वी त्यांनी पंधरा दिवसांपूर्वीच हैदराबादच्या एका फोटोग्राफरकडून केबिनमधील घड्याळामध्ये लावून घेतलेल्या कॅमेऱ्यामधील छायाचित्रांची सी. डी. बनवून ठेवली होती आणि बैठक सुरू होताच प्रास्ताविकामध्ये वरील दोन्ही लांच्छनास्पद घटनांचा आढावा घेऊन ती सी. डी. सर्वांना दाखवून आपणास प्राचार्यपदावरून हटविण्यासाठी कसे प्रयत्न होत आहेत, ते पुराव्यासह दाखवून दिले आणि यापुढे काय करावे याबद्दल सर्वांनी आपणास मार्गदर्शन करावे, अशी विनंती केली.

साहजिकच ही सी. डी. पाहत असताना सर्वांना आश्चर्याचा धक्का तर बसलाच; त्याच वेळी प्राचार्य भास्कररावांच्या निर्मोहीपणाचे, सत्शील स्वभावाचे आणि दूरदर्शीपणाचे दर्शन घडून सर्वांनी टाळ्यांच्या गजरात आनंद व्यक्त केला. एवढेच नव्हे, तर संस्थेचे अध्यक्ष आणि सचिव दोघांनीही उत्स्फूर्तपणे भास्कररावांची

स्तुती करून प्राप्त परिस्थितीत आपल्या निर्मळ स्वभावाने आणि स्वच्छ प्रशासनाने संस्थेचा महाविद्यालयाचा लौकिक वाढविल्याबद्दल त्यांचे जाहीर आभार मानले. सर्वांनी– संस्थेने, प्राध्यापकांनी, प्राध्यापकेतर कर्मचाऱ्यांनी आणि विद्यार्थी संघटनेच्या सर्व पदाधिकारी-प्रतिनिधींनी तसेच सर्व विभागप्रमुखांनी आपापल्या विभागातर्फे आणि संघटनांतर्फे स्थानिक वृत्तपत्रांना आणि विद्यापीठासही लेखी निवेदन देऊन झाल्या घटनेचा निषेध नोंदवून आपण सर्वजण प्राचार्य डॉ. भास्करराव जाधवांच्या पाठीशी खंबीरपणे उभे आहोत असे दाखवून देण्याचे आवाहन करून बैठक संपली आणि आपल्यावरील सर्वांचे हे प्रेम पाहून प्राचार्य भास्कररावांनी आनंदाने डोळे पुसले.

अशा रीतीने वरील दोन्ही अग्निदिव्यांमधून प्राचार्य डॉक्टर भास्करराव जाधव सहीसलामत बाहेर पडले आणि तापविलेल्या सुवर्णाप्रमाणे पूर्वीपेक्षाही अधिक तेजाने तळपू लागले.

तिसरा प्रसंग तर कोणत्याही संवेदनशील व्यक्तींच्या अंगाचा थरकाप उडवून जीवच गुदमरून टाकणारा ठरावा. हा दुर्दैवी प्रसंग घडला तो डॉ. भास्कररावांच्या मुलीच्या– राणीच्या– बाबतीत. अर्थात हा प्रसंग जरी राणीच्या बाबतीत घडला असला, तरी त्याची झळ मात्र 'मुलीचा बाप' म्हणून राणीएवढीच त्यांनाही बसली. त्याचे असे झाले–

दीडएक महिन्यापूर्वीच राणीचे बी. ई. इलेक्ट्रॉनिक्स पूर्ण होऊन तिला पुणेस्थित एका नामांकित मल्टी नॅशनल कंपनीत चांगली चाळीस हजार रुपये मासिक वेतनाची नोकरी लागली होती. त्यामुळे घरात कसे अत्यंत आनंदाचे, तृप्तीचे आणि समाधानाचे वातावरण निर्माण झाले होते आणि ह्याच आनंदाच्या भरात आणि राणीचे लग्नाचे वयही झाल्यामुळे त्यांनी तीन-चार महिन्यांपासून राणीसाठी वरसंशोधन मोहीम सुरू केली होती. परंतु– परंतु मध्येच अशा आनंदाच्या प्रसंगी हा परंतु नावाचा बिब्बा पडला आणि सारेच उद्ध्वस्त व्हायची वेळ आली. तो दिवस- म्हणजे गुरुवारची रात्र. उद्या शुक्रवारी राणी सत्ताविसाव्या वयात पदार्पण करणार होती आणि हा सत्ताविसावा वाढदिवस साजरा करण्यासाठीच ती पुण्याहून परभणीस प्रसन्न ट्रॅव्हल्सने रात्रीचा प्रवास करीत होती. पुण्यावरून निघाल्यानंतर तिने परभणीस फोन करून भास्कररावांना तसे कळविलेही होते. परंतु मध्येच रात्री दोन-अडीचच्या सुमारास औरंगाबादला काही प्रवासी उतरणार असल्यामुळे गाडी थांबली व काही प्रवासी उतरले आणि गाडी थांबल्याचे पाहून एक-दोन प्रवाशांनी ड्रायव्हरला विनंती करून लघवीसाठी गाडी थांबविण्याची

विनंती केली. त्यानुसार ड्रायव्हरने परवानगी दिली आणि क्लिनरलाही त्याने सूचना केली की गाडीतील प्रवाशांना याबद्दल सूचना करा. त्यानुसार क्लिनरनेही गाडीतील प्रवाशांना 'पिशाप के लिए गाडी पाच मिनिट रुकनेवाली है। किसीको पिशाप जाना है तो तुरंत जाके आये' ची सूचना केली. मग लघवीमुळे अगोदरच हैराण झालेले काहीजण जणू ह्या संधीची वाटच पाहत होते. म्हणून क्लिनरचे ते हवेहवेसे शब्द कानावर पडताच घाईघाईने चप्पल-बूट शोधीत लघवी करण्यासाठी गाडीखाली उतरले. त्यामध्ये दोन-तीन स्त्रियाही होत्या. आणि स्त्रियाही लघवीसाठी उतरत असल्याचे पाहून राणीही पर्स सावरीत बसखाली उतरली. आणि त्या स्त्रियांच्या मागोमाग बसपासून थोड्याशा अंतरावर रोड सोडून बाजूस असलेल्या एका बोळीतील एका वृक्षाच्या सावलीत इकडेतिकडे कोणी नसल्याचे पाहून लघवीस बसल्या. लघवी होताच त्या स्त्रिया घाईगडबडीने ट्रॅव्हल्सकडे परतल्या परंतु येथेच घात झाला!

आपल्या सोबतच्या स्त्रिया परतल्याचे पाहून राणीही घाईगडबडीने उठली. परंतु त्याच वेळी तिच्या बरोबरच पुण्याहून बसलेल्या आणि तिच्यावर पाळत ठेवून असलेल्या दोघांपैकी एकाने तिच्यावर झडप घालून तिचे तोंड दाबून धरले. आकस्मित घडलेल्या ह्या भयंकर प्रकाराने राणी एकदम गर्भगळीत झाली. परंतु लगेच आणीबाणी ओळखून तिने त्याही परिस्थितीत स्वत:ची सुटका करण्यासाठी धडपड केली. परंतु त्याच वेळी दुसराही नराधम पहिल्याच्या मदतीस धावून आला आणि त्यानेही तिच्या दोन्ही हातास घट्ट पकडून धरले. त्यामुळे दोन राक्षसांच्या शक्तीपुढे राणीची धडपड क्षीण पडली. ह्या वेळी ट्रॅव्हल्समध्ये ड्रायव्हरने दोनतीन वेळा हॉर्न वाजवून बस निघत असल्याची सुचना केली. क्लिनरनेही 'आये क्या सब? रह गया क्या कोई?' म्हणत गाडीमध्येही चक्कर मारली. त्यास गाडीत आजूबाजूच्या दोन्ही सीट रिकाम्या दिसल्याही; परंतु त्या तेथे उतरलेल्या औरंगाबादच्या प्रवाशांच्याच असतील असे समजून आणि कोणीच काही प्रतिसाद न दिल्याने त्याने गाडीस थाप मारून निघण्याची सूचना केली.

तिकडे गुंडांच्या तावडीमधून सुटण्यासाठी राणी निकराचा प्रयत्न करीत होती. कराटेपटू असल्याने गुंडांशी दोन हात करून स्मित करीत करीतच तिने दोन्ही हात आणि कपडेही झटकले. तेव्हा तिला एकदम पर्सची आठवण झाली. साहजिकच तिची नजर इकडेतिकडे गेली. रात्रीच्या अंधूक प्रकाशात आपण औरंगाबादच्या नेमक्या कोणत्या भागात आहोत याची तिला काहीच कल्पना येत नव्हती. परंतु इकडे तिकडे नजर जाताच बाजूलाच पडलेल्या पर्सकडे तिची नजर

गेली. पर्स पाहताच राणीला खूप आनंद झाला. कारण पर्समधील डायरीत औरंगाबादनिवासी काही परिचितांचे आणि नातलगांचे फोननंबर्स होते. मग तिने लगेच पर्स उचलली आणि ट्रॅव्हल्सची गाडी थांबलेल्या ठिकाणी येऊन उभे राहत तिने पुन्हा एकवार सभोवताली नजर टाकली. तेव्हा समोरील भलामोठा आणि लांबच लांब रस्ता पाहून तिला वाटले, हा कदाचित जालना रोडच असावा. त्याच वेळी तेथे रात्री गस्त घालणारी पोलिसांची जीप येऊन पोहोचली. पोलिस गाडी दिसताच राणीला चांगला दिलासा मिळाला. मध्यरात्री एका तरुण मुलीस रोडवर एकटीच पाहून पोलिसांच्या मनात मात्र शंकेची पाल चुकचुकली आणि तिच्याजवळ गाडी उभी करताच एका उतावीळ शिपायाने गाडीमधून चटकन उडी मारून आपला दंडुका राणीसमोर नाचवत दरडावून विचारले- "ऐऽ छोकरी, कौन है तू? और अकेली अकेली यहाँ क्या कर रही है?"

"किधर हात मारने का इरादा है? और तेरे दुसरे साथीदार कहाँ है?" दुसऱ्यानेही पहिल्यासारखाच दंडुका राणीसमोर नाचवीत "बोल बोल" सुरू केले.

"आरे इसका तो भागकर अपने बॉयफ्रेंडके साथ शादी करने का इरादा दिखता है क्यों? बराबर पहचाना की नहीं? आँऽ आँऽ" तिसऱ्याने आपला पक्का पोलिसी खाक्या दाखवला.

अर्थात हे सर्व पाहून आणि ऐकून राणी घाबरून वगैरे न जाता उलट जनता पोलिसांना पाहून चांगले बोलण्याऐवजी शिवीच का काढते, याचाच उलगडा झाला. त्यामुळे मग तिनेही त्यांचीच भाषा वापरली- "शटअप! काय लावलाय तुम्ही हा पोरकटपणा? एका तरुण मुलीस मध्यरात्री एकटी पाहून मदत करण्याऐवजी उलट तिला फालतू प्रश्न विचारून घाबरवताय?"

हे ऐकताच खांद्यावरील स्टारवाल्या साहेबाने जीपमधूनच सोबत्यांना खडसावले. परंतु त्याच भाषेत तिला दरवाडून विचारले- "मग तू एवढ्या अपरात्री एकटी येथे काय करतेस?"

मग राणीने थोडक्यात तिच्यावर ओढवलेला प्रसंग कथन केला.

"परंतु तू तुझ्या वडिलांविषयी काहीच सांगितले नाहीस? काय करतात? कोठे राहतात? आणि त्यांचा कॉन्टॅक्ट नंबर वगैरे?" इन्स्पेक्टरसाहेबांचा संशय अद्याप कायम होता.

"प्राचार्य डॉक्टर भास्करराव जाधव. परभणीच्या शिवाजी कॉलेजला प्राचार्य आहेत. येथील पाथ्रीकर बंधू आणि येथील विद्यापीठातील अनेक मान्यवरांचा

आणि त्यांचा चांगला परिचय आहे.''

"खरं म्हणतेस? ठीक आहे. मग सांग त्यांचा नंबर.'' त्यावर आपल्या पर्समधून एक व्हिजिटिंग कार्ड काढून ते त्या साहेबांकडे देत राणी म्हणाली, "हे त्यांचे कार्ड आणि पत्ता. परंतु आपण प्लीज आता त्यांना घडलेल्या प्रकाराबद्दल काहीच सांगू नका-''

"का? तुझे बिंग फुटेल?'' मध्येच एका हाप चड्डीवाल्याने आपली हुशारी दाखविली.

"बिंग फुटण्याचा प्रश्नच नाही हो हवालदार. परंतु सर्वच आई-वडील आपल्या तरुण मुलीविषयी खूपच सेन्सिटिव्ह असतात. मला वाटते, पोलिस-खातेही त्याला अपवाद नसावे. शिवाय मी तर त्यांची एकुलती एक मुलगी. त्यातच उद्या माझा वाढदिवस आणि पुण्यावरून निघतेवेळी मी पूना-नांदेड गाडीने निघाल्याचा त्यांना फोनही केलेला. तेव्हा प्लीज-''

"अच्छा. मग पाथ्रीकरांचा परिचय आहे म्हणतेस-?''

"---'' राणीने मानेनेच होकार दिला. "परंतु सर त्यांनाही-''

त्यावर राणीस हाताने गप्प राहण्याची सुचना करीत इन्स्पेक्टरसाहेब त्यांच्या पोलिसी फोनवर नंबर फिरवू लागले- त्यावेळी फोनची रिंग ऐकू येत होती; परंतु फोन मात्र कोणीच उचलत नव्हते. ते पाहून इन्स्पेक्टरसाहेबांच्याही चेहऱ्यावर आपण नको त्या वेळी नको त्या व्यक्तीस फोन लावत असल्याबद्दल अपराधीपणाचा भाव स्पष्टपणे दिसत होता. परंतु आपण तरी काय करणार? आपली ड्यूटीच अशी-

"हॉं सर, डॉक्टर पाथ्रीकर?- माफ करा साहेब. आपणास अवेळी त्रास देतोय. परंतु- हं हं सर आपले कोणी प्राचार्य भास्करराव जाधव नावाचे मित्र---- त्यांना मुलगा - मुलगी--- नाही नाही. सर, ती पुण्यावरून येताना येथे तिच्या ट्रॅव्हल्समध्ये काही बिघाड--- नाही नाही, ती परभणीस जायचं म्हणते-- नाही नाही सर, आपण नका त्रास घेऊ. मीच गाडी करून तिला पाठवून देतो. परभणीस लागलीच. डोन्ट वरी सर. सॉरी. गुड नाईट!''

"वेल बेबी! मेनी मेनी हॅपी रिटर्न्स ऑफ द डे! हॅप्पी बर्थ डे!'' राणीच्या गालावर प्रेमाने थापटत इन्स्पेक्टरसाहेब म्हणाले, "मग लगेच निघायचं परभणीस?''

"थँक यू सो मच सर. थँक यू.'' इन्स्पेक्टरसाहेबांपुढे लवत आणि त्यांच्या पायांकडे दोन्ही हात नेत राणी म्हणाली.

नंतर लागलीच इन्स्पेक्टरसाहेबांनी अधिक वेळ मुळीच न दवडता राणीस

स्वत:जवळ गाडीत बसविले. पुन्हा कोणासतरी फोन करून एक गाडी भाड्याने करून स्वत:च्या गाडीचा ड्रायव्हर सोबत देऊन तिला परभणीस पाठवून दिले.

शेवटी चांगल्याचे चांगलेच होते. नियती मात्र आपण त्या कसोटीस खरे उतरतो की नाही याची जणू परीक्षाच घेत असते. परंतु राणीच्या डोक्यात मात्र अशा भाबड्या विचारसरणी ऐवजी काहीसे वास्तववादी विचारच चालू असावेत. कारण गाडीत बसल्या बसल्या ती एकदम स्वत:शीच पुटपुटली- 'छे छे! कशाचे चांगल्याचे चांगले होते? उलट, चांगल्याच्याच पाठी सतत संकटांचीच मालिका चिकटलेली असते. त्याशिवाय का बाबांवर तो लांच्छनास्पद आळ घेण्यात आला? ते निस्तरले नाही तर माझ्यावर हा जीवघेणा हल्ला! बरे झाले मी प्रसंगावधान राखून धैर्याने तोंड दिले. नसता- नसता त्यांनी माझा खूनच केला असता. किंवा माझ्यावर-! O God!' मनात आकस्मितपणे डोकावलेल्या भयंकर अमंगल विचाराने राणी भयंकर भयभीत झाली. परंतु त्याच वेळी तिने मनोमन प्रार्थना केली- 'परमेश्वरा, अशा वेळी प्रत्येक मुलीस आणि स्त्रियांस प्रतिकूल परिस्थितीत प्रतिकार करण्याची प्रेरणा दे.' धावत्या गाडीच्या वेगाबरोबरच राणीच्या डोक्यातील विचारचक्रही त्याच वेगाने धावत होते.

स्वप्न, अंतर्मन आणि मानवी स्वभावाचा एकमेकांशी खूपच गुंतागुंतीचा परंतु तितकाच जवळचा संबंध असावा. त्यामुळेच की काय, रामायण-महाभारतासारख्या महाकाव्यांमध्ये ह्याचा महत्त्वपूर्ण उल्लेख दिसून येतो. बरे, रामायण-महाभारत ह्या पौराणिक कथांना एकवेळ कविकल्पना, म्हणावी तर ॲरिस्टॉटलसारख्या जगन्मान्य तत्त्ववेत्त्याने आपल्या History of Animal मध्ये स्वप्नांवर भाष्य केले आहे आणि अमेरिकन राष्ट्रपती अब्राहम लिंकननी तर चक्क त्यांचा दु:खद अंत कसा होईल, याची जणू पूर्वप्रचितीच स्वप्नांच्या माध्यमातून करून दिली. त्याचप्रमाणे देवकीबाईस मोठ्या आईचा अंत कसा होत आहे त्याची पूर्वकल्पना दिली होती आणि स्वप्नात येऊनच मोठ्या आईंनी 'पीके'स छळ छळ छळले होते! अर्थात सर्वच स्वप्नं सत्यात उतरतात, ती शुभ-अशुभाचा संकेत देतात, असे नव्हे. परंतु स्वप्नांचा वेळोवेळी चांगला किंवा वाईट अनुभव आल्याचे अब्राहम लिंकनप्रमाणेच अनेक महान माणसं सांगतात.

येथे स्वप्नांचा उल्लेख करण्याचे प्रयोजन एवढ्यासाठीच, की राणीवर वरील दुर्धर प्रसंग ओढवल्याच्या रात्रीच जवळपास चार-साडेचारच्या सुमारास असेच एक भयंकर स्वप्न राणीच्या आईस– कविताबाईस– पडले. स्वप्नात

त्यांना आपण कोठून तरी घराकडे परतते वेळी एकदम अचानक त्यांच्या मागे एक काळ्याकुट्ट रंगाचा आणि दुसरा काळा बांड बैल भयंकर वेगाने शिंगे उगारून त्यांना चिरडण्याच्या उद्देशानेच दौडत येऊ लागले. कविताबाई त्या अचानकपणे कोसळलेल्या दुर्धर प्रसंगाने चांगल्याच गर्भगळीत झाल्या. एवढ्या की थोडा वेळ त्यांना काय करावे काय नाही हेच सुचले नाही. परंतु लगेच त्यांनी स्वत:स एकदम सावरले. आपण काहीतरी करायलाच हवे अन्यथा हे मस्तवाल यमदूत आपणास नक्कीच चिरडून टाकतील, असा विचार करून त्यांनी संपूर्ण धैर्य एकवटले. परंतु करावे तर काय? जवळपास त्यांचा प्रतिकार करण्यासाठी वस्तूही नजरेस दिसत नव्हती. मग? आणि अचानक त्यांना काहीतरी सुचले. त्यामुळे त्यांची आशा एकदम पल्लवित झाली. "बस्स! हेच करून पहावे. मग जे होईल ते होईल. वाघोबा म्हटले तरी खाणार आणि वाघ्या म्हटले तरी खाणारच! मग असेच तरी का करून पाहू नये? 'जमले जमले, नाही जमले नशीब फुटले!' परंतु प्रयत्न तर करायलाच पाहिजेत. मग 'डरे सो मरे, और करे सो तरे' या गावरानी हिंदी म्हणीप्रमाणे त्यांनी स्वत:ची हिम्मत स्वत:च वाढविली आणि त्याच वेळी ते दोन्ही यमदूत त्यांच्या एवढ्या जवळ आले, की ते दुसऱ्याच क्षणी त्यांच्या पोटात त्यांची भयंकर तीक्ष्ण दिसणारी शिंगे खुपसून खेळ खल्लास करणार असे वाटत असतानाच- त्यांनी विजेच्या चपळाईने दोघांच्याही वेसणी आपल्या संपूर्ण ताकदीनिशी घट्ट पकडून त्यांना मागे तेवढ्याच त्वेषाने- 'सर्र! सर्र!' असे जरबेने म्हणत, जोराने हिसडा मारला आणि अहो आश्चर्यम्! पाहता पाहता ते अक्राळविक्राळ दोन्ही यमदूत एकदम मेटाकुटीसच आले आणि जागचे जागीच फुसफुसत उभे ठाकले. परंतु झोपेतल्या झोपेतच त्यांचे असे ओरडणे आणि हातपाय झाडण्यामुळे त्यांच्या बाजूस झोपलेले प्राचार्य भास्करराव जागे झाले. पाहतात तो कविताबाई अद्यापही पूर्वीसारखेच हातपाय हलवीत 'सर्र! सर्र! हेऽ!' करून घामाघूम झाल्या होत्या.

आपल्या पत्नीची झोपेतील ती धडपड आणि घामाने चिंब झालेला चेहरा नजरेस पडताच भास्कररावांनी ताबडतोब ओळखले, की त्यांना नक्की काहीतरी भयंकर स्वप्न पडले असावे. म्हणून त्यांनी पत्नीच्या अंगास जोराने हलवत हाका मारून त्यांना उठविले. झोपेमधून उठताच क्षणभर त्यांना काय झाले ते काहीच कळले नाही. एवढेच नव्हे तर आपण कुठे आहोत, हेही बरोबर कळत नव्हते. "अगोदर तो घाम पूस. हा घे रुमाल. अगं रुमाल घे आणि अगोदर घाम पूस आणि मग निवांत सांग कोणतं स्वप्न पडलं ते.' तेव्हा कोठे कविताबाईस आपण

आपल्याच घरी असून समोर बैल वगैरे काही नसून ते एक भयंकर स्वप्नच होते, याची खात्री पटली आणि घाम पुसत पुसतच त्यांनी पडलेल्या स्वप्नाची हकिकत भास्कररावांना सांगितली. "व्वा! चांगलीच बहाद्दर आहेस-" तेवढ्यात लँडलाईनची रिंग वाजली- 'ट्रिंग ट्रिंगऽ ट्रिंग ट्रिंगऽ!' 'राणीचाच फोन असणार' डॉक्टरसाहेब मनाशीच पुटपुटले आणि अंगावरचे उरलेसुरले पांघरूण काढून त्यांनी रिसीव्हर उचलला- "हॅलो, मेनी मेनी हॅपी रिटर्न्स ऑफ द डे बेटा --- काय! आँऽ! बरं, का मीच येऊ? --- ओ. के. अच्छा. ठीक आहे. तुम्ही सावकाश या. बॅगची काळजी करू नकोस. बाय."

"काय झालं हो?" धास्तावून कविताबाईंनी विचारले. "काही नाही. अगं राणी येतेय! उठ. आज तिचा वाढदिवस न! आठवण आहे का..?"

प्रेमळ माणसं कधी कधी किती 'चांगलं खोटं' बोलतात याचं उत्तम उदाहरण म्हणजे कु. राणी आणि डॉ. भास्कररावच म्हणावे लागतील!

- ० -

प्रकरण १४

शनिवारची सकाळ. सात-सव्वासातची वेळ. डॉ. भास्करराव त्या वेळी नुकतेच मॉर्निंग वॉक करून आले होते आणि बेसिनसमोर जाऊन ब्रशला टूथपेस्ट लावत लावत राणीचा वाढदिवसाचा प्रसंग आणि आनंदाची उजळणी करीत असतानाच त्यांच्या मोबाईलवर 'महाराष्ट्र देशा'ची ट्यून वाजू लागली. त्यामुळे हातामधील टुथब्रश आणि टुथपेस्ट त्यांनी बेसिनसमोरील आरशासमोर ठेवली आणि हॉलमध्ये असलेला मोबाईल ऑन करून कानास लावला- "होय. होय. मी प्राचार्य भास्कर जाधवच बोलतोय. बोला."

आणि पुढील बातमी ऐकून डॉक्टरसाहेबांना मोठाच धक्का बसला. दुसऱ्याच क्षणी त्यांच्या तोंडून प्रतिक्रिया उमटली- 'व्यसना रेऽ व्यसना! तू आणखी किती जणांचे बळी घेणार आहेस रेऽ बाबा?'

"काय झालं हो? कोणाच्या व्यसनाबाबत बोलताय तुम्ही?" पतिसाहेबांच्या बोलण्याचा काहीच अर्थबोध न झाल्यामुळे कविताबाईंनी भास्कररावांना विचारले.

"अत्यंत वाईट झाले! आपले देवीदासराव गेले-!"

"गेले म्हणजे?"

"होय. मरण पावले. आत्महत्या केली म्हणे. परंतु-"

"आत्महत्या!" एकदम जणूकाही एखादा भयंकर सापच अंगावर पडल्यासारखे वाटून कविताबाईनी धास्तावून भास्कररावांना विचारले.

"होय. परंतु-"

एकाच वेळी लँडलाईन आणि मोबाईलवरील रिंग ट्यून वाजू लागल्या. त्यामुळे लँडलाईनचा रिसीव्हर कविताबाईंनी उचलला आणि मोबाईल डॉक्टर-साहेबांनी.

"हॅलोऽ होय. - परंतु असे अचानकच?- हं. हं. - अच्छा. ठीक आहे. निघतो मी." तिकडे लँडलाईनवरही कविताबाई असेच काहीसे बोलत होत्या.

बातमी ऐकून दोघांनीही फोनवरील संभाषण संपताच आपले डोळे क्षणभर मिटून घेतले होते. कदाचित दोघेही ऐकलेल्या बातमीचा तर्कसंगत अर्थ लावत असावेत. परंतु लगेच दोघांनीही डोळे उघडले. तरीही पूर्वीच्याच संभ्रमावस्थेत भास्करराव पत्नीस म्हणाले, "चला. आटपा लवकर. आपणास लगेच निघायला हवे."

"परंतु मी काय म्हणते-"

"हे बघ कविता, तू काय म्हणणार आहेस- कोणाबद्दल बोलणार आहेस- हेही मी समजू शकतो. परंतु ही चर्चा करायची वेळ नाही आणि आणखी एक लक्षात घे - हे प्रकरण जेवढे नाजूक आहे तेवढेच गुंतागुंतीचेही. तेव्हा तू एवढे लक्षात ठेव की आपणास नक्की काय झाले, कसे झाले इत्यादी अजिबात माहीत नाही, असेच प्रत्येकास वाटावे असेच बोल. कारण आपल्या सरळ बोलण्याचाही अनेकजण उलटा अर्थ काढण्याची शक्यता आहे. तेव्हा शक्यतो तोंड बंद आणि डोळे आणि कान तेवढेच कार्यक्षम असू द्या-"

"परंतु हे माझ्यापेक्षा आपणच अधिक लक्षात ठेवले तर बरे. तुम्हीच आपले भोळे सांब आहात. जरासे कुठे कोणी 'साहेब, साहेब' केले की लागलीच लागता गळाला! परंतु आतातरी सर्वांपासून चार हात दूरच रहा. नाहीतर त्यांचं निस्तरता निस्तरता-"

"बरे बरे, पुरे. आता आटपा लवकर. करा चहा आणि निघा." पत्नीस अडवत भास्करराव म्हणाले आणि ब्रश करण्यासाठी बेसिनकडे वळले.

परभणी-नांदेड रस्ता सोडून डॉ. भास्कररावांची गाडी दांडेगावच्या ॲप्रोच रोडवर येताच त्यांच्या विचारांची मालिका एकदम खंडित झाली आणि गाडीने वळण घेताच त्यांना येथूनही त्यांचा वाडा स्पष्टपणे दिसू लागला आणि वाडा नजरेसमोर दिसताच भास्कररावांच्या ध्यानीमनी नसतानाही अचानकपणे त्यांच्या डोळ्यांमधून अश्रूधारा बरसू लागल्या. एवढेच नव्हे तर दुसऱ्याच क्षणी त्यांचे नाक आणि भाव-व्याकूळ मनही आतल्या आत आक्रंदू लागल्यामुळे त्यांच्या दबलेल्या भावना 'अंऽऽ' च्या अस्पष्ट उद्‌गारात बोलक्या झाल्या. पतिराजांची ती

हळवी छबी कविताबाईंच्या चांगलीच परिचयाची होती. परंतु तरीही येथे आणि 'असे काही' घडेल, असे त्यांना वाटले नव्हते.

भास्कररावांना पुतण्याच्या जाण्याचे दुःख तर झाले होतेच, परंतु त्यापेक्षाही त्यांच्या 'वाड्याची' आज जी अवस्था झाली, ती पाहून त्यांची ही अवस्था झाली होती. वाडा समोर दिसताच त्यांनी गाडी थांबवली आणि अगोदर डोळ्यांस रुमाल लावून नंतरच गाडीबाहेर निघाले.

भास्कररावांना आणि कविताबाईंना वाड्यात पाहताच नातेवाईक स्त्रियांनी आणि विशेषतः द्रोपदाबाईंनी मोठ्या आवाजात शोक सुरू केला- 'देवा, आमच्यावर असा कामुन रुसलास रेऽऽ!'

रूपाची- देवीदासच्या पत्नीची अवस्था मात्र गळ्यात भलेमोठे लोढणे घातलेल्या गाईप्रमाणे झाली होती.

देवीदासचे मृत शरीर अंगणापलीकडील ओसरीच्या आतील भिंतीस लावले होते. त्यामुळे वाड्यातील स्त्रिया आणि काही नातेवाईक स्त्रिया त्या खोलीत, तर गावातील स्त्रिया ओसरीवर बसल्या होत्या. पुरुषमंडळी कोणी तुळशीच्या ओट्यावर, कुणी मोकळ्या अंगणात तर काहीजण अंगणामध्ये माड बांधणाऱ्या व्यक्तींभोवती काहीतरी टीकाटिपणी करीत होती. सोयरेधायरे कोणी ओट्यावर तर काहीजण समोरील पायऱ्यांवर बसले होते. काही समोरील बैठकीमध्येही बसले होते. भास्करराव संभाजीच्या छोट्या मुलास घेऊन त्यांच्या घरासमोरील पायऱ्यांवर बसले होते. त्याच वेळी एक वृद्ध आजोबा भास्कररावांजवळ येऊन त्यांच्या खांद्यावर हात ठेवत म्हणाले, "साहेब, आता पटकन आटपत घेतलेलं बरं."

"म्हणजे?" भास्कररावांना आजोबांच्या बोलण्यातील गोम न कळल्यामुळे त्यांनी आजोबांनाच प्रश्न विचारला. ते पाहून ह्या सज्जनास काहीच माहिती नसावी म्हणून ते त्यांच्या कानात काहीतरी कुजबुजले. ते ऐकून भास्करराव अविश्वासाने पुन्हा उद्‌गारले, "काय म्हणता?" मग आजोबा त्यांचा खांदा दाबत अगदी हळू आवाजात पुटपुटले, "साहेब, पहा- तुमच्या मायसारखं कोण्या चंडाळानं लावून देलं तर- व्हईल का नाही तसीच पंचाईत!" ते ऐकून भास्कररावांना तर आपण काय प्रतिक्रिया द्यावी, काय करावे आणि काय सांगावे ते काहीच कळाले नाही. तरीही स्वतःस संभाळत हताशपणे ते पुटपुटले, "पहा बापू, तुम्हास जे योग्य वाटेल ते करा."

मग त्याच आजोबांनी पुढाकार घेऊन तीन-चार तरुणांच्या मदतीने पुढील

कार्यवाही "आटपा, आटपा लवकर करीत आंघोळीची तयारी केली. मग आता रडनं बंद करा - मढ्यावर रडू नाही" म्हणत सर्व क्रिया पंधरा-वीस मिनिटांत उरकून देवीदासला माडावर ठेवून वाड्याबाहेर काढलेही आणि पुन्हा पुढे चालून आणखी काही विपरीत होऊ नये म्हणून प्रेतास अग्नी देण्यासाठी जवळच्या खारीत लाकडेही रचून ठेवण्यात आली होती. खारीत प्रेत आणि प्रेत यात्रा येते न येते तोच प्रेतास सरणावर ठेवून अग्नी दिल्यानंतरच आजोबा मोकळेपणे सुस्कारा सोडीत स्वत:शीच पुटपुटले- "करा आता काय करायचं ते!"

दुसऱ्या दिवशी सावडणे वगैरे झाल्यानंतर भास्करराव परभणीकडे निघाले वाड्यामध्ये आता त्यांना थांबवतच नव्हते. कारण–

उरले सारे आता
सुखाचे सोबती
जिव्हाळ्याच्या वाती
मालवल्या!

म्हणून भास्কररावांचे मन आता ह्या रितेपणात रमणे शक्यच नव्हते आणि शेतीवाडीसाठी म्हणावे तर- भास्कररावांनी शेती भाती आणि संपत्तीचा मोह फारसा कधीच धरला नव्हता. म्हणून केवळ गावी आलोच आहोत म्हणून त्यांनी काही सूचना गड्यास दिल्या आणि वाडा सोडला. गाडी सुरू करतेवेळी त्यांना जोशीगुरुजींची पुन्हा एकदा तीव्रतेने आठवण आली आणि 'कधी कधी आपणास जवळच्या- रक्ताच्या माणसांपेक्षा दूरच्या स्नेहबंधातील व्यक्तींचीच तीव्रतेने का आठवण येते,' याचाच विचार करीत त्यांनी गाडी सुरू केली.

दीड-एक तासातच त्यांची गाडी परभणी येथील 'बळीवंश' समोर उभी ठाकली. गेटचे कुलूप काढून नेहमीच्या सवयीने त्यांनी गेटच्या पत्रपेटीचे छोटेसे कुलूप काढले. त्यांनी ती पत्रं पत्नीकडे सुपूर्त केली, परत पत्रपेटीस कुलूप लावले आणि परत गाडीत बसून ती आत घेतली. मग कविताबाईंनी प्रथम गेटचे दार ओढून घेतले आणि नंतर हातातील पत्रांवर सहज नजर टाकली. त्यातील एक पत्र देवीदासचे होते. देवीदासचे पत्र पाहून त्यांना खूपच आश्चर्य वाटले. त्याच आश्चर्याच्या भरात त्यांनी भास्कररावांना हाक दिली-

"अहो, देवीदासचे पत्र आहे."

"देवीदासचं पत्र?" भास्कररावांनाही कविताबाईंएवढेच आश्चर्य वाटून त्यांनी ते पत्र त्यांच्या हातामधून घेत अत्यंत उत्सुकतेने फोडले- आणि वाचू लागले-

"आदरणीय काकासाहेब,

मला माफ करा. मला माफ करा. काका, मला माफ करा. मी तुमचा खूप खूप गुन्हेगार आहे. नमकहराम आहे. गद्दार आहे. माझा गुन्हा माफ करण्यासारखा नसला, तरी मला तुम्ही उदार अंत:करणाने माफ कराच. काहीही करून माफ कराच. मी तुमच्या मिठाला जागलो नाही, तुमच्या उपकाराला जागलो नाही. वाईटाची संगत धरली. मला आगलाव्या आनंद्यानं आणि जीलकरी बंड्यानं भडकिवलं. त्या पडेल आमदारानंच महे कान भरले. म्हन्ले, तुमच्या जायदातीचा खरा वारस मीच- मनु मनु मलाच बुडवत राह्यले. मलाय तसंच वाटू लागलं. तुम्ही आज नाही तर उद्या मला वटीत घेसाल. खरंच काका, मरतानी लबाड बोलत नाही. आई शप्पत. मनुन तर मी आणि आई त्याच आशेनं परभणीला येत गेलो. पनिक तुम्ही दोघंय देवमानसं. सरळ मार्गी. आमच्याच पोटात मळ. मी त लईच गूखाऊ. तुमची बदनामी केली. गावात सासु-सासऱ्याजवळ, तुमची त तुमची पनिक मह्या बहिनीचीय बदनामी केली. यवढंच नाही तर तुम्ही मला वटीत घेवाव मनुन तिचा काटा काढायचा मीच ठरीवलं. तिच्यावर गुंड पाठविले. खरंच काका, काही मानसं इत्कं चांगली आन् काही मानसं इत्कं खराब कामुन वागत आसतील व्हो? नाही त मह्यासारख्या इत्क्या खराब मानसानं इत्कं खराब वागुनय मला सोन्यासारखी बायको देऊन मह्यावर इत्के उपकार केले- पनिक मी-मी लई कुत्र्याच्या आवलादीचा-कुत्र्याच्या अवलादीचा मनुनत मी आसा वागलो. आमच्यावर यवढे उपकार करूनय मी कुत्र्यासारखी तुमच्यावर टांग वऱ्हे केली. कामुन तर तुम्ही मला वटीत घेवाव मनुन. कामुन तर तुमची जमीन मला मिळाव मनुन. तुमचा गू मला खाया मिळावा मनुन- मनुन या कडू आवलादीच्या आनंदायान आन् बंड्यानं मला फितीवलं. मह्या आईचे कान भरले. आन मी- मह्या बहिनीचा काटा काढायचं ठरविलं- यात त्या पडेल आमदारानय-खरं सांगतो काका- मी पिलो तर खरंच पनिक आन् मरणारय हावच-पनिक खरं खरं सांगतो. सांगतो मरणार मनुन- जगून तरी काय करू काका? मह्या कर्माचं फळ मला मिळाल- आन् एड्सनं घेरलं! मनुन मही बायकोय नांदन झाली. मंग काय करू? गू त खाल्लाच- मरणार तर हावोच मनुन मी म्हया हिश्याची जमीन कालच दोन्ही भावाच्या नावानं करून देली. आन् आता या दारूच्या शिशीत औवशीद टाकून पितो-

आपली माणसं आपली माती / १६९

पिलंय आर्ध्याला उबार-- मला माफ करा. माफ करा. मह्या मातीला मातर नक्की या- राणीला आन् काकीलाय घेऊन या. तुमचा गूखावू पुतन्या.

–देवु

पत्र वाचताच भास्कररावांना अनेक गोष्टींचा उलगडा झाला. मग ते पत्र पत्नीकडे देत दोन्ही डोळे मिटवत स्वत:शीच पुटपुटले, ''म्हणजे लोक अकारणच 'कावळा पडला - कावळा पडला' म्हणत नाहीत तर!''

एवढ्यात त्यांच्या मोबाईलवर रिंग आली. 'हॅलो!' मोबाईल ऑन करून कानाजवळ नेत भास्कररावांनी प्रतिसाद दिला.

'----' पलीकडून कुठल्या तरी पोलिस पाटलाचा फोन होता.

''काय!---- कशासाठी?---- बरं. मग- खरं का--- अच्छा, म्हणजे तुम्ही मला मदत करणार म्हणा की!--- खरं?--- ठीक आहे. मी समर्थ आहे त्यासाठी. तुम्ही नका तसदी घेऊ- ठेवू!'' म्हणत त्यांनी मोबाईल प्रचंड वैतागानं ऑफ केला.

''काय झालं हो?'' अत्यंत चिंतायुक्त स्वरात कविताबाईंनी भास्कररावांना विचारले. कारण यापूर्वी त्यांनी आपल्या पतीचा 'असा मूड' कधीच पाहिला नव्हता. बोलण्याची ती तऱ्हा, ती ढब, ती जरब, भाषेतील उपहास आणि कठोरता, स्वत:बद्दलचा आत्मविश्वास आणि स्वाभिमान इत्यादी आणि वगैरे सर्वच एकदम अपरिचित आणि अनोखे. आणि विशेष म्हणजे भास्कररावांना स्वत:सही त्यांच्यामधील ह्या भास्करराव पाटलाची नव्याने ओळख झाली. त्यामुळे ते स्वत:शीच डोळे विस्फारत हसले आणि त्याच मूडमध्ये, 'काही नाही मॅडम, बहुतेक सासुरवाडीस जायची वेळ येईल. एवढेच.' अशी प्रतिक्रिया ओठावर येण्यापूर्वीच - 'अहो, साहेब, हे काय करता? मॅडमचा बी. पी. एकदम वाढेल की!' हा विचार डोक्यात येऊन ते फक्त एवढेच म्हणाले, ''काही नाही ग, तिकडे देवूच्या सासूने काहीतरी तमाशा सुरू केला वाटते.''

''तरी मी म्हणतच होते तुम्हास-''

''कविता, आता जे झाले ते झाले.''

''परंतु मग आता हे नवीन नाटक काय?''

''काही नाही ग, देवूच्या सासूने आपण इकडे येताच पोलिस व्हॅन आणली होती म्हणे!''

"मला तर भीती वाटत होती की धड अंत्यविधीही होतो की नाही व्यवस्थित. परंतु ह्यात तुमचा काय संबंध?"

"संबंध एवढ्यासाठीच की दोघांनाही फक्त, माझ्याच गव्हानीत हिरवागार चारा दिसतोय!"

"अहो, कोणत्याही वेळी तुमची साहित्यिकच भाषा हवी का?" वैतागून कविताबाई म्हणाल्या.

"बरं बर. सॉरी! तर देवीदासने त्याच्या नावाची जमीन त्याच्या दोन्ही भावांच्या नावे करून टाकली. त्यामुळे जावईही गेला अन् मुलीचा हिस्साही गेला! मग मुलीच्या लग्नात झालेला खर्च कोण देणार? मग गोवले मलाच! लावले ३०२!!"

"हे काय? अन् तरीही तुम्ही म्हणणार, "कापले तरी आपलेच! बाईऽऽ" स्त्रीसुलभ हळवेपणे मुसमुसत कविताबाई म्हणाल्या, "ज्याचे करावे भले तेच मारती भाले!"

"मॅडम, कोण कसा वागतो यापेक्षा आपण कसे वागावे, हे जास्त महत्त्वाचे असते."

"३०२ लावले तरी? आणि याचं फलित काय? तर जाऊबाईंनी आपलीच बदनामी करावी! पुतण्याने तुमच्याच मुलीचा काटा काढण्याची सुपारी द्यावी! अशोकने आणि त्याच्या आईने आपल्याकडे पाहून तोंड फिरवावे. प्रा. शिंदेंनी तुमच्यावर लाच घेतल्याचा कट करावा. त्या रांडेने- म्हणजे 'सिंदळीला दाही दिशा अन् पतिव्रतेलाच अग्निपरीक्षा!' असेच की नाही?" अधिकच मुसमुसत आणि नाकातोंडास आलेले पाणी पुसत कविताबाई म्हणाल्या.

"एक्झॅक्टली! किती मार्मिक टिप्पणी केलीत हो आपण! परंतु ते असो. आता आंघोळीचं आणि पोटापाण्याचही बघा प्लीज. कविता, आता शरीराला स्नानाची आणि मनाला विश्रांतीची खूपच गरज आहे." काहीसे विषण्ण होत डॉक्टरसाहेब म्हणाले.

"परंतु ३०२ म्हणजे नक्की काय हो? तुम्हास-"

"अटक वगैरे काही होणार नाही" पत्नीच्या मनातील भीती ओळखून भास्करराव म्हणाले, "तू उगीच टेन्शन घेऊ नकोस. कारण खोटे ३०२ म्हणजे- तसे आरोप लावणारांचे हात तर कोळशाचे होतातच; परंतु निर्दोष व्यक्तीस मात्र निष्कारण मानसिक त्रास आणि आर्थिक झळ बसून- 'दलालांना बाटल्या, पोलिसांना पाटल्या आणि वकिलांनी लाटल्या चांदीच्या ताटल्या!' म्हणतात तेच

खरं. परंतु वेडाबाई, एक लक्षात ठेवा. प्रा. शिंदे आणि मेकेवाड आणि मेकेवाडची संघटनाही आपले काहीच करू शकली नाही. उलट, आपली पूर्वीपेक्षा प्रसिद्धीच अधिक झाली म्हणावयास हरकत नाही आणि आत्ताही तेच होईल. तू उगीच टेन्शन घेऊ नकोस. अगं देवूची सासू तर लंगडी गाय. पळून पळून किती पळेल? आणि तूच म्हणालीस ना सतीलाच अग्निपरीक्षा द्यावी लागते म्हणून. मग कर नाही त्याला डर कशाला? काय? चला, चिंता सोडा आणि स्नानासाठी पाणी ठेवा.'' शेव्हिंगसाठी बेसिनकडे जात भास्करराव म्हणाले.

शेव्हिंग आणि स्नान कसेबसे आटोपून उपम्याचे चार-पाच घास घशात जातात न जातात तोच पुन्हा भास्कररावांच्या मोबाईलवर रिंग आली. रिंग वाजताच कविताबाई फोन उचलण्यापूर्वी भास्कररावांनी पुढ्यातील प्लेट समोर सरकवून हॉलमध्ये जाऊन मोबाईल ऑन करून कानास लावला, ''--- होय. मीच बोलतोय. --- हं --- अच्छा. मग --- त्यांचं असो. आपले काय म्हणण आहे? --- ऑफ कोर्स ऑफ कोर्स, यू हॅव टू डू युवर ड्युटी --- मग आपण काय करणार? --- मी येऊ म्हणता? ते शक्य नाही आणि तुम्ही एक काम करा- तुम्हास माझा परिचय नसल्यास तुमच्या एस. पी. साहेबांकडूनच तो करवून घ्या. काही करण्यापूर्वी एवढं मात्र जरूर करा. नसता तुम्हालाच पश्चात्तापाची पाळी येईल. कळलं!'' एवढं म्हणून त्यांनी मोबाईल बंद केला.

आणि पुन्हा एकदा भास्कररावांचा चेहरा पूर्वीसारखाच भयंकर क्रुद्ध, काहीसा अपमानित, तसाच भेदरलेला, विलक्षण कासावीस वगैरे आणि वगैरे परस्परविरोधी भावभावनांनी युक्त झाल्यामुळे कविताबाईंचे काळीज लककन् हलले आणि या वेळी तर त्यांना एकदम भडभडून आले. अचानक मलेरियाचा जबरदस्त अटॅक यावा त्याप्रमाणे त्यांना थंडीही वाजू लागली. बहुतेक त्यांचे बी. पी. नक्कीच वाढले असावे. परंतु तरीही पतीचीच काळजी वाटून त्यांच्याकडे जात त्यांनी अत्यंत चिंतायुक्त स्वरात चौकशी केली, ''आता आणखी कोण कडमडलं?''

''पोलीस! त्यांच्याशिवाय आणखी दुसरे कोण कडमडणार? ते तर गिधाडासारखे टपूनच बसलेले असतात, कोण तावडीत सापडते म्हणून. अगं, जन्म देणाऱ्या जन्मदात्रीवरसुद्धा संशय घेतात म्हणे हे सज्जन! परंतु तू मुळीच चिंता करू नकोस. कारण आपण कशात म्हणूनच नाही तर ते आपल्या केसालाही धक्का लावू शकणार नाहीत. शिवाय आपलीही समाजात थोडीफार इज्जत आहे आणि फक्त तू पुन्हा पुन्हा डोळ्यांत पाणी आणत आहेस म्हणून

तुला अभिमानानं सांगतो कविता- अगं, मला त्यांनी थोडासा जरी त्रास दिला ना तर- त्या कृतघ्न शिंदे आणि मेकेवाडपेक्षा अधिक तीव्रतेने विद्यार्थी संघटना, प्राचार्य संघटना आणि कर्मचारी संघटना त्यांच्यावर कशा मोहोळाच्या मधमाश्यांप्रमाणे त्यांचे भयंकर चाव्यांवर चावे घेऊन त्यांना पळता भुई थोडी करतील, याची मला खात्री आहे. शिवाय जिल्ह्याचा प्रत्यक्ष एस. पी. मला आपला आदर्श मानतात. तेव्हा पोलीस, समाज, सोयरेधायरे, मित्रगण, आजीमाजी विद्यार्थी आणि सर्वात महत्त्वाचे म्हणजे आपण निर्दोष आहोत. म्हणून तू अजिबात चिंता करू नकोस. अगं ह्याची मला अजिबात चिंता नाही. वाईट फक्त याच गोष्टीचे वाटते की आपलीच माणसं स्वत:च्या य:किंचित 'वादीसाठी दुसऱ्याचा बैल मारण्यास' मागेपुढे पाहत नाहीत. असो. ज्याचात्याचा स्वभाव. चल, भुकेचे भूत अनावर होताच स्वत:च्या पोटच्या गोळ्यासच गट्ट करणाऱ्या कुत्र्यांचा विचार करण्यापेक्षा आपण आपल्या पोटपूजेचे बघू. चल.'' म्हणत भास्कररावांनी पत्नीस किचनमध्ये आणून डायनिंग टेबलवर बसविले. परंतु कसेबसे दोन-तीन घास पोटात जातात न जातात, तोच पुन्हा मोबाईलवर रिंग आली!

''हॅलो--- काय!--- कसे काय?--- काय म्हणता!--- ठीक---'' आणि बोलता बोलताच त्यांच्या हातामधील मोबाईल गळून पडला.

मोबाईल खाली गळून पडला तरी भास्करराव मात्र जागचे जागीच निश्चलपणे मान हलवत तेथेच उभे राहिले. यजमानांची ती निश्चल मूर्ती पाहून कविताबाईच्या काळजाचे पुन्हा पाणी पाणीच झाले. परंतु तरीही धैर्य एकवटून त्यांच्या जवळ जाऊन खांद्यास हलवीत साश्रू नयनांनी, त्या गलबलून म्हणाल्या, ''काय झालं हो?''

''मालेगावच्या चंद्रभान पाटलाचा खून!''

'---' ते ऐकून क्षणभर कविताबाईस काय बोलावे आणि काय नाही असेच झाले. कारण नक्की काय झाले हेच त्यांना बरोबर कळाले नव्हते. म्हणून थोड्या वेळानंतर त्यांनी पुन्हा भास्कररावांना विचारले- ''कोणते चंद्रभान पाटील? आणि कोणी केला त्यांचा खून?''

''अगं, मालेगावच्या दौलतराव पाटलांचे छोटे चिरंजीव. तुझ्या वारंग्याच्या मावस बहिणीचे दीर आणि तुझ्या बहिणीच्या यजमानांनीच- सूर्यभान पाटलांनीच केला सख्ख्या धाकट्या भावाचा खून!''

'आरेऽ देवाऽ! हे काय झालं ग आनेऽ' म्हणून कविताबाईंनी एकदम मोठ्याने गळाच काढला. ते पाहून परिस्थिती ओळखून भास्करराव एकदम

कावरेबावरे होत म्हणाले, “अगं, अगं कविता, हे काय करतेस? आवर. अगोदर आवर हे गवरणे! अगं, शेजारीपाजारी उगीच धावत येतील अशाने.”

तेव्हाकुठे कविताबाईंनाही आपली चूक लक्षात आली. परंतु अशा वेळी बुद्धीपेक्षा भावनाच अधिक प्रभावी ठरत आल्यामुळे त्यांना रडे अनावर झाले. परंतु तरीही ‘भावनेपेक्षा कर्तव्य श्रेष्ठ’ ‘भावनेपेक्षा कर्तव्य श्रेष्ठ’ चा घोषा आणि उपदेश पतिदेव नेहमीच करीत असल्यामुळे कविताबाईंनी स्वत:च्या भावनांवर एकदम ताबा मिळवला. परंतु भावना त्या भावनाच. पुढे येऊन भास्कररावांनी अन्त्यविधीविषयी सांगितले.

“दोन वाजता! म्हणजे आता निघायलाच हवं. मग आटपा. बरं, आहेत ते चार घास खा आणि चला.” पुन्हा पोटापाण्यावर येत कविताबाई म्हणाल्या.

भास्कररावांना मात्र आपल्या पत्नीची दोन्ही रूपं पाहून खूप अप्रूप वाटले.

अशा वेळी अन्नग्रहण म्हणजे पशुवतच आणि अन्न अव्हेरणे म्हणजे उद्दामपणा. मग मात्र भास्कररावांचा नाइलाज झाला. आणि दोघांनीही प्लेटमधील उपमा बळेबळेच पोटात ढकलला आणि कपडे बदलून मालेगावला निघाले. कविताबाईंनी गेटलाही कुलूप लावले आणि गाडीत बसल्या. आठ-दहा मिनिटातच त्यांची गाडी शहराच्या बाहेर निघाली.

“आपल्या जातीला भाऊबंदकीचा शाप आहे म्हणतात, हे खरं आहे का हो?” मोठ्या निकरानं कंठात आलेला हुंदका दाबत कविताबाई मुसमुसल्या.

“कविता, हा शाप वगैरे काही नसून संपत्ती आणि संततीसाठीचा हा हव्यास आहे. जो फक्त आपल्याच जातीत नव्हे, तर अवघ्या मानवजातीत सारखाच आहे. सत्ययुगापासून ते आजच्या कलियुगापर्यंत सारख्याच प्रमाणात धुमाकूळ घालतोय-’

“परंतु राष्ट्रपती पुरस्कारप्राप्त व्यक्तीकडून असे कृत्य म्हणजे-”

“एक नव्हे दोघेही- दोन दोन वेळा दोघांनाही मा. पंतप्रधान आणि राष्ट्रपती महोदयांकडून ‘प्रगतिशील शेतकरी’ म्हणून गौरविलेले, तीन तीन पासऱ्या, सोन्याचांदीचे दागिने वाटणीत हिश्याला आलेले, मग आणखी कशाला पाहिजे होती वडिलांच्या नावाची जमीन?”

“म्हणजे फक्त जमिनीसाठी?” कविताबाई डोळे पुशीत म्हणाल्या.

“हो ना. का तर म्हणे सूर्यकांतरावांच्या वडिलांनी जर त्यांच्या नावे असलेली सर्व शंभर एकर जमीन सूर्यकांतरावांच्या दोन्ही मुलांच्या नावे पन्नास पन्नास एकर करून दिली तर सूर्यकांतरावांच्या दोन्ही मुलांस आणि चंद्रभानरावांच्या

एकुलत्या एक मुलास - तिघांनाही समान जमीन होईल.

"मग काय, अगं आज शंभर-पन्नास एकर जमीन म्हणजे काय लुटूपुटूचा खेळ वाटतो की काय? आणि चंद्रकांतरावचं नव्हे तर कोणताच भाऊ एवढी मोठी प्रॉपर्टी दुसऱ्याच्या नावे– अगदी सख्खा भाऊ असला तरीही कसा करून देईल? आणि भाऊ म्हणून भावाने जरी एवढी मोठी प्रॉपर्टी देण्याचा प्रयत्न केला, तरी त्यांचा मुलगा तरी स्वत:च्या हक्काची पन्नास एकर जमीन कशी काय देईल? मग काय 'कसा देत नाहीस?' - 'का देऊ?' चा वाद विकोपास जाऊन- वादावादीचा अतिरेक होऊन मोठ्या सूर्यकांतरावांनी काढले खिशातील रिव्हॉल्व्हर आणि ठोकले चंद्रकांतरावास! ह्यातच त्यांना प्रतिकार करतेवेळी पुसटशी एक गोळी दौलतरावांसही लागली! झाले– छोटा भाऊ गोळी लागून गतप्राण झाला, जखमी वडील आज-उद्या जाणार आणि जिवंत राहिलेला जेलमध्ये सडून मरणार! आणि सर्वात वाईट गोष्ट ही, की ह्यांच्या आडमुठ्या आणि अविवेकी वागण्यामुळे हकनाक बळी पडून दोघांचीही बायकापोरं परदिसे होणार! पासरी पासरी सोने कोल्हे-कुत्रे खाणार! दोघांच्याही जमिनी पडीक पडून त्यांचे बाभुळबन होणार आणि तेही, पोलिस-वकील मिळून तोंडी लावणार-"

वरील वाक्य ऐकताच कविताबाईंनी चालत्या गाडीतच हंबरडा फोडला- 'आने, हे काय झालं ग माऽय!"

-०-०-०-

अल्प परिचय

नाव	:	आनंद जांबुवंतराव कदम
जन्म	:	२ जानेवारी १९४५ मु. पो. रुई, ता. हदगाव, जि. नांदेड
शिक्षण	:	एम.ए.बी.एड. (इंग्रजी)
व्यवसाय	:	सेवानिवृत्त प्राचार्य.
साहित्यिक	:	काव्य: १) शिमगा, २) मी विद्ध हरिणी, ३) चुंबळ तरी घेऊ दे! My Birth Day (बाल कवितासंग्रह) कथा: १) सोयरीक, २) आडतास. कादंबरी :१) उमलता-उमलता, २) सुपारीचे सेवक, ३) वनवास ललित गद्य: १) गावाकडचे गडी, २) माझ्या गावा.
इतर	:	अनेक दैनिके, साप्ताहिके, मासिके आणि दिवाळी अंकांमधून कथा, कविता, प्रासंगिक, वैचारिक आणि संस्कारक्षम लेख प्रसिद्ध.
सामाजिक	:	राष्ट्रीय संस्कार केंद्र या रजिस्टर्ड संस्थेच्या माध्यमामधून दरवर्षी मूल्य संवर्धनासाठी तरुणांना मार्गदर्शन व पुरस्कार प्रदान.
पुरस्कार व सन्मान	:	लोकशिक्षण विद्यापीठ नांदेडतर्फे सन्मान व पुरस्कार कविवर्य जगदिश खेबुडकर पुरस्कार (पुणे) शैक्षणिक, सामाजिक, साहित्यिक आणि राष्ट्रीय कार्यासाठी कै. यशवंतराव चव्हाण पुरस्कार (औरंगाबाद) लोकसंवाद कथा पुरस्कार - आडतास कै. भि. ग. रोहमारे राज्यस्तरीय ग्रामीण साहित्य पुरस्कार (कोपरगाव) कुसुमाग्रज राज्यस्तरीय काव्य पुरस्कार - चुंबळ तरी घेऊ दे! (अकोला) कयाधु साहित्य पुरस्कार : गावाकडचे गडी. शिमगा, चुंबळ तरी घेऊ दे! (कवितासंग्रह), सोयरीक, आडतास (कथासंग्रह), वनवास (कादंबरी) विशेष संशोधनासाठी निवड. स्वा. रा. ती. म. विद्यापीठात 'गावाकडचे गडी'चा अभ्यासक्रमात समावेश.